મર્યાદા પુરુષોત્તમ શ્રીરામ આદર્શ પુરુષ હતા. એમનામાં બધા માનવીય ગુણ હતા. શ્રીરામ આજ્ઞાકારી પુત્ર હતા, સ્નેહિલ ભ્રાતા હતા, પૂજનીય પતિ હતા, પ્રિય મિત્ર હતા અને ભક્તજનોના પરમ હિતૈષી હતા. એમનું જીવન માનવ માત્ર માટે અનુકરણીય અને પ્રેરક છે. એમણે ક્યારેય પણ અધર્મનો સહારો નથી લીધો. સત્ય, ન્યાય અને ધર્મમાં એમની પરમ આસ્થા હતી. એમણે હંમેશાં દીન-દુઃખીઓની સહાયતા કરી, અત્યાચારીનું દમન કર્યું અને અસત્ય તેમજ અન્યાયનો આજીવન પ્રતિરોધ કર્યો. ત્યારે જ તો એમના રાજ્યમાં સુખ-શાંતિ હતી અને આજે પણ 'રામ-રાજ્ય' સ્થાપિત કરવા માટે પ્રત્યેક દેશની જનતા આતુર છે.

સત્ય તો એ છે કે, એમનું જીવન આપણા માટે પ્રેરણાસ્રોત છે. અહીંયા પ્રસ્તુત છે, એ જ યુગપુરુષ માનવતા-પ્રેમી શ્રીરામની અનુપમ ગાથા- રોચક ઔપન્યાસિક શૈલીમાં.

સંત તુલસીદાસના

રામચરિત માનસ પર આધારિત

રામાયણ

રામાયણ

પ્રિયદર્શી પ્રકાશ

ગુજરાત પુસ્તકાલય સહાયક સહકારી મંડળ લિ.
૧૧, ઈલોરા કોમર્શીયલ સેન્ટર, પહેલો માળ, રીલીફ સીનેમા પાછળ.
અમદાવાદ–૩૮૦ ૦૦૧
ફોન : ૨૫૫૦ ૬૯૭૩
E-mail : gpssmltd@yahoo.com

ડાયમંડ બુક્સ
www.diamondbook.in

© પ્રકાશકાધીન

પ્રકાશક : ડાયમંડ પૉકેટ બુક્સ પ્રા. લિ.
X-30, ઓખલા ઇંડસ્ટ્રિયલ એરિયા, ફેઝ-II,
નવી દિલ્હી-110020
ફોન : 011- 40712200
ઈ-મેઈલ : sales@dpb.in
વેબસાઈટ : www.diamondbook.in
સંસ્કરણ : 2015

RAMAYAN (GUJARATI)

By - Priyadarshi Prakash

બે શબ્દ

મર્યાદા પુરુષોત્તમ શ્રીરામ આદર્શ પુરુષ હતા. એમનામાં બધા માનવીય ગુણ હતા. તેઓ મર્યાદિત જીવન વ્યતીત કરતા હતા. ત્યારે જ તો એમને મર્યાદા પુરુષોત્તમ શ્રીરામના નામથી ઓળખવામાં આવે છે.

એમનું જીવન માનવ માત્ર માટે અનુકરણીય છે, આદર્શ છે. એમણે ક્યારેય અધર્મનો સહારો નથી લીધો. સત્ય, ન્યાય અને ધર્મમાં એમની પરમ-આસ્થા હતી. એમણે હંમેશાં દીન-દુ:ખીઓની સહાયતા કરી, અત્યાચારીનું દમન કર્યું અને અસત્ય તેમજ અન્યાયનો સખ્તીથી વિરોધ કર્યો. ત્યારે જ તો એમના રાજ્યમાં સુખ અને શાંતિ હતી અને આજે પણ 'રામ-રાજ્ય' સ્થાપિત કરવા માટે પ્રત્યેક દેશની જનતા લાલાયિત છે.

શ્રીરામ આજ્ઞાકારી પુત્ર હતા, સ્નેહિલ ભ્રાતા હતા, પૂજનીય પતિ હતા, પ્રિય મિત્ર હતા અને ભક્ત-જનોના પરમ હિતૈષી હતા. એમણે માતા-પિતાના વચનની લાજ રાખવા હેતુ રાજ સુખનો ત્યાગ કર્યો અને વન જવાનું સ્વીકાર કરી લીધું. વાંચવામાં આ વાત સહજ લાગી શકે છે, પરંતુ યથાર્થમાં રાજ લોભનો ત્યાગ ખૂબ જ મુશ્કેલ છે. જરા નજર ફેરવીને જુઓ, આજની રાજનીતિમાં કોઈ છે એવો રાજપુરુષ, જે હાથમાં આવેલી સત્તાને ઠોકર મારી દે?

સત્ય તો એ છે કે, એમનું જીવન આપણા માટે પ્રેરણા-સ્ત્રોત છે. એમના જીવનના પ્રેરક-પ્રસંગ આપણને નિત્ય પ્રેમ, ન્યાય અને કષ્ટ સહન કરતાં હોવા છતાં પણ પોતાના ધર્મ પ્રતિ જાગૃત રાખે છે.

ભારતીય જન-માનસમાં રામ-કથાનો ખૂબ જ પ્રભાવ છે. રામ-કથા ભારતના અનેક ઋષિ લેખકોએ લિપિબદ્ધ કરી છે. પ્રસ્તુત રામ કથા વાલ્મીકિ-કૃત રામાયણ સિવાય ગોસ્વામી તુલસીદાસ, ભાનુભક્ત, મહાત્મા કંબન તેમજ ચંડીદાસ વગેરેની રામ-કથાઓ પર આધારિત છ. લેખકનો પ્રયાસ એ રહ્યો છે કે, વિભિન્ન રામ-કથાઓના મહત્ પ્રસંગોનો સમાવેશ પ્રસ્તુત રામ-કથામાં થઈ શકે.

- પ્રિયદર્શી પ્રકાશ

અનુક્રમણિકા

	વિષય	પૃષ્ઠ સંખ્યા
૧.	બાલકાંડ	૭
૨.	અયોધ્યાકાંડ	૪૦
૩.	અરણ્યકાંડ	૮૦
૪.	કિષ્કિન્ધાકાંડ	૯૭
૫.	સુંદરકાંડ	૧૦૮
૬.	લંકાકાંડ	૧૨૫
૭.	ઉત્તરકાંડ	૧૫૩

બાલકાંડ

એક

ત્રેતા યુગની વાત છે.

સરયૂ નદીના તટ પર એક રાજ્ય હતું - કોશલ, જે વૈભવશાળી અને અત્યંત સંપન્ન હતું. અહીંયાની રાજધાનીનું નામ હતું અયોધ્યા. તે સભ્યતા, સંસ્કૃતિ અને સંપન્નતામાં અનુપમ હતી.

કોશલમાં સૂર્યવંશી નરેશ ચક્રવર્તી રાજા દશરથનું રાજ હતું. રાજા દશરથ અત્યંત પરાક્રમી અને કુશલ નરેશ હતા. સ્વર્ગ-લોકમાં પણ એમની ધૂમ હતી, અને જ્યારે-જ્યારે દેવોએ એમનાથી મદદની યાચના કરી, તેઓ તુરંત એમની મદદ માટે પહોંચી જતા હતા. ત્રણેય લોકોમાં રાજા દશરથનો આદર હતો. એમના રાજ્યમાં પ્રજા સુખી અને સમૃદ્ધ હતી. રાજ્યમાં એવું કોઈ ન હતું, જેનામાં કોઈ અવગુણ હોય. બધા સચ્ચરિત્ર, સત્યવાન અને શ્રમશીલ હતા.

રાજા દશરથની ત્રણ રાણીઓ હતી. પટરાણીનું નામ હતું- કૌશલ્યા, વચ્ચેવાળી રાણીનું નામ સુમિત્રા તથા નાની રાણીનું કૈકેયી.

રાજા દશરથને બીજા તો બધા સુખ પ્રાપ્ત હતા, પરંતુ સંતાનનું સુખ ન હતું. સંતાન-પ્રાપ્તિ માટે એમણે ખૂબ જ પૂજા-અનુષ્ઠાન કર્યા, પરંતુ એમની મનોકામના અત્યાર સુધી પૂરી થઈ ન હતી. ઉંમર વધવાની સાથે એમની નિરાશા પણ વધતી જઈ રહી હતી.

એક દિવસે.

સંધ્યાનો સમય હતો.

રાજા દશરથ પોતાના પ્રકોષ્ઠમાં વિરાજમાન હતા.એકાએક એમની નજર દર્પણ તરફ ઊઠી ગઈ. પોતાના સફેદ કેશ અને દાઢી જોઈને નિરાશ થઈ ગયા. એમને પોતાની વૃદ્ધાવસ્થા અથવા આસન્ન મૃત્યુનું એટલું દુઃખ ન હતું, જેટલું એ વાતનું, કે તેઓ નિઃસંતાન જ મરી જશે અને સૂર્યવંશને આગળ વધારવાવાળું કોઈ નહીં રહે. ભલું સંતાન વગર પણ જિંદગી કોઈ જિંદગી છે! આ રાજ્ય, સુખ-સંપન્નતા અને સુનામ કયા કામનું! સંતાન નહીં, તો એમનું પણ કોઈ મૂલ્ય નથી.

ઘનીભૂત નિરાશાની આ જ ક્ષણોમાં એમણે પોતાના કુલગુરુ વશિષ્ઠની યાદ આવી ગઈ. ગુરુ વશિષ્ઠે એમને કઠિન અવસરો પર હંમેશાં યોગ્ય સલાહ આપી હતી. ગુરુ વશિષ્ઠે પોતાના આશ્રમમાં ખુદ આવેલા રાજા દશરથને ઘોર ચિંતામાં જોઈને પૂછ્યું.

''રાજન્! આજે ચહેરો આટલો મલિન કેમ છે?''

''ગુરુદેવ, તમે તો જાણો છો, મને એક જ દુ:ખ છે - સંતાન વિહીનતાનું. આયુની સાંધ્યવેળામાં લાગે છે, હવે સૂર્યવંશનો અંત નિશ્ચિત છે. તમે જ બતાવો, હું શું કરું?''

''હૂં'' ગુરુ વશિષ્ઠ બોલ્યા- ''રાજન, મારો વિચાર છે, પુત્રકામ-યજ્ઞનું અનુષ્ઠા ઉપયુક્ત રહેશે.''

''તો પછી વાર શેની?'' હું પુત્રકામ-યજ્ઞ કરવા માટે પ્રસ્તુત છું.''

પછી શું હતું! અયોધ્યામાં પુત્રકામ-યજ્ઞની તૈયારીઓ આરંભ થઈ ગઈ. સરયૂ નદીના તટ પર વિશાળ યજ્ઞ-વેદીનું નિર્માણ કરવામાં આવ્યું. ઋષિ શ્રૃંગીને યજ્ઞ માટે અયોધ્યા બોલાવવામાં આવ્યા.

★★

જે સમયે અયોધ્યામાં યજ્ઞની તૈયારીઓ ચાલી રહી હતી, એ સમયે દેવ લોકોમાં એક અલગ જ સમસ્યા પ્રસ્તુત હતી. દેવ-ગણ રાવણના અત્યાચારોથી અત્યંત કષ્ટમાં હતા.

રાવણને બ્રહ્માથી અભયદાન મળેલું હતું, તેથી તે નિડર થઈને દેવતાઓને સતાવી રહ્યો હતો, એમનું અપમાન કરવાની કોઈ તક છોડતો ન હતો. સત્ય તો એ હતું કે, દેવતાઓની પાસે રાવણને પરાજિત કરવા અથવા એને દબાવવાનો કોઈ અસરકારક ઉપાય ન હતો, મારવાની વાત તો દૂર હતી. રાવણના હોંસલા એટલા બુલંદ હતા કે એનાથી અરુણ, વરુણ અને પવન જેવાં દેવતા પણ ભયભીત હતા અને તે ઇન્દ્રને રાજ્ય-ચ્યુત કરીને ખુદ સ્વર્ગલોક પર આધિપત્ય જમાવવા ઇચ્છતો હતો. રાવણના વધતા અત્યાચાર અને અહંકાર હવે સહનશક્તિથી બહાર હતા, તેથી બધા દેવ મળીને બ્રહ્માની પાસે ગયા અને એમને રાવણના કોપથી બચાવવાનો અનુરોધ કર્યો. દેવ બોલ્યા- ''રાવણને આ અમરત્વ તમે જ પ્રદાન કર્યુ છે, ભગવન્, હવે તમે જ એનો નાશ પણ કરી શકો છો.''

બ્રહ્મા હસીને બોલ્યા- ''નિ:સંદેહ! હકીકતમાં, રાવણે પોતાની તપસ્યાથી મને પ્રસન્ન કરીને વરદાન માંગ્યું હતું કે, એને દેવ, રાક્ષસ અથવા ગન્ધર્વ કોઈ ના મારી શકે, મેં એની આ મનોકામના પૂર્ણ કરી દીધી હતી. તેથી એને દેવ, રાક્ષસ અથવા ગન્ધર્વ ભલે જ ન મારી શકે, પરંતુ માનવના હાથથી તે બચી નથી શકતો.''

''પણ પૃથ્વી પર એવો માનવ છે કોણ?''

''એનો ઉપાય વિષ્ણુ કરશે.''

આથી દેવગણ વિષ્ણુની પાસે જઈ પહોંચ્યા. બોલ્યા- ''ભગવાન, રાવણના અત્યાચારથી અમે બધા પીડિત છીએ. એનો નાશ અમારા વશમાં નથી, ના તો ગન્ધર્વો અથવા રાક્ષસોના વશમાં. હા, એને માનવ અવશ્ય ખતમ કરી શકે છે. જો તમે ઇચ્છો તો રાવણની હસ્તી સમાપ્ત થઈ શકે છે.''

''તે કેવી રીતે?''

''જો તમે જ માનવના રૂપમાં પૃથ્વી પર અવતરિત થાઓ, તો રાવણની મૃત્યુ અવશ્યંભાવી છે.''

''ઠીક છે.'' વિષ્ણુ બોલ્યા - ''એવું જ થશે. પૃથ્વી પર સૂર્યવંશી નરેશ રાજા દશરથ સંતાન-પ્રાપ્તિ માટે મહાન યજ્ઞ કરી રહ્યા છે. હું એના જ ત્યાં પુત્રના રૂપમાં જન્મ લઈશ અને સમયાન્તરમાં રાવણનો વધ કરીને ત્રણેય લોકોને રાવણના અત્યાચારથી મુક્ત કરી દઈશ.''

★★

ત્યાં યજ્ઞ-સમાપ્તિ પછી ઋષિ શ્રૃંગીએ અગ્નિ-કાંડમાં ઘૃતાહુતિ આપી. અગ્નિ-કુંડથી ભારે લપેટોની સાથે સુવર્ણ-કળશ નિકળ્યો. ઋષિ શ્રૃંગીએ સુવર્ણકળશ રાજા દશરથને આપતા કહ્યું- ''મહારાજ! આમાં ખીર છે, જે દેવતાઓએ તમારા યજ્ઞથી પ્રસન્ન થઈને મોકલી છે. આ ખીર પોતાની રાણીઓને ખવડાવી દો, એમને અવશ્ય સંતાનોત્પત્તિ થશે.''

રાજા દશરથના આનંદનો કોઈ પાર ન રહ્યો. એમણે યજ્ઞના અવસર પર પધારેલા તમામ ઋષિઓને ઘણું બધું ધન-ધાન્ય, ગાયો વગેરે દાન આપ્યા અને ખીરનો સુવર્ણકળશ લઈને રાણીઓની પાસે પહોંચ્યા. બોલ્યા- ''લો રાણીઓ, આ ખીર પીઓ. ભગવાનની કૃપાથી આપણા આંગણમાં શિશુઓના સ્વર ગૂંજશે.''

રાણીઓને તો જાણે આખા જમાનાની ખુશીઓ એક સાથે જ મળી ગઈ. ત્રણેય રાણીઓએ ખીરનું પાન કર્યું.

સમય આવવા પર ત્રણેય રાણીઓ ગર્ભવતી થઈ. અંતઃપુર અને રાજમહેલમાં જ નહીં, પરંતુ સંપૂર્ણ અયોધ્યામાં પ્રસન્નતાની લહેરદોડી ગઈ. રાજા દશરથની પ્રસન્નતાનું તો કહેવું જ શું! જીવનના અંતિમ ભાગમાં જ ભલે, હવે તેઓ પોતાની સંતાનનું મુખ જરૂર જોઈ શકશે, એમનો સૂર્યવંશ રહેતી દુનિયા સુધી જળવાઈ હેશે.

ચૈત્ર શુક્લા નવમી તિથિમાં કર્ક લગ્નમાં કૌશલ્યાએ રામને જન્મ આપ્યો. સુમિત્રાને બે પુત્ર-રત્ન પ્રાપ્ત થયા-લક્ષ્મણ અને શત્રુઘ્ન. નાની રાણી કૈકયીએ ભરતને જન્મ આપ્યો.

કૌશલ્યાએ જે બાળકને જન્મ આપ્યો હતો, તે વસ્તુતઃ સાક્ષાત્ ભગવાનનો જ અવતાર હતો. ભગવાને જ ધર્મની રક્ષા માટે પૃથ્વી પર અવતાર લીધો હતો.

મહારાજ દશરથ ચાર-ચાર પુત્રોને મેળવીને ફૂલ્યા ના સમાયા.

પુત્રોના થોડા મોટા થવા પર એમની શિક્ષા-દીક્ષાની યોગ્ય વ્યવસ્થા કરવામાં આવી.

છ વર્ષની આયુમાં ચારેય રાજકુમારોના યજ્ઞોપવીત સંસ્કાર થયા. રાજા દશરથે એમને મહર્ષિ વશિષ્ઠના આશ્રમમાં શિક્ષા-અર્જન માટે મોકલી દીધા. મહર્ષિ વશિષ્ઠના આશ્રમમાં ગરીબ-અમીર બધા સમાન ભાવથી ભણતા હતા. આશ્રમનું જીવન ખૂબ

જ કઠોર હતું. રામ, લક્ષ્મણ, ભરત તેમજ શત્રુઘ્નએ આશ્રમમાં નિયમપૂર્વક રહીને વિદ્યાર્જન કર્યું. ગુરુની સેવા કરવી, આશ્રમની સફાઈ કરવી તેમજ એક જ સમયે ભોજન કરવું ચારેય ભાઈઓનો નિતય નિયમ હતો.

મહર્ષિ વશિષ્ઠના આશ્રમમાં ચારેય રાજકુમારોએ સમયાનુસાર બધી વિદ્યાઓ સફળતાપૂર્વક પ્રાપ્ત કરી લીધી. વેદ, પુરાણ, ઈતિહાસ, શાસ્ત્ર વગેરે સિવાય તેઓ સંપૂર્ણ કલાઓમાં પણ પારંગત થઈ ગયા હતા. શિક્ષા સમાપ્તિ પછી મહર્ષિ વશિષ્ઠે એણને રાજમહેલ પાછા જવાની આજ્ઞા આપી દીધી. ચારેય રાજકુમાર ગુરુદેવને નિયમાનુસાર ગુરુ-દક્ષિણા આપીને રાજમહેલ પાછા ચાલ્યા ગયા.

રાજા દશરથ પોતાના પુત્રોની યોગ્યતા તેમજ શિક્ષા-દીક્ષાથી પરમ સંતુષ્ટ હતા. રાજકુમાર ગુણોમાં અદ્વિતીય હતા. એમનો યશ અલ્પાયુમાં જ ચારેય તરફ ફેલાવા લાગ્યો હતો.

બે

એક દિવસે રાજા દશરથ દરબારમાં સિંહાસન પર વિરાજમાન હતા. એમની ચારે તરફ મંત્રીગણ અને સભાસદ બેઠા હતા.

રાજા દશરથે રાજગુરુ વશિષ્ઠથી કહ્યું- ''હે ગુરુદેવ! રાજકુમાર મોટા થઈ ગયા છે. હવે મારો સમય પૂરો થઈ ચાલ્યો છે. બસ, એ જ ઈચ્છા છે કે રાજકુમારોના લગ્ન-સમારોહ જોઈ લઉં. તમારો શું વિચાર છે?''

''રાજન્, મારી પણ એ જ સંમતિ છે.'' ગુરુદેવે ઉત્તર આપ્યો.

''તો પછી વાર કઈ વાતની! જલ્દી જ રાજકુમારો માટે સર્વગુણ સંપન્ન કન્યાઓની શોધ કરાવો.''

રાજકુમારોના લગ્ન વિશે વિચાર-વિમર્શ ચાલી જ રહ્યો હતો કે ત્યારે જ દ્વારપાલે દરબારમાં પ્રવેશ કર્યો તેમજ માથું ઝુકાવીને રાજા દશરથથી નિવેદન કર્યું, ''મહારાજ! મહામુનિ વિશ્વામિત્ર તમારાથી મળવા આવ્યા છે. તેઓ દ્વાર પર તમારી પ્રતીક્ષામાં ઊભા છે.''

વિશ્વામિત્ર!

રાજા દશરથ સહિત બધા ચૌંકી પડ્યા. ભલું ઋષિ વિશ્વામિત્રને કોણ જાણતું ન હતું. રાજા દશરથ તત્કાળ પોતાના આસનથી ઊઠ્યા અને ખુદ દ્વાર પર જઈને મહર્ષિ વિશ્વામિત્રનું વિધિપૂર્વક સ્વાગત કર્યું.

★★

વિશ્વામિત્ર મહર્ષિનું પદ પ્રાપ્ત કરવાથી પહેલાં ક્ષત્રિય નરેશ હતા. ત્યારે એમનું નામ હતું રાજા કૌશિક. એમણે મહર્ષિ બનવા માટે ઘનઘોર તપસ્યા કઠિન સાધના કરી હતી, લેકિન એમણે મહર્ષિ બનવાનો નિશ્ચય કેમ કર્યો, એની પણ એક દિલચસ્પ કથા છે.

વર્ષો પહેલાંની વાત છે, રાજા કૌશિક પોતાના સૈનિકોની સાથે ક્યાંક જઈ રહ્યા હતા. રસ્તામાં આવ્યો વશિષ્ઠ ઋષિનો આશ્રમ. વશિષ્ઠ ઋષિએ રાજાની સવારી

જોઈ, તો એમનું યથાયોગ્ય સ્વાગત કર્યું. બોલ્યા - ''મહારાજ, તમારા આવવાથી અમારા આશ્રમની રોનક વધી છે. કૃપા કરી મારું નિમંત્રણ સ્વીકાર કરો અને પોતાની સેના તથા અન્ય પરિવારજનોની સાથે અમારે અહીંયા ખાવાનું ખાઓ. તમને મારા અહીંયા કોઈ અસુવિધા નહીં થાય.''

રાજા કૌશિક ઋષિ વશિષ્ઠના વચન સાંભળીને અતિ પ્રસન્ન થયા, પણ તેઓ ઈચ્છતા ન હતા કે, ઋષિ વશિષ્ઠ એમની સેના વગેરે માટે કોઈ કષ્ટ ઉઠાવે. બિચારા આશ્રમવાસી ભલા રાજાની વિશાળ સેના વગેરેના આતિથ્ય-સત્કારનો યોગ્ય પ્રબંધ કેવી રીતે કરી શકશે! તેથી રાજા કૌશિકે કહ્યું - ''મુનિવર, તમે વ્યર્થ જ પરેશાન ન થાઓ, હું તો તમારા આદર-સત્કારથી પરમ સંતુષ્ટ છું.''

પણ ઋષિ વશિષ્ઠ ક્યાં સહજ છોડવાવાળા હતા. બોલ્યા- ''ના, રાજન્, તમે અમારા આશ્રમ સુધી આવ્યા અને પ્રસાદ ગ્રહણ કર્યા વગર ચાલ્યા જાઓ, એવું નથી થઈ શકતું. તમારે તો મારું નિમંત્રણ સ્વીકાર કરવું જ પડશે.''

અંતે રાજા કૌશિકે કહેવું જ પડ્યું- ''મુનિવર, તમે વ્યર્થ જિદ કરી રહ્યા છો. મારી સાથે ઘણાં બધા લોકો છે. ભલું, તમે બધાના ખાવા-પીવાની વ્યવસ્થા કેવી રીતે કરી શકશો? તમે આશ્રમવાસી છો, પોતાનો જ ગુજારો મુશ્કેલથી કરો છો, આટલી જલ્દી અમારા ખાવા-પીવાની વ્યવસ્થા કરી શકવી શક્ય નથી. હું તો કહું છું, કે તમે અમને જવા દો.''

ઋષિ વશિષ્ઠના અધરો (હોંઠો) પર સ્મિત આવી ગયું. તેઓ બોલ્યા, ''રાજન્, તમે મારી પરેશાનીની ચિંતા ના કરો, બસ, અમારું નિમંત્રણ સ્વીકાર કરી લો. પછી જુઓ, ક્ષણભરમાં તમારા બધા લોકો માટે ખાવા-પીવાની વ્યવસ્થા કેવી રીતે થઈ જાય છે.''

''તમારી મરજી.''

ઋષિ વશિષ્ઠે પોતાની પ્રિય ગાય શબલાને પોકારી અને ખૂબ પ્રેમથી એને સહેલાવીને બોલ્યા- ''બેટી! જુઓ, આજે આપણા આશ્રમમાં રાજા કૌશિક પધાર્યા છે, એમનો યોગ્ય આતિથ્ય-સત્કાર કરો.''

ગાય શબલાએ સ્વીકૃતિમાં માથું હલાવ્યું અને જોતાં-જોતાં જ સામે અસાધારણ પ્રકારના સ્વાદિષ્ઠ વ્યંજનો સહિત ભોજ્ય સામગ્રી પિરસાઈ ગઈ. રાજા કૌશીક ભોજનનું આવું વિશાળ આયોજન જોઈને ચકિત રહી ગયા. કોઈ રાજકીય ભોજથી ઓછી ન હતી આ વ્યવસ્થા. ચારેય તરફ સ્વાદિષ્ઠ ભોજનની મધુર સુગંધ વિખેરાઈ ગઈ. રાજા કૌશિકે પોતાના પરિવાર તેમજ સૈનિકોની સાથે બરાબર ભોજન કર્યું. ગાય શબલાના આ ચમત્કારથી રાજા કૌશિક ચમત્કૃત હતા અને મુગ્ધ ભાવથી ઋષિ વશિષ્ઠની ગાયને એકટસે જોઈ રહ્યા હતા.

તે ગાય અન્ય કોઈ નહીં, પણ કામધેનુ ગાય હતી, જે ઋષિ વશિષ્ઠે પોતાના તપોબળથી પ્રાપ્ત કરી હતી.

રાજા કૌશિક ઋષિના આતિથ્ય-સત્કારથી અત્યંત પ્રસન્ન થયા. એમણે ઋષિનો આભાર વ્યક્ત કર્યો, પછી એમનું દિલ શબલા ગાય પર આવી ગયું, તો તેઓ ઋષિથી બોલ્યા, ''હે મુનિવર, જો તમે ખરાબ ન લગાડો, તો એક વાત કહું.

તમારી ગાયે મારું દિલ જીતી લીધું છે. ભલું, આવી ગાયનું આશ્રમમાં શું કામ, આ તો મહેલોના યોગ્ય છે. કૃપા કરીને એને મને આપી દો.''

''આ શું કહી રહ્યા છો રાજન્!'' ઋષિ વશિષ્ઠ દુ:ખી થઈને બોલ્યા, ''આ ગાય તો મારી બેટીની સમાન છે, એને હું કોઈને નથી આપી શકતો.''

''એવું ના કહો, હું તો આ ગાયને લઈને જ રહીશ.''

''આ જિદ વ્યર્થ છે. શબલા અહીં જ રહેશે.''

ભલું, રાજા એક ઋષિનો આ ઇનકાર કેવી રીતે સહન કરતા! હવે તો રાજા કૌશિક કામધેનું પ્રાપ્ત કરવા માટે કટિબદ્ધ થઈ ગયા. એમણે ઋષિ વશિષ્ઠને કામધેનુના બદલે ખૂબ વધારે ધન-ધાન્ય આપવાની લાલચ આપી, પરંતુ ઋષિએ રાજાની એક ન સાંભળી-એમણે જે એક વાર 'ના' કર્યું તો એના પર અંત સુધી અટલ રહ્યા. બોલ્યા, ''જેની પાસે કામધેનુ છે, ભલું એને કોઈ અન્ય વસ્તુનું કેવું પ્રલોભન?''

''તો આ વાત છે!'' રાજા કૌશિક ક્રોધથી બોલ્યા, ''જોઉં છું, મને કામદેનુ ગાય લઈ જવાથી કોણ રોકે છે!''

આટલું કહીને રાજા કૌશિકે પોતાના સૈનિકોને આદેશ આપ્યો, ''આ ગાય મહેલ લઈ ચાલો.''

આજ્ઞા મેળવતા જ રાજાના સૈનિક આગળ વધી ગયા.

ઋષિ વશિષ્ઠ પોતાની જગ્યાએ ચુપચાપ બેઠા હતા- દુ:ખી અને લાચાર.

શબલા સમજી ગઈ કે એના પર સંકટ આવી પડ્યું છે. ઋષિ વશિષ્ઠની લાચારીએ એને વધુ નિરાશ કરી દીધી હતી. એની આંખોમાં અશ્રુ ભરાઈ આવ્યા હતા. એને દુ:ખ હતું તો એ વાતનું કે, આખરે ઋષિ વશિષ્ઠ એને બચાવવાનો કોઈ ઉપાય કેમ નથી કરી રહ્યા, કેમ રાજાને એને લઈ જવા દઈ રહ્યા છે?

રાજાની સેનાએ શબલાને પકડી લીધી અને બલાત્ એને પોતાની સાથે લઈ જવા લાગ્યા.

ઋષિ વશિષ્ઠથી શબલાનું દુ:ખ ના જોવાયું. તેઓ સૈનિકોને એકલા પ્રતિકાર તો કરી શકતા ન હતા, પરંતુ ગાયથી એ કહેવાથી ના ચૂક્યા, ''શબલે, તને જે દુષ્ટ સૈનિક જબરદસ્તી લઈ જઈ રહ્યા છે, એમને મજા ચખાવવા માટે સૈનિકોને પેદા કરો.''

બસ, પછી શું હતું! શબલો એક હુંકાર ભરી અને જોતાં-જોતાં જ અસંખ્ય સૈનિક મેદાનમાં આવી ગયા. તેઓ શબલાને બચાવવા માટે રાજાના સૈનિકોથી ભિડાઈ ગયા. ધમાસાણ લડાઈ છેડાઈ ગઈ. રાજા કૌશિકના સૈનિક શબલાના સૈનિકોની આગળ ટકી ના શક્યા, એમના પગ ઉખડી ગયા અને ત્યાંથી ભાગી નિકળવામાં જ પોતાની ખેર મનાવી. આ પરાજયથી રાજા કૌશિકના ક્રોધનું ઠેકાણું ના રહ્યું. એમણે એકલા જ શબલાના સૈનિકોનો સામનો કરવાનું નક્કી કર્યું અને પોતાના રથ પર સવાર થઈને ધુંઆધાર બાણ વરસાવા લાગ્યા. પરંતુ શબલાનો ચમત્કાર! એનો એક સૈનિક મરતો, તો અન્ય કેટલાય સૈનિક પેદા થઈ જતા. રાજા કૌશિક સમજી ગયા કે અહીંયા એમની દાળ નહીં ઓગળે.

ઋષિ વશિષ્ઠના પુત્ર પણ ત્યાં જ ઊભા હતા. એમનાથી ભિડવા માટે રાજા કૌશિકના પુત્ર આગળ વધ્યા. પરંતુ ઋષિ વશિષ્ઠે એમને ક્રોધથી એવી રીતે ઘૂર્યા કે તેઓ ત્યાં જ ભસ્મીભૂત થઈ ગયા.

રાજા કૌશિકની બધી શાન ધરીની ધરી રહી ગઈ. એમને બસ ઋષિ વશિષ્ઠ પર ગુસ્સો આવી રહ્યો હતો, જેમના કારણથી તેઓ પરાજિત થયા હતા. તેઓ કોઈ પણ પ્રકારે ઋષિથી પોતાની હારનો બદલો લેવા ઇચ્છતા હતા- રાજાના રૂપમાં ના સહી, એમની જ જેમ ઋષિ બનીને જ ભલે. તેથી એમણે એ જ સમયે પોતાનું રાજપાટ એક પુત્રના હવાલે કર્યું અને સ્વયં હિમાલય પર્વતની તરફ વળ્યા, જ્યાં ભગવાન શંકરની ઉપાસના કરીને તેઓ એ કાબેલ બનવા ઇચ્છતા હતા, જેનાથી પોતાના તપોબળથી ઋષિ વશિષ્ઠને પરાજિત કરી શકે.

હિમાલયમાં રાજા કૌશિકની તપસ્યા રંગ લાવી. એક દિવસ ભગવાન શંકર એમના તપથી પ્રસન્ન થઈને પ્રગટ થયા અને બોલ્યા, ''રાજન્, અમે તમારી ઉપાસનાથી પ્રસન્ન થયા. બોલો, શું ઇચ્છો છો?''

''ભગવાન! બસ, તમે કંઈક એવું કરો કે, બધા અસુર મારા અધીન થઈ જાય અને હું ધનુર્વેદમાં પારંગત થઈ જાઉં.''

ભગવાન શંકર માટે શું મુશ્કેલ! એમણે તે બધા અસુર જે દેવો, દાનવો અથવા ગંધર્વો અને ઋષિ-મુનિઓ, યક્ષો કે રાક્ષસોના અધીન હતા, બધા રાજા કૌશિકના અધીન કરી દીધા. બોલ્યા, ''જાઓ રાજન્! તમારી મનોકામના પૂરી થઈ.''

રાજા કૌશિકની પ્રસન્નતાનું શું કહેવું! હવે એમને પૂરો વિશ્વાસ હતો કે તેઓ ઋષિ વશિષ્ઠથી પોતાની હારનો બદલો અવશ્ય લેશે. ભગવાન શંકરથી જે વરદાન મળ્યું હતું, એની આગળ ભલું કોણ ટકી શકતું હતું! રાજા કૌશિક ગર્વના અભિમાનમાં ચૂર હિમાલયથી પાછા આવ્યા.

સૌથી પહેલાં તેઓ ઋષિ વશિષ્ઠના આશ્રમમાં પહોંચ્યા. અહંકારમાં ડૂબેલા રાજા કૌશિક આશ્રમની નજીક પહોંચ્યા, તો એમનો ક્રોધ સાતમા આકાશ પર હતો. બિચારા આશ્રમવાસી તો એમનું દુર્દાન્ત સ્વરૂપ જોઈને ડરી જ ગયા અને રાજાની નજરોથી દૂર ક્યાંક જઈને છુપાઈ ગયા.

રાજા કૌશિકનો ક્રોધ સૌથી પહેલાં પડ્યો ઋષિના આશ્રમ પર. રાજાએ આગ્નેય-અસ્ત્રના એક જ વારથી આશ્રમને બાળીને રાખ કરી દીધો.

ઋષિ વશિષ્ઠ શાંતભાવથી આ બધું જોઈ રહ્યા હતા. રાજાના ક્રોધથી તેઓ મનોમન ચિંતિત અને દુઃખી હતા. રાજાને કાબૂમાંક રવાનો એક જ ઉપાય હતો, અને તે એ કે કોઈ પ્રકારે એના ગર્વને ચૂર-ચૂર કરી દેવામાં આવે. ઋષિ વશિષ્ઠે ગભરાયા વગર રાજાની તરફ જોયું, પછી બ્રહ્મદંડ ઉઠાવીને રાજાથી બોલ્યા, ''આ સરાસર મૂઢતા છે, રાજન્! શાંત થઈ જાઓ.''

રાજાને ઋષિની સલાહ સહેજ પણ ના ગમી. એમને તો ભગવાન શંકરથી સિદ્ધિ મળી ચુકી હતી, તેથી ડર કેવો! ગુસ્સામાં ગરજીને બોલ્યા, ''સામે કાળ જોઈને

શાંતિની દુહાઈ આપો છો. રોકાઓ, તમને તમારી કરણીની મજા હમણાં ચખાવું છું."

એની જ સાથે રાજાએ ઋષિ પર પણ આગ્નેય અસ્ત્રનો વાર કરી દીધો.

ઋષિ વશિષ્ઠે રાજાનો વાર બ્રહ્મદંડથી રોકી લીધો. રાજાનો વાર ખાલી ચાલ્યો ગયો. ઋષિ બોલ્યા, "હું તમારો સામનો કરવા તૈયાર છું. ચલાવો પોતાના વાર."

પોતાના વારને વ્યર્થ જતાં જોઈને રાજાનો ક્રોધ વધુ ભડકી ઊઠ્યો. હવે તો રાજાની પાસે જેટલાં અસ્ત્ર હતા, એક-એક કરીને ઋષિ વશિષ્ઠપર છોડી દીધા, પણ ઋષિના બ્રહ્મદંડની સામે બધા વાર નિરર્થક સાબિત થઈ ગયા. એવું તો રાજાએ ક્યારેય વિચાર્યું પણ ન હતું. નિરાશાના માર્યા રાજાનો વિવેક પણ જતો રહ્યો-કોઈ અન્ય ઉપાય ન મેળવીને રાજાએ ઋષિ પર બ્રહ્માસ્તર થોડી દીધું.

બ્રહ્માસ્ત્રની આગળ તો મોટા-મોટા દેવતા ઝુકી જતા હતા, તેથી દેવો અને ઋષિઓની હાલત ડરથી ખરાબ થઈ ગઈ કે, હવે ન જાણે બિચારા ઋષિ વશિષ્ઠનું શું થશે! પરંતુ ધન્ય હો બ્રહ્મદંડ! બ્રહ્મદંડની મહિમા એવી કે, એણે બ્રહ્માસ્ત્રના વારને પણ વ્યર્થ કરી દીધો. બ્રહ્મદંડની અગ્નિથી બ્રહ્માસ્ત્ર બળીને રાખ થઈ ગયું.

રાજા કૌશિકના સમસ્ત હોંસલા પસ્ત થઈ ગયા. તેઓ હેરાન હતા કે એમના એક પણ વારે ઋષિનો વાળ વાંકો કર્યો ન હતો. એમનો બધો ગર્વ જોતાં-જોતાં જ પાણી-પાણી થઈ ગયો. ચહેરો ઝુકી ગયો. તેઓ હતાથ થઈને બોલ્યા, "ઋષિ! હું પોતાની હાર સ્વીકાર કરું છું. કમાલ છે કે, એક ક્ષત્રિય રાજા આજે એક ઋષિથી હારી ગયો. ભગવાન શંકરનું વરદાન મેળવીને પણ તમારાથી જીતી ના શક્યો. હવે તો ઋષિ વશિષ્ઠને હરાવવાનો એક જ રસ્તો છે- હું પણ વશિષ્ઠની જેમ બ્રહ્મર્ષિ બનીશ, જેથી વશિષ્ઠને હરાવી શકું."

રાજા ફરીથી તપસ્યા માટે ચાલી નિકળ્યા.

એમણે એકાંતમાં જઈને બ્રહ્માની સ્તુતિ કરી. મનમાં લગન તો હતી, તેથી અનેક વર્ષો સુધી તપસ્યામાં લીન રહ્યા. અંતે બ્રહ્માએ રાજાની તપસ્યાની આગળ ઝુકવું પડ્યું. એક દિવસે પ્રગટ થઈને બોલ્યા, "ઊઠો રાજન્! હું તમારા તપથી પ્રસન્ન થયો. આજથી તમે રાજર્ષિ થયા."

રાજર્ષિ! પરંતુ રાજા કૌશિક તો બ્રહ્મર્ષિ બનવા માટેઆ તપસ્યા કરી રહ્યા હતા. રાજા કશું બોલતા કે, ત્યાં સુધી બ્રહ્મા વરદાન આપીને ગાયબ થઈ ચુક્યા હતા.

ખેર! રાજર્ષિ જ સહી. રાજા કૌશિકે નક્કી કર્યું કે બ્રહ્મર્ષિ બનવા માટે તેઓ હવે ઘનઘોર તપ કરશે.

રાજા કૌશિકે નક્કી તો જરૂર કર્યું, પરંતુ હતા તો તેઓ ક્ષત્રિયવંશી. તેથી સામાન્ય વાત પર પણ એમને ક્રોધ આવી જતો હતો, એનું પરિણામ એ થતું હતું કે, એમની બધી તપ શક્તિ નષ્ઠ થઈ જતી હતી. બ્રહ્મર્ષિ બનવાથી પહેલાં જ એમનાથી ગુસ્સામાં એક એવું કાંડ થઈ ગયું કે, એમની અત્યાર સુધીની બધી સિદ્ધિ પણ જતી રહી. આ

ત્યારે થયું હતું, જ્યારે તેઓ રાજા ત્રિશંકુની મદદ કરવા ઇચ્છતા હતા. રાજા ત્રિશંકુ સદેહ સ્વર્ગ જવા ઇચ્છતા હતા અને ઋષિ વશિષ્ઠે એમને એવું કરવાથી મનાઈ કરી દીધી. પણ રાજા ત્રિશંકુ ક્યાં માનવાવાળા હતા! ત્યારે એમની મદદ કરવા આવ્યા રાજા કૌશિક. એમણે તો ગુસ્સામાં આવીને એક નવી દુનિયા અને નવું ગ્રહમંડળ જ રચી નાખવાનું નક્કી કરી લીધું અને પોતાની સિદ્ધિથી ગગનમાં અનેક તારા પણ સ્થાપિત કરી દીધા. આ તો દેવોએ એમને મનાવી લીધા અને એમણે નવી દુનિયાની સૃષ્ટિનું કાર્ય વચ્ચે જ છોડી દીધું નહીંતર એમને રોકવા સહજ ન હતા. હા, ક્રોધના કારણે એમને વારંવાર પોતાની તપ શક્તિથી હાથ જરૂર ધોવા પડ્યા.

રાજા પુનઃ સિદ્ધિ પ્રાપ્ત કરવા માટે પુષ્કર તીર્થ પહોંચ્યા અને મન લગાવીને તપસ્યામાં લીન થઈ ગયા. અનેક મુશ્કેલીઓ પછી એમને બ્રહ્માથી પૂર્ણ ઋષિનું પદ પ્રાપ્ત થયું. પણ તેઓ તો વશિષ્ઠની જેમ શક્તિશાળી ઋષિ બનવા ઇચ્છતા હતા, તેથી પોતાનું કઠોર તપ જારી રાખ્યું. દેવતા એમની ઘનઘોર તપસ્યાથી ગભરાઈ ગયા, એમને પોતાના વ્રતથી ડગાવવા માટે સ્વર્ગલોકથી મેનકા નામની અપ્સરા મોકલવામાં આવી. એના મોહમાં તેઓ ફસાઈ ગયા અને અનેક વર્ષ તપસ્યાથી વિરક્ત રહ્યા, પછી જ્યારે એમને ભાન આવ્યું તો મેનકાને પ્રતાડિત કરીને ભગાવી દીધી. હા, એ વાતનું ધ્યાન જરૂર રાખ્યું કે મેનકા પર ક્રોધિત ના થયા. પરંતુ ભોગ-વિલાસમાં ફસાઈ જવાને કારણે એમની સિદ્ધિઓ ફરી એક વાર જતી રહી. હવે રાજાએ હિમાલયનો માર્ગ પકડ્યો અને ત્યાં જઈને એક હજાર વર્ષ, કામ, ક્રોધ વગેરેને વશમાં કરીને તપસ્યામાં લીન થઈ ગયા. આ વખતે એમની તપસ્યા ભંગ કરવા માટે દેવલોકથી રંભા મોકલવામાં આવી. રંભાના પ્રસંગમાં એ થયું કે રાજાનું મન ચંચળ તો થઈ જ ગયું, પરંતુ એમણે તત્કાળ પોતાની ઇન્દ્રિયોને વશમાં કરી લીધી, હા, ક્રોધ પર કાબૂ ના કરી શક્યા અને રંભાને શ્રાપ આપી દીધો- 'જા, પથ્થરની પ્રતિમા બની જા." પરિણામમાં એ થયું કે એમની વર્ષોની તપસ્યા પણ નિષ્ફળ રહી.

પરંતુ રાજા કૌશિકે જે નિશ્ચય કર્યો હતો, એનાથી તેઓ જરા પણ ટસથી મસ ના થયા. એમણે પુનઃ હજાર વર્ષો સુધી તપસ્યા કરી. તપસ્યાની સ્થિતિ એ હતી કે, એમનું આખું શરીર જડ થઈ ગયું હતું, ફક્ત શ્વાસની ગતિ જારી હતી.

હવે તો દેવતાઓને પણ રાજા કૌશિકની તપસ્યાનો પરચો માનવો પડ્યો. એક દિવસ સ્વયંભૂ બ્રહ્માએ પ્રગટ થઈને રાજા કૌશિકને બ્રહ્મર્ષિનું પદ પ્રદાન કરી દીધું.

રાજાની તપસ્યા પૂરી થઈ. પરંતુ શું ઋષિ વશિષ્ઠ એમને સહજ જ બ્રહ્મર્ષિ માની લેશે? રાજા બોલ્યા, ''જ્યાં સુધી ઋષિ વશિષ્ઠ પણ મને બ્રહ્મર્ષિ સ્વીકાર ના કરી લે, ત્યાં સુધી હું ખુદને બ્રહ્મર્ષિ નથી માની શકતો.''

ઋષિ વશિષ્ઠને ભલો શું વાંધો! તેઓ તો ખુદ રાજા કૌશિકની કઠોર તપશ્ચર્યાની આગળ નતમસ્તક હતા. એમણે રાજા કૌશિકને આલિંગનમાં લઈને કહ્યું, ''બ્રહ્મર્ષિ!

જેણે આટલી કઠિન સાધનાઓ પછી ખુદ જ બ્રહ્મર્ષિનું પદ સ્વયંભૂ બ્રહ્માથી પ્રાપ્ત કર્યું હોય, એને ભલા હું કેવી રીતે અસ્વીકાર કરી શકું છું! નિ:સંદેહ તમે સંપૂર્ણ બ્રહ્મર્ષિ છો, વિશ્વામિત્ર છો.''

બસ! ત્યારથી રાજા કૌશિક મહાશક્તિશાળી બ્રહ્મર્ષિ વિશ્વામિત્રના રૂપમાં ઓળખાયા. આ ઘટનાઓ રામાયણથી પહેલાંની છે.

★★

ઋષિ વિશ્વામિત્રને આદરપૂર્વક દરબારમાં લાવવામાં આવ્યા અને એક ઉચ્ચાસન પર પ્રતિષ્ઠિત કરવામાં આવ્યા.

''કેવી રીતે આગમન થયું, મુનિવર?''

મહારાજા દશરથે પૂછ્યું-

''રાજન્!'' વિશ્વામિત્ર બોલ્યા, ''પહેલાં વચન આપો કે, હું જે ઇચ્છું, એને તમે માની લેશો તો હું મારા આગમનનું પ્રયોજન બતાવું.''

''તમારા દર્શનોથી તો હું કૃતાર્થ થયો. ભલું એવી કઈ વાત છે, જે હું નથી માની શકતો! તમે મારું રાજપાટ પણ ઇચ્છો તો તે પણ હું ન્યોછાવર કરી શકું છું. તમે આદેશ તો આપો, હું વચન આપું છું, તમારી પ્રત્યેક વાત સ્વીકાર થશે.''

ક્ષણભર થોડું વિચારીને વિશ્વામિત્ર બોલ્યા-

''સાંભળો રાજન્! આજકાલ હું એક યજ્ઞ કરી રહ્યો છું. પરંતુ જ્યારે યજ્ઞ સમાપ્ત થવાનો સમય આવે છે, ત્યારે જ મારીચ અને સુબાહુ નામના બે રાક્ષસ આવે છે અને યજ્ઞ-વેદી પર હાડકાં અને માંસ ફેંકીને યજ્ઞને અપવિત્ર કરી દે છે. હું અનેક મહીનાઓથી પોતાનું મહાન્ યજ્ઞાનુષ્ઠાન સમાપ્ત કરવા ઇચ્છું છું, પરંતુ આ રાક્ષસોનાં કારણે અત્યાર સુધી સફળ નથી થઈ શક્યો. આમ તો હું ઇચ્છો તો એ બંનેને પળભરમાં શ્રાપ આપીને નષ્ટ કરી શકું છું, પરંતુ ઋષિઓ માટે ક્રોધ કરવો ઉચિત નથી, આ નિયમ-વિરુદ્ધ છે. કોઈ અન્ય ઉપાય ન મેળવીને તમારી પાસે આવ્યો છું, તમે રાજા છો અને પ્રજા તથા ધર્મની રક્ષા કરવી તમારું કર્તવ્ય છે. સાંભળ્યું છે કે, તમારો પુત્ર રામ સમર્થ છે. તે ઇચ્છે તો મને આ કષ્ટથી બહાર કાઢી શકે છે. કૃપા કરીને રાજકુમાર રામને મને પ્રદાન કરો, એને હું પોતાની સાથે લઈ જઈશ.''

રાજા દશરથનું હૃદય ધ્રૂજી ઊઠ્યું. ભલું, તે કિશોર રામને અત્યાચારી રાક્ષસોથી ભિડવા માટે કેવી રીતે મોકલી દે! બેહોશીના આલમમાં રાજા દશરથ પોતાના આસન પર સૂઈ ગયા. થોડી વાર પછી ભાન આવ્યું તો બોલ્યા-

''મુનિવર! રામને લઈ જવાની શું જરૂર? રામ તો હજુ બાળક છે. રાક્ષસોને હું એકલો જ કાબૂ કરી શકું છું. તમે તો જાણો છો કે, મેં મોટા-મોટા યુદ્ધોનું નેતૃત્વ કર્યું છે. હું જ તમારી સાથે ચાલું છું.''

''ના રાજન્! મને તો રામ જ જોઈએ.'' વિશ્વામિત્ર રામઅવતારના રહસ્યથી પરિચિત હતા, તેથી એમનો વિશ્વાસ ફક્ત રામ પર જ હતો.

''રામને યુદ્ધનો કોઈ અનુભવ નથી. ચાલો, હું મારી ચતુરંગિણી સેનાની સાથે ચાલીને રાક્ષસોનું દમન કરું છું.''

વિશ્વામિત્રને ખરાબ લાગ્યું. એમની ભ્રકુટિઓ ખેંચાઈ ગઈ. બોલ્યા -

''રાજન્! તમે પુત્ર-મોહમાં એ ભૂલી રહ્યા છો કે, તમે મને વચન આપ્યું હતું કે, તમે મારા પ્રત્યેક અનુરોધનો સ્વીકાર કરશો. હવે તમે વચન-ભંગ કરી રહ્યા છો! આ તો રઘુવંશની રીતિ નથી.''

વિશ્વાસમિત્રનો ચહેરો ક્રોધના માર્યો લાલ થઈ ગયો. દરબારમા બેઠેલા સમસ્ત લોકો વિશ્વામિત્રના ક્રોધથી ધ્રૂજી ગયા. દેવતાઓનું હૃદય પણ ધડકવા લાગ્યું. ઋષિ વશિષ્ઠે આ હાલ જોયા, તો આગળ વધીને રાજા દશરથથી બોલ્યા-

''મહારાજ! તમે જે વચન આપ્યું છે, એનું પાલન તો કરવું જ પડશે. વચન-ભંગ ઉચિત નથી. રામને રાક્ષસોનો સામનો કરવા માટે મોકલવામાં વાંધો શું છે! રામ અસ્ત્ર-શસ્ત્ર વિદ્યામાં પૂર્ણ ભલે જ ના હોય, ઉંમરમાં પણ ભલે નાના કેમ ના હોય, પરંતુ સાથે વિશ્વામિત્ર જેવા તપસ્વી અને શક્તિશાળી બ્રહ્મર્ષિ હોય, તો ડર કેવો! રામનું કોઈ કશું નથી બગાડી શકતું. સત્ય તો એ છે કે, વિશ્વામિત્રની સાથે જઈને તે યુદ્ધ-વિદ્યામાં પારંગત જ થશે. મારું માનો તો નિર્ભય થઈને રામને વિશ્વામિત્રની સાથે મોકલી દો. વિશ્વામિત્ર તો અજેય છે-સાક્ષાત જ્ઞાની, તપસ્વી અને વીર.''

રાજા દશરથનો વિવેક જાગૃત થયો. એમણે રઘુવંશી નરેશોચિત આચરણનો સહારો લીધો. બોલ્યા-

''ઠીક છે, હું રામ અને લક્ષ્મણને ઋષિ વિશ્વામિત્રની સાથે મોકલવા માટે સંમત છું.''

એમણે રામ અને લક્ષ્મણને ઋષિ વિશ્વામિત્રની સાથે જવાનો આદેશ આપ્યો. રામ અને લક્ષ્મણે પિતાથી આશીર્વાદ પ્રાપ્ત કર્યા અને વિશ્વામિત્રની સાથે ગયા.

વિશ્વામિત્ર રામ અને લક્ષ્મણને લઈને દરબારથી નિકળ્યા.

એ સમયે વાતાવરણ ખુબ સોહામણું હતું. ચારે તરફ મંદ, શીતળ, સુગંધિત હવા વહી રહી હતી. રાજમહેલના પરકોટોથી શંખ અને મંગળ ધ્વનિઓના સ્વર ગૂંજી રહ્યા હતા.

માર્ગમાં વિશ્વામિત્ર આગળ-આગળ ચાલી રહ્યા હતા અને એમનું અનુસરણ કરતાં-કરતાં રામ-લક્ષ્મણ ચાલી રહ્યા હતા. એમના ખભાઓ પર ધનુષ રાખેલા હતા અને કમરમાં તલવારો. કિશોર યોદ્ધાઓની આ શોભા જોવા લાયક હતી.

ચાલતાં-ચાલતાં રાત્રે તેઓ સરયૂ નદીના દક્ષિણી તટ પર પહોંચ્યા. ત્યાં રાજકુમારોએ સ્નાન કરીને થાક દૂર કર્યો. વિશ્વામિત્રએ એમને 'બલા' અને 'અતિબલા' નામની વિદ્યાઓ શીખવાડી, જે સમસ્ત વિદ્યાઓની માતા છે. આ વિદ્યાઓને જાણીને માનવમાત્ર અજેય તથા યશસ્વી થઈ જાય છે અને સમસ્ત કષ્ટોને હસતાં-હસતાં સહન કરી લે છે.

રાત્રે એ લોકોએ ત્યાં જ વિશ્રામ કર્યો- તૃણ શૈયા પર જ.

ત્રણ

વહેલી સવાર થતાં જ બંને રાજકુમાર વિશ્વામિત્રની સાથે આગળની યાત્રા માટે રવાના થયા.

માર્ગમાં અંગ દેશ પડ્યો. ગંગા-સરયૂના સંગમ પર પહોંચ્યા તો ત્યાંના જંગલમાં રામને એક રમણીક સ્થાન નજરે આવ્યું, જ્યાં અનેક તપસ્વીઓના નિવાસ હતા.

રામે જિજ્ઞાસા પ્રગટ કરી-

''મુનિવર! આ આશ્રમ કેવો છે? અહીંયા કોણ રહે છે?''

''વત્સ! આ કામાશ્રમ છે.'' વિશ્વામિત્ર બોલ્યા, ''કોઈ જમાનામાં અહીંયા પર ભગવાન શંકરે ઘોર તપસ્યા કરી હતી અને અખંડ સમાધિમાં લીન થઈ ગયા હતા.''

વિશ્વામિત્ર અને રામ-લક્ષ્મણે આશ્રમમાં પ્રવેશ કર્યો. અહીંયાના તપસ્વીઓથી રાજકુમારોનો પરિચય કરાવીને વિશ્વામિત્રએ આગળ બતાવ્યું-

''ભગવાન શંકરની ઘોર તપસ્યાથી દેવલોકના ઈન્દ્રનું સિંહાસન ડોલવા લાગ્યું, એમણે છળ-બળથી ભગવાન શંકરની તપસ્યા ભંગ કરવાનો નિશ્ચય કર્યો. એમણે કામદેવને ભગવાન શંકરનું તપ તોડવા માટે મોકલી દીધો. કામદેવે આવીને સમાધિસ્થ શંકર પર કામ-બાણનો વાર કર્યો, તો મહાદેવ વિચલિત થવા લાગ્યા. એમને કામદેવની દુષ્ટતા પર ખૂબ જ ક્રોધ આવ્યો, તેથી તત્કાળ એમનું ત્રીજું નેત્ર ખુલી ગયું, ફળ એ થયું કે કામદેવ બળીને ભસ્મ થઈ ગયા. એના અંગ-ભંગ થઈ ગયા, તે અનંગ થઈ ગયો અને આ પ્રદેશનું નામ પડ્યું અંગ દેશ. આ આશ્રમમાં શિવ-ભક્ત તપસ્વીઓનું નિવાસ છે.''

શિવ-ભક્ત તપસ્વીઓએ રાજા દશરથ-પુત્રોનું યથાયોગ્ય સ્વાગત કર્યું. એમણે તે રાત વિશ્વામિત્રની સાથે કામાશ્રમમાં જ પસાર કરી. રાતભર વિશ્વામિત્રએ રાજકુમારોને અનેક પ્રાચીન કથાઓના માધ્યમથી ઉપદેશ આપ્યા.

બીજા દિવસે એમની આગળની યાત્રા પ્રારંભ થઈ.

વિશ્વામિત્ર, રામ અને લક્ષ્મણ ગંગા તટ પર પહોંચ્યા. વનવાસીઓએ એમને એક નૌકા આપી, જેના પર બેસીને એમણે નદી પાર કરી. નદીની વચ્ચે પહોંચ્યા તો લહેરોમાં એક અજીબ-પ્રકારનો સ્વર સંભળાયો. રામે પૂછ્યું, ''આ કેવો શોર, મુનિવર?''

''વત્સ, અહીં જ સરયૂ ગંગાથી મળી રહી છે. આ એનો જ સ્વર છે.''

નદી પાર કરીને તેઓ આગળ વધ્યા.

★★

સામે જ સઘન વન હતું. એવું દુર્ગમ કે આગળ જવાનો માર્ગ જ ન મળે. વનમાં અનેક હરણ, પશુઓનો સ્વર ગૂંજી રહ્યો હતો. અંદર ભયાવહ અંધકાર છવાયેલો

હતો. રામે પૂછ્યું, ''આ વનનું નામ શું છે મુનિવર?''

''વત્સ!'' વિશ્વામિત્રએ બતાવ્યું, ''આ વનનું નામ તાડકા વન છે. આજે તો અહીંયા ભયાનક જંગલ છે, પણ પહેલાં અહીંયા મલદા અને કરૂપ નામના સમૃદ્ધ દેશ વસેલા હતા- ખૂબ જ રમણીક અને ઉપજાઉં. આખા ભારતથી લોકો વેપાર કરવા અહીંયા આવતા હતા-અહીંયા ભરપૂર ધન-ધાન્ય હતા, અસીમ સંપદા હતી, ભવ્ય ઈમારતો હતી. વસ્તુતઃ અહીંયાની ભૂમિ ઈન્દ્રના સ્નાન કરતાં સમયે એના શરીરથી પડેલા મેલથી અત્યંત ઉર્વરા બની ગઈ હતી. ઈન્દ્રએ એક વાર વૃત્તાસુરને મારી નાંખ્યો હતો, જેનાથી એના પર બ્રહ્મહત્યાનું પાપ લાગી ગયું હતું. આ કારણે એને ખૂબ કષ્ટ સહન કરવા પડ્યા. દેવોથી ઈન્દ્રનું કષ્ટ ના જોવાયું, તેથી પવિત્ર નદીઓના જળથી ઈન્દ્રને મંત્રોચ્ચારની સાથે નવડાવવામાં આવ્યો. આ રીતે ઈન્દ્રના શરીરથી પડેલા પાણીથી આ પૃથ્વી ઉપજાઉં બની.''

''લોકોના પરિશ્રમથી આ પૃથ્વી સોનૂ પેદા કરવા લાગી, પરંતુ એમની આ સુખ-સમૃદ્ધિ વધારે સમય સુધી ના જળવાઈ. કેમકે અહીં પર આવી વસેલી સુન્દ નામની યક્ષની પત્ની તાડકા- એની સાથે એનો પુત્ર હતો મારીચ. આ બંનેએ મળીને આ સમૃદ્ધ ક્ષેત્રને તહેસ-નહેસ કરી નાખ્યું. તાડકાએ પુત્ર સહિત કોસો સુધી પોતાનો અત્યાચાર એવો ફેલાવી રાખ્યો છે કે, કોઈ પણ અહીંયા ડરના માર્યો પહોંચતો નથી. લોકો અહીંયાથી ભાગી ચુક્યા છે. અને હવે અહીંયા હિંસક પશુઓનો નિવાસ છે. આ જ કારણ છે કે, આ ક્ષેત્ર આ રીતે નિર્જન અને સુમસામ થઈ ગયું. તાડકા ખૂબ શક્તિશાળી છે. હજાર હાથીઓ બરાબર એની શક્તિ છે. જે પણ અજાણતા અહીંથી આવી નિકળે છે, તાડકા તેમજ મારીચ એનો વધ કરી નાંખે છે. સાંભળો રાજકુમાર, હું તમને એમનો જ નાશ કરવા માટે અહીં લાવ્યો છું.''

''આશ્ચર્ય છે! નારી તો સ્વભાવથી જ નિર્બળ હોય છે, આ યક્ષ-નારીમાં હજાર હાથીઓનું બળ ક્યાંથી આવ્યું? આખરે એની આ શક્તિનું રહસ્ય શું છે?'' રામે પૂછ્યું.

''સાંભળો વત્સ!'' વિશ્વામિત્ર બોલ્યા,''તાડકાને આ અપાર શક્તિ બ્રહ્માની કૃપાથી પ્રાપ્ત થઈ છે. એક ખૂબ જ બળવાન યક્ષ હતો-સુકેતુ. બિચારાને કોઈ સંતાન ન હતી. સંતાન મેળવવાની ઈચ્છાથી એણે તપસ્યા કરી. બ્રહ્મા એની તપસ્યાથી પ્રસન્ન થયા અને એને કન્યાના પિતા બનવાનું વરદાન આપ્યું. સુકેતુ ઈચ્છતો હતો પુત્ર, તેથી બ્રહ્માએ કહ્યું, ''આ કન્યા હજાર હાથીઓની સમાન શક્તિશાળી હશે. પુત્રનો અભાવ નહીં રહે.''

સમય આવવા પર સુકેતુની પત્નીએ એક સુકન્યાને જન્મ આપ્યો- આ જ કન્યા તાડકા હતી. મોટી થઈ, તો બાપે ખૂબ લાડથી એના લગ્ન સુન્દથી કરી દીધા. તાડકાને એક પુત્ર થયો, જેનું નામ મારીચ હતું. આ મારીચ બળવાન તો હતો જ, સાથે જ અત્યંત શરારતી પણ. ઉપદ્રવી મારીચની વધતી શરારતોથી તંગ આવીને એક દિવસે અગસ્ત્ય મુનિએ ગુસ્સામાં એને શ્રાપ આપી દીધો કે ''જા તૂં રાક્ષસ થઈ જા.'' આ શ્રાપ મારીચના બાપ સુન્દથી સહન ના થઈ સખ્યો. તે અગસ્ત્ય મુનિને

મારવા માટે દોડી પડ્યો. સુન્દની ધૃષ્ટતા મુનિની આંખોમાં ખટકી ગઈ અને એને શ્રાપ આપીને પળભરમાં આગમાં ભસ્મીભૂત કરી મારી નાંખ્યો. એના પર મારીચ તેમજ તાડકા બંનેએ મળીને અગસ્તય પર હુમલો કરી દીધો. અગસ્ત્ય મુનિના ક્રોધના માર્યા ખરાબ હાલ! એમણે તાડકાને શ્રાપ આપ્યો, ''તમારા બંનેનું આચરણ કોઈ રાક્ષસથી ઓછું નથી, તેથી આજથી તમે બંને પણ માણસોનું માંસ ખાવાવાળા રાક્ષસ બની જશો, અને તમારું જે સોહામણું રૂપ છે, તે પણ કુરુપ થઈ જશે.'' બસ, એ દિવસથી તાડકા રાક્ષસી બની ગઈ અને એના હર્યાભર્યા વિસ્તારોને બરબાત કરીને ઉત્પાત મચાવી રાખ્યો છે. એના ઉત્પાતોથી અહીંયાની શાંતિ ભંગ થઈ ગઈ. હે વત્સ, હવે તો તું જ તાડકાને મારીને પૃથ્વીના પાપને સમાપ્ત કરી શકે છે.''

''મુનિવર! તમારી આજ્ઞા શિરોધાર્ય! હું તાડકાને મારીને માનવ માત્રનું અવશ્ય કલ્યાણ કરીશ.''

રામે પોતાનું ધનુષ ઉટાવ્યું અને એની પ્રત્યંચા કાન સુધી ખેંચીને ભારે નાદ કર્યો. ધનુષ-ટંકાર એટલો ભવ્ય હતો કે, આખા વન-પ્રાંતમાં વાદળોની ગંભીર ગરજ ગૂંજી ઉઠી. જંગલના પશુ-પક્ષી ભયથી અહીં-તહીં ભાગવા લાગ્યા.

તાડકાન કાનોમાં આ ધનુષ-ટંકાર ગૂંજી, તો તે ચોંકી પડી- આખરે એના વનમાં આવવાની હિંમત કોણે કરી? તે એ દિશાની તરફ દોડી પડી, જ્યાંથી આ અવાજ આવ્યો હતો.

રામ તો ધનુષ તાણીને એની જ રાહ જોઈ રહ્યા હતા. સામે મ્હોં ફાડીને વિકરાળ ડીલડૌલની તાડકાને જોઈને રામ તો વિસ્મયમાં જ પડી ગયા. લક્ષ્મણથી કહ્યું, ''જોઈ રહ્યા છો ભાઈ, કેવી ભયાનક છે આ રાક્ષસી. આ જીવિત રહી, તો જન સામાન્યનું જીવવાનું હરામ થઈ જશે. તેથી હું એનો અંત કરવા જઈ રહ્યો છું.''

તાડકાએ નજીક પહોંચીને જેવો જ રામ પર હુમલો કરવા ઇચ્છ્યો, રામે ધનુષ ખેંચ્યું અને બાણોનાં તીખાં વારોથી તાડકાને લોહીલૂહાણ કરી દીધી. તાડકાએ ચીસ પાડીને દમ તોડી દીધો. તાડકાના મરતાં જ તે સુમસામ અને નિર્જન વિસ્તાર પહેલાંની જેમ રમણીય તેમજ ભવ્ય બની ગયો.

વિશ્વામિત્રએ પ્રસન્નતાથી રામને પોતાના આલિંગનમાં લઈ લીધા. એ રાત્રે ત્રણેયે એ વનમાં વિશ્રામ કર્યો.

તાડકા વધથી દેવોએ હળવાશનો શ્વાસ લીધો અને રામ પર ફૂલ વરસાવ્યા.

વહેલી સવાર થતાં જ રામ તેમજ લક્ષ્મણ વિશ્વામિત્રની સાથે એમના આશ્રમની તરફ ચાલી પડ્યા.

★★

વનથી નિકળ્યા, તો વિશ્વામિત્રએ રામથી પ્રસન્ન થઈને કહ્યું-

''હે દશરથ નંદન! તેં તાડકા વધ કરીને સાબિત કરી દીધું કે, તું સમર્થ છો, તેથી હું તને અધિક મારક અસ્ત્રોનું જ્ઞાન પ્રદાન કરું છું. આ અસ્ત્રોની જાણકારીથી તું

દેવો, રાક્ષસો, ગંધર્વો તેમજ યક્ષો બધાને પરાજિત કરવામાં સમર્થ થઈ જઈશ. ત્રણેય લોકોમાં તારી વીરતાની જય-જયકાર થશે. તારો સામનો કરવાવાળું કોઈ નહીં રહે.''

એ કહીને વિશ્વામિત્રએ વર્ષોના તપોબળથી પ્રાપ્ત અસ્ત્ર-શસ્ત્રોનું જ્ઞાન રામને આપ્યું. આ એવા વજ્રાસ્ત્ર હતા,જે દેવોને પણ ઉપલબ્ધ ન હતા. આ દુર્લભ અસ્ત્રોને મેળવીને રામને પ્રતીત થયું કે જાણે તેઓ ખરેખર અજેય બની ગયા છે. બોલ્યા -

''મુનિવર, તમારી આ કૃપાનો હું ક્યારેય બદલો નહીં ચુકવી શકું. હું આ જ્ઞાનથી પૃથ્વીના અત્યાચારને દૂર કરીશ. હે મુનિવર, હવે મને એવું અસ્ત્ર પણ આપો, જે આ અસ્ત્રોનો પણ સામનો કરી શકે.''

''ઠીક છે, હું તને એવું સંહાર અસ્ત્ર પણ પ્રદાન કરું છું.'' આ કહીને વિશ્વામિત્રએ સત્યકીર્તિ, પ્રતિહાર, અવાન્મુખ વગેરે સંહાર અસ્ત્રોની જાણકારી રામને આપી.

રામે વિશ્વામિત્રથી પ્રાપ્ત આ જાણકારીથી લક્ષ્મણને પણ પરિચિત કરાવી દીધા.

★★

એક જગ્યાએ પહાડોની તળેટીમાં વસેલી મનોહર ઉપત્યકા જોઈને રામ બોલ્યા -

''મુનિવર, આ તો અત્યંત મનોહર સ્થાન છે. ચારે તરફ લીલાછમ વૃક્ષ છે. આકાશમાં પક્ષી કલરવ કરી રહ્યા છે. લાગે છે, જાણે અહીંયા કોઈનો આશ્રમ હોય. કૃપયા બતાવો, આ કયું સ્થાન છે?''

''વત્સ!'' એ ઉપત્યકામાં વસેલો આ આશ્રમ 'સિદ્ધાશ્રમ' કહેવાય છે. સાંભળો, હું તમને આની પૂરી કથા સંભળાવું છું. કોઈ સમયે અહીંયા બલિ નામના રાક્ષસે બધા દેવોને પરાજિત કર્યા હતા અને વિશાળ યજ્ઞનું આયોજન કર્યું હતું. ભલું, ભલિની વધતી જતી શક્તિ દેવોથી કેવી રીતે સહન થતી! કોઈ અન્ય ઉપાય ના જોઈને ઇન્દ્ર સહિત બધા દેવ વિષ્ણુ ભગવાનની પાસે ગયા અને હાથ જોડીને યાચના કરી, 'પ્રભુ, બલિએ બધા દેવોને પરાસ્ત કરી દીધા, હવે તે યજ્ઞ પણ કરી રહ્યો છે. યજ્ઞમાં યાચક એનાથી જે કંઈ માંગે છે, તે દિલ ખોલીને આપે છે. અધિક સમય સુધી એવું જારી રહ્યું, તો પોતાના દાન, ધર્મ તેમજ તપથી તે આપણાથી પણ આગળ વધી જશે. હવે તમે જ કશું કરો, જેનાથી એનો યજ્ઞ પૂરો ના થઈ શકે.''

વિષ્ણુ ભગવાન બોલ્યા, ''તમે લોકો નિશ્ચિંત રહો, તમારી ઇચ્છા પૂરી થશે.''

ભગવાન વિષ્ણુએ વામનનું રૂપ ધારણ કર્યું અને જઈ પહોંચ્યા રાજા બલિની પાસે, જે અહીં સિદ્ધાશ્રમમાં યજ્ઞ કરી રહ્યો હતો. બલિએ જેવા જ તેજસ્વી વામનને જોયા તો પૂછ્યું, 'હે બ્રાહ્મણ, આજ્ઞા કરો, શું જોઈએ તમારે? તમે જે માંગશો તે આપીશ.''

''મારે વધારે કશું નથી જોઈતું, બસ, મારે તો એટલી જ જમીન જોઈએ, જે મારા અઢી પગલાંમાં સમાઈ શકે, જ્યાં હું બેસીને ઈશ્વરાધના કરી શકું.''

બલિએ નાના-એવા કદના વામનનાં પગલાંને નિહારીને કહ્યું- ''બસ! જ્યાં

તમે અઢી પગલાં ધરી દો, તે જમીન તમારી.''

''વામન રૂપી ભગવાન વિષ્ણુ હસ્યા અને અઢી પગલાં એવી રીતે ઉઠાવ્યા કે બે પગલામાં આખી પૃથ્વી સમાઈ ગઈ અને અડધા પગલાંમાં બલિ પણ આવી ફસાયો. બલિએ માથું ઝુકાવીને વામનાવતારને બધું જ સમર્પિત કરી દીધું. એની ગણતરી સાત અમર માનવોમાં થઈ ગઈ.''

''હે રામ અને લક્ષ્મણ.'' વિશ્વામિત્ર આગળ બોલ્યા, ''આ જ તે પુણ્ય પ્રદેશ છે, જ્યાં અનેક ઋષિ-મુનિઓએ તપ કર્યું છે, હું પણ અહીંયા જ યજ્ઞ કરી રહ્યો છું.''

''તો આ જ તે સ્થાન છે, જે અમારું લક્ષ્ય છે?'' રામે પૂછ્યું.

''હા, અહીં પર તારે પોતાનું પરાક્રમ બતાવવાનું છે.'' વિશ્વામિત્ર બોલ્યા, ''મેં અહીંયા પોતાનો યજ્ઞ નિર્વિઘ્ન સમાપ્ત કરવાના ઘણાં પ્રયત્ન કર્યા પરંતુ રાક્ષસોના વિરોધને કારણે હું એમાં સફળ ના થઈ શક્યો. હંમેશાં રાક્ષસ આકાશ-માર્ગથી આવે છે અને ઉપરથી લોહી, હાડકાં અને માંસ ફેંકીને હવનને અશુદ્ધ કરી દે છે. હવે તારે જ અહીંયા ઉપસ્થિત થઈને રાક્ષસોથી અમારી રક્ષા કરવાની છે.''

રામ તેમજ લક્ષ્મણે વિશ્વામિત્રનો આ આગ્રહ ખુશી-ખુશી સ્વીકાર કરી લીધો, ત્રણેય સિદ્ધાશ્રમમાં આવી ગયા.

સિદ્ધાશ્રમના તપસ્વીઓએ રામ તેમજ લક્ષ્મણનું પ્રેમપૂર્ણ સ્વાગત કર્યું. રામે વિશ્વામિત્રથી નિવેદન કર્યું -

''હે મુનિવર! તમે અમને જે કામથી અહીંયા લાવ્યા છો, એને અમે જલ્દી પૂરું કરવા ઇચ્છીએ છીએ.યોગ્ય થશે કે તમે યજ્ઞ આ જ સમયે આરંભ કરી દો.''

''રાત થઈ ગઈ છે-અત્યારે વિશ્રામ કરો.'' વિશ્વામિત્ર બોલ્યા, ''કાલે સવારે યજ્ઞ આરંભ થશે.''

★★

વહેલી સવારે બધા તપસ્વી યજ્ઞ-સ્થળ પર પહોંચ્યા. વિશ્વામિત્રએ યજ્ઞ-કુંડમાં અગ્નિ-પ્રજ્વલિત કરી અને આગલી જ ક્ષણે વાતાવરણમાં પવિત્ર શ્લોકોના સ્વર ગૂંજવા લાગ્યા.

રામે પૂછ્યું, ''હે તપસ્વીઓ, કૃપા કરી બતાવો કે રાક્ષસ ક્યારે આવશે?''

''રાજકુમારો.'' તપસ્વી બોલ્યા, ''મહર્ષિ વિશ્વામિત્ર છ રાત્રિ સુધી મૌન ધારણ કરીને યજ્ઞ કરશે. તમે લોકો છ રાત્રિ સુધી જાગૃત થઈને યજ્ઞ ભૂમિની રક્ષા કરો.''

''આવો લક્ષ્મણ!'' રામ બોલ્યા, ''આપણે પોતાનું કામ શરૂ કરી દઈએ.''

આમ કહીને રામ તેમજ લક્ષ્મણ અસ્ત્રો-શસ્ત્રોથી સુસજ્જિત થઈને યજ્ઞ-સ્થળની પહેરેદારીમાં લાગી ગયા.

પાંચ રાત્રિ તો નિર્વિઘ્ન સમાપ્ત થઈ ગઈ. જ્યારે છઠ્ઠી રાત આવી તો રામ તેમજ લક્ષ્મણ વધારે સતર્ક થઈ ગયા. રામ બોલ્યા-

''લક્ષ્મણ! આજે યજ્ઞનો અંતિમ દિવસ છે. સંભાવના એ જ છે કે યજ્ઞને વિનષ્ટ કરવા આજે રાક્ષસ અવશ્ય આવશે.''

થયું પણ એવું જ.

હવન-કુંડને ઘેરો કરીને બેઠેલા તપસ્વીઓએ સાંભળ્યું, આકાશમાં શોર ગૂંજવા લાગ્યો છે. તેઓ સમજી ગયા કે મારીચ તેમજ સુબાહુ પોતાના સાથીઓની સાથે યજ્ઞને અપવિત્ર કરવા આવવાવાળા જ છે.

રામ તેમજ લક્ષ્મણ આ જ તકની પ્રતીક્ષામાં હતા. રાક્ષસોને નજીક આવતા જોઈને એ બંનેએ પોતાના અસ્ત્ર સંભાળી લીધા. રામ બોલ્યા, ''આજે હું આ રાક્ષસોને ખૂબ મજા ચખાવીશ.''

''હું પણ, ભાઈ!''

હાથોમાં અપવિત્ર વસ્તુઓ લઈને જેવી જ રાક્ષસ-સેના નજીક પહોંચી, બંને રાજકુમારોએ તીરોની વર્ષા કરીને રાક્ષસોને મારવાનું શરૂ કરી દીધું. મારીચ અને સુહાબુ પાસે આવ્યા, તો રામે અણી વગરનું એક એવું બાણ ચલાવ્યું, જે મારીચને જોરોથી જઈ વાગ્યું. એના આઘાતથી મારીચ ત્યાંથી લગભગ આઠસો માઈલ ઉડતો-ઊડતો દૂર જઈ પડ્યો-જીવતો જ. બીજા બાણને મંત્ર ભણીને ચલાવ્યું, જેનાથી સુબાહુ બળીને મરી ગયો. રામ તેમજ લક્ષ્મણે તીરોની એવી અવિરામ ધારા છોડી દીધી કે, ત્યાં આવેલા સમસ્ત રાક્ષસ તડપી-તડપીને મરવા લાગ્યા.

આ પ્રકારે ઉપત્યકાના સમસ્ત રાક્ષસ માર્યા ગયા અને યજ્ઞ-નિર્વિઘ્ન સમાપ્ત થઈગયો.

આખું વાતાવરણ રામ તેમજ લક્ષ્મણની જય-જયકારથી ગૂંજવા લાગ્યું. દેવલોકમાં દેવતાઓએ પુષ્પ વર્ષા કરી.

વિશ્વામિત્રએ યજ્ઞ-વેદીથી ઊભા થઈને રામને આલિંગનમાં લઈ લીધા.

ચાર

સિદ્ધાશ્રમમાં એ સૂચના પહોંચી કે મિથિલા-નરેશ જનક પોતાની પુત્રીના લગ્ન માટે સ્વયંવરનું અનુષ્ઠાન કરી રહ્યા છે. વિશ્વામિત્રની ઈચ્છા હતી કે આ અનુષ્ઠાનમાં રાજકુમાર રામ પણ ભાગ લે. તેઓ રામથી બોલ્યા-

''સાંભળો વત્સ! મિથિલા પુરીના નરેશ જનક પોતાની પુત્રીના સ્વયંવર કરવા જઈ રહ્યા છે. કન્યા અત્યંત રૂપવતી તેમજ ગુણવતી છે. હું ઈચ્છું છું કે, તું પણ આ સ્વયંવરમાં ભાગ લો.''

''જેવી તમારી આજ્ઞા, મુનિવર.''

''રાજા જનકની પાસે એક અદ્વિતીય શિવ ધનુષ છે. આ ધનુષ દેવતાઓએ જનકના પૂર્વજોને યજ્ઞથી પ્રસન્ન થઈને આપ્યું હતું. એની વિશેષતા એ છે કે, એને બળવાનથી બળવાન પ્રાણી પણ ઉઠાવી નથી શકતા. અનેક વીર રાજાઓ તેમજ રાજકુમારોએ આ ધનુષ ઉઠાવવા ઈચ્છ્યું, પરંતુ કોઈ સફળ ના થઈ શક્યું. હા, બાલ્યકાળમાં એક વારજનક નંદિની સીતાએ આ ધનુષ રમત-રમતમાં ઉઠાવી લીધું હતું. પુત્રીનું આ પરાક્રમ જોઈને જનક દંગ રહી ગયા હતા. વિચારવા લાગ્યા હતા, આવી પરમ વિદુષી અને વીર કન્યા માટે યોગ્ય વર કેવી રીતે મળશે? તેથી સ્વયંવરમાં

એમની એકમાત્ર શરત એ જ હતી કે, જે કોઈ આ ધનુષ ઉઠાવી લેશે, એને જ સીતા પતિના રૂપમાં વરશે. મને વિશ્વાસ છે કે, તમે સ્વયંવરમાં અવશ્ય સફળતા પ્રાપ્ત કરશો.''

મહર્ષિ વિશ્વામિત્ર શુભ મુહૂર્ત પર રામ અને લક્ષ્મણની સાથે મિથિલાની તરફ ચાલી પડ્યા.

★★

સાંજના સમયે તેઓ શોણ નદીના કિનારે પહોંચ્યા. રાત ત્યાં પસાર કરવાનો નિશ્ચય કરવામાં આવ્યો. રામ તેમજ લક્ષ્મણે પવિત્ર શોણ નદીમાં સ્નાન કર્યું અને સંધ્યા પૂજન કરીને ત્યાં જ વિશ્રામ કર્યો.

આગલા દિવસે સવાર થતાં જ આગળ વધ્યા. બપોરના સમયે ગંગાનો તટ આવ્યો, તો એમણે થોડા સમય માટે ત્યાં જ રોકાવાનું યોગ્ય સમજ્યું. વાતાવણ ખૂબ સોહામણું હતું. નદીનો તટ અત્યંત હર્યોભર્યો સુરમ્ય હતો, નદીની લહેરો પર હંસ અને સારસની પંક્તિઓ તરી રહી હતી. વૃક્ષો પર પક્ષી ચહેકી રહ્યા હતા.

રામે કહ્યું -

''હે બ્રહ્મર્ષિ! નદી-તટની શોભાએ તો મારું મન મોહી લીધું. કૃપયા બતાવો કે ગંગા-નદીનું પૃથ્વી પર અવતરણ કેવી રીતે થયું?''

''અવશ્ય!'' વિશ્વામિત્ર બોલ્યા, ''એની કથા અત્યંત હૃદયગ્રાહી છે. સાંભળો, એક સમયે અયોધ્યામાં રાજા સગરનું રાજ હતું, જે અત્યંત ધર્માત્મા તેમજ પુણ્યાત્મા હતા. એમને બધા સુખ પ્રાપ્ત હતી, દુઃખ હતું તો બસ એક , કે એમને કોઈ સંતાન ન હતી. રાજા સગરની બે રાણીઓ હતી અને બંને સંતાનવિહીન. સંતાન-પ્રાપ્તિ માટે રાજા તેમજ રાણીઓએ કેટલાય પૂજા-અનુષ્ઠાન કર્યા, પણ બધું વ્યર્થ. ત્યારે કોઈ અન્ય ઉપાય ના મળ્યો તો રાજા રાણીઓ સહિત હિમાલય પર્વત પર ગયા એ સંતાન કામનાથી કઠોર તપ આરંભ કર્યું. તપ કરતાં-કરતાં સો વર્ષવ્યતીત થઈ ગયા, ત્યારે ક્યાંય જઈને પ્રસન્ન થઈને ભૃગુ મુનિએ રાજાને વરદાન આપ્યું - ''રાજન્! હવે તમે નિશ્ચિંત થઈને અયોધ્યા જાઓ-તમને અવશ્ય સંતાન થશે.''

''ખરેખર, મહારાજ!'' રાજા સગરે ગદગદ સ્વરમાં પૂછ્યું.

''હા!'' ભૃગુ મુનિ બોલ્યા,''એક રાણીને ફક્ત એક સંતાન થશે તથા બીજી રાણીને સાંહીઠ હજાર સંતાનો. જે એક સંતાન હશે, એનાથી તો તારા વંશની વૃદ્ધિ અને બીજી રાણીની સાંહીઠ હજાર સંતાનો અત્યંત પરાક્રમી હશે.''

''મહારાજ, તમે તો મારી બધી ચિંતાઓ હરી લીધી.'' રાજા સગર બોલ્યા, ''હવે ફક્ત એ બતાવી દો કે અક સંતાનની માતા કઈ રાણી બનશે અને સાંહીઠ હજાર સંતાનોની માતા કઈ રાણી?''

''આ તો તારી રાણીઓ પર નિર્ભર કરે છે કે તેઓ કયા-કયા સંતાનની માતા બનવા ઈચ્છે છે.''

રાજા સગરે પોતાની બંને રાણીઓથી ઈચ્છા પૂછી, તો કેશની નામની રાણી બોલી- ''હું તો એક જ સંતાન ઈચ્છું છું, જે વંશની વૃદ્ધિ કરે.'' જ્યારે કે સુમતિ

નામની રાણીએ કહ્યું- ''મારે તો સાંહીઠ હજાર સંતાનોની ઇચ્છા છે, જેમની વીરતાથી વંશનું નામ રોશન થાય.''

''તથાસ્તુ!'' ભૃગુ મુનિએ આશીર્વાદ આપ્યા.

રાજા સગરનું તપ સફળ થયું અને તેઓ ખુશી-ખુશી અયોધ્યા પાછા ફર્યા.

સમય આવવા પર કેશનીને એક પુત્ર પેદા થયો, જેનું નામ રાખવામાં આવ્યું અસમંજસ. સુમતિના ગર્ભથી એક પિંડ નિકળ્યું, જેનાથી સાંહીઠ હજાર પુત્રોએ જન્મ લીધો. આ પુત્રોની દેખરેખ માટે અનેક દાયણ નિયુક્ત કરવામાં આવી, જેમના લાલન-પાલનથી તેઓ મોટા થવા લાગ્યા. સાંહીઠ હજાર પુત્ર મોટા થયા, તો અત્યંત પરાક્રમી અને સુંદર બન્યા. જ્યારે કે અસમંજસ ખૂબ જ ક્રૂર, શરારતી અને અત્યાચારી નિકળ્યો. લોકોને કારણ વગર કષ્ટ આપતો અને ખુશ થતો હતો. એની ક્રૂરતાથી જનતામાં રોષ અને ક્રોધ ફેલાઈ ગયો. આ જોઈને શુભચિંતકોએ રાજાને સલાહ આપી કે, આવા અવિવેકી પુત્રને તો દેશ નિકાળો આપી દેવો જોઈએ. રાજાને આ સલાહ માનવી જ પડી અને અસમંજસને દેશથી નિકાળીને બહાર કરી દીધો. હા, અસમંજસનો એક પુત્ર જરૂર હતો, જે ખૂબ જ સંયમી, વિવેકશીલ, વીર તેમજ સુસભ્ય હતો. નામ હતું અંશુમાન.

થોડો સમય પસાર થઈ ગયા પછી રાજા સગરે અશ્વમેઘ યજ્ઞની તૈયારીઓ કરી. યજ્ઞ માટે શ્યામકર્ણ ઘોડો છોડી દીધો. ઘોડાની સાથે અસમંજસનો પુત્ર અંશુમાન પણ ચાલ્યો. ઘોડાએ સંપૂર્ણ પૃથ્વીની પરિક્રમા કરી અને હવે અશ્વમેઘ યજ્ઞનની પૂર્ણાહુતિ જ બાકી રહી ગઈ હતી. પરંતુ ઇન્દ્ર આ યજ્ઞ નિર્વિઘ્ન સમાપ્ત કેવી રીતે થવા દેતા! જો યજ્ઞ સફળ થઈ ગયો તો એમની મહત્તાને કોણ સ્વીકાર કરશે! તેથી એમણે શ્યામકર્ણ ઘોડો ચોરી લીધો. અંશુમાને ઘોડો ગાયબ જોયો તો તે ખૂબ ગભરાયો, શોધવા પર પણ ઘોડોની ક્યાંય તપાસ ના ચાલી. તે રાજા સગરની પાસે ગયો અને ઘોડાના ગુમ થવાની સૂચના આપી. એમણે પોતાના સાંહીઠ હજાર પરાક્રમી પુત્રોને બોલાવ્યા અને આદેશ આપ્યો- ''જાઓ, ક્યાંયથી પણ મળે યજ્ઞનો ઘોડો શોધીને લાવો.''

સાંહીઠ હજાર પુત્ર ઘોડાની શોધમાં નિકળી પડ્યા.

રાજા સગરના સાંહીઠ હજાર પુત્રોએ પૃથ્વીનો ખૂણે-ખૂણો તપાસી લીધો, પરંતુ ઘોડાનો પુરાવો ક્યાંય ના મળ્યો. પોત-પોતાના ઘોડાઓ પર સવાર તેઓ અત્યંત બળવાન અને લાંબા-પહોળા રાજકુમાર જ્યાં ક્યાંય નિકળી જતા, ત્યાં ખલબલી મચી જતી. દશેય દિશાઓને એમણએ પોતાની શોધથી મથી કાઢી. ઘોડો ક્યાંય ના મળ્યો, તો તેઓ પરેશાન... હવે શું કરીએ. ઠીક છે ભૂતળ પર ના સહી તો પાતાળ લોકમાં સહી. તેથી એમણે પૃથ્વીનું ખોદાણ શરૂ કરી દીધું. ખોદતાં-ખોદતાં સામે વિશાળ ખાડો ખોદાઈ ગયો, અસંખ્ય જીવ-જંતુ માર્યા ગયા, પણ ઘોડો હતો કે એનું ક્યાંય નિશાન પણ ના મળી શક્યું. નિરાશાની પરાકાષ્ઠામાં તેઓ અયોધ્યા પાછા આવ્યા અને પિતાથી બોલ્યા - ''રાજન્! પૃથ્વીનો એવો કોઈ ખૂણો નથી, જ્યાં અમે

ના ગયા હો, પૃથ્વીની અંદર પણ ગયા; પણ ઘોડો ક્યાંય ના મળ્યો. હવે તમારી જેવી આજ્ઞા...''

સાંહીઠ હજાર પરાક્રમી પુત્રોના આવા વચન સાંભળીને રાજા સગરના ક્રોધનું ઠેકાણું ના રહ્યું. એમને પોતાના પુત્રો પર ખૂબ વિશ્વાસ હતો. બોલ્યા- ''પૃથ્વીનો એક-એક ભાગ ખોદી કાઢો, સંપૂર્ણ બ્રહ્માંડને રગડી નાખો, ક્યાંયથી યજ્ઞનો ઘોડો શોધી લાવો, જો યજ્ઞમાં વિઘ્ન પડી ગયું, તો સંકટ અવશ્યંભાવી છે. જાઓ, આ વખતે ઘોડા વગર પાછા ના આવતા.''

રાજકુમાર ફરીથી ઘોડાની શોધમાં નિકળ્યા. આ વખતે એમણે પૃથ્વીનો પૂર્વી હિસ્સો ખોદવાનો આરંભ કરી દીધો. ખોદતાં-ખોદતાં તેઓ પૃથ્વીની સપાટી સુધી પહોંચી ગયા. ત્યાં જઈને એમે જોયું કે દિગ્ગજ સમાધિમાં બેઠા છે. દિગ્ગજને એમણે પ્રણામ કર્યા અને પોતાના ઘોડાની શોધમાં લાગી ગયા. પૂર્વ દિશામાં સમાધિમાં બેઠા હતા કપિલ. કપિલની પાસે જ ઊભો હતો યજ્ઞનો શ્યામકર્ણ ઘોડો. હકીકતમાં, ઈન્દ્રએ આ ઘોડો ચોરીને પાતાળમાં ઋષિ કપિલને ત્યાં છુપાવી દીધો હતો, જેનું કપિલને પણ જ્ઞાન ન હતું. પરંતુ ઈન્દ્રની ધૂર્તતાથી અનભિજ્ઞ સાંહીઠ હજાર રાજકુમારોએ કપિલ મુનિને જ ચોર માની લીધા અને શોર મચાવવા લાગ્યા- 'વાહ! ઋષિનો કમાલ તો જુઓ. એક તો અમારો ઘોડો ચોરી લીધો અને ઉપરથી સમાધિનું નાટક કરીને બેઠા છે.' આ અપમાનનો ઋષિ કપિલે કોઈ જવાબ ના આપ્યો અને સમાધિમાં લીન રહ્યા. સાંહીઠ હજાર રાજકુમારોએ કશું જોયા-જાણ્યા વગર, બસ એક સાથે મળીને કપિલ પર હુમલો કરી દીધો. કપિલની સમાધિ ભંગ થઈ ગઈ. ક્રોધથી એમનું આખું શરીર ધ્રૂજી ઉઠ્યું. એમણે સળગતી આંખો રાજકુમારોની તરફ ઉઠાવી દીધી. આંખોથી ભયંકર અગ્નિ-શિખા નિકળી, જેમાં બધા રાજકુમાર જોતાં-જોતાં જ બળીને ભસ્મ થઈ ગયા.

ત્યાં રાજા સગર પોતાના પુત્રોની પ્રતીક્ષામાં હતા. ખૂબ સમય પસાર થઈ ગયો હોવા છતાં રાજકુમાર પાછા ના આવ્યા,તો તેઓ ચિંતિત થઈ ઉઠ્યા. એમણે અંશુમાનને બોલાવીને કહ્યું, ''પુત્ર, તારા સાંહીઠ હજાર કાકા ગયા હતા, યજ્ઞનો ઘોડો શોધવા, પરંતુ તેઓ પણ ન જાણે ક્યાંય જઈને ખોવાઈ ગયા છે. હવે તું જા અને કાકાઓ તેમજ યજ્ઞના ઘોડાને ક્યાંયથી શોધી લાવ.''

અંશુમાને વાર ના કરી, આદેશ મળતાં જ તે પોતાના ઘોડા પર બેઠો અને કાકાઓની શોધમાં નિકળી પડ્યો. શોધતાં-શોધતાં તે એક દિવસે જઈ પહોંચ્યો એ જ કપિલ મુનિના આશ્રમમાં, જેમણે એના કાકાઓને ભસ્મ કરી દીધા હતા. અંશુમાને જોયું, આશ્રમની પાસે જ ભસ્મનો વિશાળ ઢગલો પડ્યો છે અને પાસે જ યજ્ઞનો ઘોડો ઊભો છે. અંશુમાન પલક ઝપકતાં જ બધું સમજી ગયો. દુઃખીથી કાતર અને વિકળ થઈને અંશુમાન કપિલની નજીક પહોંચ્યો અને એમના ચરણોમાં બિછાઈ ગયો. ઋષિ કપિલે એને ઉઠાવ્યો અને સ્નેહપૂર્વક બોલ્યા, ''વત્સ! દુઃખી થવાની કોઈ જરૂર નથી, પોતાના અશ્રુ લૂછી નાખો. તારા કાકાઓનો અંત એમની કરણીથી જ થયો છે. એમણે જેવું કર્યું, એનું ફળ એવું જ મેળવ્યું. હવે તું પોતાનો ઘોડો લઈ જા

અને અશ્વમેઘ યજ્ઞને જઈને સફળ બનાવો.''

અંશુમાન બોલ્યો, ''એવું જ થશે મુનિવર. પરંતુ એ તો બતાવો કે અકાળે મૃત્યને પ્રાપ્ત મારા કાકાઓની સદ્ગતિ કેવી રીતે થશે?''

''એમની સદ્ગતિ તો ગંગા જળથી જ થઈ શકે છે.''

''ગંગા જળ?''

''હા! ગંગા ભગવાન વિષ્ણુના ચરણોથી નિકળે છે.એના પવિત્ર જળથી તારા કાકાઓની આત્માને શાંતિ મળશે અને તેઓ સ્વર્ગનું વરણ કરશે.''

અંશુમાને ચુપચાપ યજ્ઞનો ઘોડો લીધો અને અયોધ્યા આવી ગયો. રાજા સગરને બધી વાત કહી સંભળાવી. રાજા શોકથી અભિભૂત થઈ ગયા. એક પુત્ર તો અવિવેકી નિકળ્યો હતો અને બાકી સાંહીઠ હજાર પુત્રોનો પણ આ અંત જોઈને એમની વિહ્વળતાનો કોઈ અંત ના રહ્યો. યજ્ઞ હજુ પણ અધૂરો હતો, તેથી શોક છતાં સર્વપ્રથમ એમણે યજ્ઞને સમાપ્ત કરવો જ યોગ્ય સમજયો.

યજ્ઞ નિર્વિઘ્ન સમાપ્ત થઈ ગયો, તો વિચાર્યું કે, હવે ગંગા નદીનું જળ કેવી રીતે પૃથ્વી પર પ્રવાહિત કરવામાં આવે, જેથી એમના પુત્રોને સદ્ગતિ પ્રાપ્ત થાય. સ્વર્ગલોકથી પાતાળલોક સુધી ગંગાનું અવતરણ એક મહાન સમસ્યા હતી. વિચારવામાં જ અનેક વર્ષ વ્યતીત થઈ ગયા, પણ રાજાને કોઈ ઉપાય ના સૂઝ્યો. પુત્રોની અકાળ મૃત્યુનો શોક કંઈક એવો ઊંડો હતો કે, રાજા સગર દિવસે-દિવસે ચિંતામાં ઘોળાવા લાગ્યા. અને એક દિવસે એવું થયું કે તેઓ આ ધરાધામથી કૂચ કરી ગયા.

રાજા સગરના દેહાંત પછી અંશુમાન અયોધ્યાના રાજા બન્યા. અંશુમાનને પણ ખબર હતી કે, દાદા સગર કઈ ચિંતામાં ઘોળાઈને મર્યા છે, તે પણ ગંગાવતરણ વિશે વિચાર કરતાં રહ્યાં, પણ સફળતા એમને પણ કોઈ ના મળી. ત્યારે અંશુમાન હિમાલયની તરફ ચાલ્યા ગયા અને ગંગાને પૃથ્વી પર લાવવા માટે તપ કરવા લાગ્યા. ત્યાં જ સેંકડો વર્ષની તપસ્યા પછી એમની મૃત્યુ થઈ ગઈ. એમની મૃત્યુ પછી સિંહાસન પર બેઠા દિલીપ. દિલીપની ચિંતાની મુખ્ય ધારા એ જ હતી, જે પિતાની હતી...આખરે ગંગાને પૃથ્વી પર કેવી રીતે લાવવામાં આવે? એમનો પણ બધો સમય ચિંતામાં વ્યતીત થઈ યો અને તેઓ પણ આ જ ચિંતામાં ઘોળાઈને મૃત્યુને પ્રાપ્ત થયા. દિલીપના પુત્રનું નામ હતું, ભગીરથ. આ ભગીરથનો જ પ્રતાપ હતો કે પોતાના અસીમ પ્રયાસ અને તપથી તેઓ ગંગા નદીને પૃથ્વી પર લાવવામાં સમર્થ થયા અને પોતાના પૂર્વજોને સદ્ગતિ પ્રદાન કરી.

ભગીરથને કોઈ સંતાન ન હતી. પિતાની મૃત્યુ પછી તે સિંહાસન પર બેઠા, તો તેઓ પણ એ જ ઈચ્છતા હતા કે, કઈ રીતે પૂર્વજોની આત્માની શાંતિ માટે કશું કરવું જોઈએ. એમનાથી વધારે સમય સુધી મહેલમાં રહીને શાસન ના ચલાવી શકાયું, તે રાજ્યનો ભાર વિશ્વસ્ત મંત્રીઓને સોંપીને સ્વયં ગંગાને લેવા ગોકરણ તીર્થ જઈ પહોંચ્યા. ત્યાં એમણે ઘનઘોર તપ કર્યું. બ્રહ્મચર્ય વ્રતનું પાલન કરતાં-કરતાં તેઓ ઊભા-ઊભા તપ કરવા લાગ્યા. સેંકડો વર્ષોની તપસ્યા પછી બ્રહ્મા એમના પર પ્રસન્ન થયા. એમણે પ્રગટ થઈ ભગીરથથી કહ્યું, ''વત્સ! હું તારા તપથી પ્રસન્ન થયો. વરદાન માંગો, તારી શું ઈચ્છા છે?''

''પ્રભુ!'' ભગીરથ બોલ્યા, ''મારી તો એક જ ઈચ્છા છે. વરદાન આપવા ઈચ્છો છો, તો એ આપો કે ગંગાનું પૃથ્વી પર અવતરણ કેવી રીતે થાય, જેથી મારા પૂર્વજોને એના પવિત્ર જળથી સદ્ગતિ પ્રાપ્ત થઈ શકે. એના સિવાય, અમારો વંશ પણ આગળ વધતો રહે.''

''એવું જ થશે.'' બ્રહ્મા બોલ્યા, ''પરંતુ ભગીરથ! જ્યારે ગંગાનું અવતરણ પૃથ્વી પર થશે, તો એનો વેગ સંભાળવો ખૂબ મુશ્કેલ થશે. હા, ભગવાન શંકર ઈચ્છે, તો આકાશથી પડતી ગંગાને સંયત કરી શકે છે. આથી ભગવાન શંકરની સ્તુતિ કરો અને એમનાથી વરદાન માંગો કે ગંગાની વેગવાન લહેરોને વરણ કરીને શાંત કરે.''

બ્રહ્મા આ વચન કહીને અન્તર્ધ્યાન થઈ ગયા.

ધુનના પાક્કા રાજા ભગીરથે એ જ પળથી શંકર ભગવાનની સ્તુતિ આરંભ કરી દીધી. એક પગ પર-બલ્કે એક પગના અંગૂઠા પર- ઊભા થઈને ભગીરથે શંકરની આરાધના કરી. એક-એક દિવસ કરીને વર્ષો વીતી ગયા, ત્યારે એક દિવસ ભગવાન શંકરને ભક્તની પાસે આવવું જ પડ્યું. બોલ્યા, ''ભગીરથ, તારી લગનનો જવાબ નથી. લો, હું તારી મનોકામના પૂરી કરું છું.''

શંકર ભગવાનનું આટલું કહેતાં જ ગંગા તેજ ગતિથી પૃથ્વીની તરફ આવવા લાગી. ખરેખર એમનો વેગ એટલો તીવ્ર હતો કે તે પોતાની સામે બધાને તહેસ-નહેસ કરી દેતી, પરંતુ પૃથ્વી પર પડવાથી પહેલાં જ ભગવાન શંકર એમને પોતાના મસ્તક પર લઈ લીધા. જટાઓની મહાજાળમાં ફસાઈને ગંગાની ના ફક્ત ગતિ ધીમી પડી ગઈ, બલ્કે અનેક દિવસો સુધી તે ભટકતી રહી. પછી તે સપ્તધારાના રૂપમાં જટાઓતથી નિકળી અને ધરતી પર વહેતી-વહેતી આગળ વધી ચાલી, જે મુખ્ય ધારા હતી, તે ભગીરથની પાછળ-પાછળ ચાલી પડી. ભગીરથ આગળ-આગળ જે દિશામાં વધતા જઈ રહ્યા હતા, ગંગા પણ એમનું અનુસરણ કરતી આગળ વધવા લાગી. ખૂબ જ અદ્ભુત અને મનોહારી દૃશ્ય હતા, જેને જોવા માટે આકાશમાંદેવતાઓનો જમઘટ લાગી ગયો. ચારે તરફ ગંગા અને ભગીરથની જય-જયકાર થવા લાગી.

ગંગા પર્વતો, ઘાટીઓ, મેદાનો તથા વન પ્રાંતોનાં આડા-ટેડાં માર્ગોથી પાર કરતી-કરતી અંતે પૃથ્વીના એ ભાગ પર જઈ પહોંચી, જ્યાં રાજા સગરના સાંહીઠ હજાર પુત્રોએ જમીન ખોદીને વિશાળ ખાડો બનાવી દીધો હતો, અને જ્યાં એમની ભસ્મ પડેલી હતી. ગંગાએ સગર-પુત્રોની ભસ્મને આત્મસાત કરીને એમને સદ્ગતિ પ્રદાન કરી અને ત્યાં પર સમુદ્ર બની ગયો. કેમ કે સગર પુત્રોએ જ ત્યાં પર ખાડો ખોદ્યો હતો, તેથી તે સ્થાન સાગર કહેવાયું.

આ પ્રકારે રાજા ભગીરથના પ્રયાસોથી એમના પૂર્વજોને સદ્ગતિ પ્રાપ્ત થઈ જ સાથે જ એમણે પૃથ્વીને ગંગા જેવી દેવ નદી આપીને કૃતકૃત્ય પણ કર્યું. વિશાળ સાગર ભગીરથના ભગીરથ પ્રયત્નોનું જ્વલંત પ્રમાણ છે.

''હે રામચન્દ્ર! આ જ છે ગંગાવતરણની વાર્તા. હવે સંધ્યા થઈ રહી છે. સંધ્યા-વંદન અને સંધ્યા સ્નાન કરો, પછી આપણે વિશ્રામ કરીશું.''

પાંચ

વહેલી પરોઢ થતાં જ વિશ્વામિત્રએ રામ-લક્ષ્મણની સાથે આગળની યાત્રા આરંભ કરી. હવે એમનું લક્ષ્ય હતું મિથિલા પ્રદેશ.

તેઓ પોતાના લક્ષ્યથી થોડાં દૂર રહી ગયા તો માર્ગમાં એક પ્રાચીન આશ્રમ નજરે આવ્યો. આશ્રમની શોભા દર્શનીય હતી, પણ આશ્ચર્ય કે, તે સુમસામ હતો. ત્યાં કોઈ ન હતું. આવો ભવ્ય પરંતુ નિર્જન આશ્રમ જોઈને રામને કૌતૂહલ થયું. એમણે વિશ્વામિત્રથી પૂછ્યું-

''મુનિવર! અહીંયા તો કોઈ નથી રહેતું! અહીંયાના તપસ્વી ક્યાં ચાલ્યા ગયા? આખરે આ નિર્જન આશ્રમનું અહીંયા બની રહેવાનું કારણ?''

''વત્સ! તારો પ્રશ્ન ઉચિત જ છે.'' વિશ્વામિત્ર બોલ્યા- ''આજે તું જે આશ્રમને સુમસામ જોઈ રહ્યો છે, તે હંમેશાંથી એવો ન હતો. અહીંયા ઋષિ ગૌતમ રહેતા હતા. આશ્રમ એમના જ શ્રાપથી આ અવસ્થાએ પહોંચ્યો છે.

''કૃપયા એનું વૃત્તાંત સંભળાવો.''

''સાંભળો! કોઈ સમયે અહીંયા ઋષિ ગૌતમ પોતાની પત્ની અહિલ્યાની સાથે સુખથી રહેતા હતા. બંને જ ઈશ્વર ભક્ત અને પરમ તપસ્વી હતા. અહીંયા દરેક સમયે તપ અને યજ્ઞનું વાતાવરણ જળવાઈ રહેતું હતું. અહિલ્યા પતિવ્રતા અને સાધ્વી હતી, પરમ સુંદરી અને આકર્ષક. એના રૂપની ચર્ચા ત્રણેય લોકોમાં ચર્ચાનો વિષય બનેલી હતી. બસ, અહિલ્યાનું આ જ રૂપ એનું દુર્ભાગ્ય બની ગયું અને આશ્રમની બધી ખુશીઓ જોતાં-જોતાં જ તિરોહિત થઈ ગઈ. થયું એમ કે, દેવલોકના ઇન્દ્ર અહિલ્યાના રૂપના દીવાના થઈ ગયા. એમના મનમાં અહિલ્યાને પ્રાપ્ત કરવાની ઇચ્છા જાગૃત થઈ ગઈ. તેઓ જાણતા હતા કે, અહિલ્યા પરમ સાધ્વી નારી છે અને એની આગળ કોઈ પણ કિંમત પર સમર્પિત નહીં થાય. તેથી એમણે છળ-બળથી કામ લેવાનો નિશ્ચય કર્યો. એક દિવસે રાત્રિના પાછલા પ્રહરની વાત છે, ગૌતમ ઋષિ નહાવા માટે આશ્રમથી બહાર આવેલા હતા. ત્યારે ઇન્દ્રએ ગૌતમ ઋષિનું રૂપ ધારણ કર્યું અને જઈ પહોંચ્યા અહિલ્યાની પાસે. અહિલ્યાએ સમજ્યું કે, પતિ સ્નાન કરીને આવ્યા છે, તેથી એને કોઈ શંકા ના થઈ. ઇન્દ્રએ અનુકૂળ અવસર મેળવીને અહિલ્યાથી બલાત્ સહવાસની કામના પ્રકટ કરી. આ દરમિયાન અહિલ્યાને જાણ થઈ ગઈ હતી કે, આ એના પતિ નહીં, ઇન્દ્ર છે. પરંતુ તે પણ વિવશ થઈ ગઈ હતી, ફળ એ નિકળ્યું કે ઇન્દ્રથી સહવાસ કરીને તે પથભ્રષ્ટ બની ગઈ. ગભરાઈ કે, ગૌતમને જાણ થઈ તો શું થશે? ઇન્દ્રએ કહ્યું- ''સારું એ જ છે કે તમે અહીંયાથી ચાલી જાઓ, નહીંતર જ્યારે ગૌતમને આ કાંડની જાણ થશે તો તમારી સ્થિતિ વિચારનીય થઈ જશે.'' અહિલ્યા હજુ વિચારી રહી હતી કે, ગૌતમ ઋષિ નદીથી સ્નાન કરીને આવ્યા. એમણે અહિલ્યાને આશ્રમમાં પર-પુરુષની સાથે જોઈ તો ક્રોધથી આગબબૂલા થઈ ગયા. એમને આખી વાત પલક ઝપકતાં જ સમજમાં આવી

29

ગઈ. ઈન્દ્ર તો એમને જોઈને ડરના માર્યા થર-થર ધ્રૂજવા જ લાગ્યા. ભલું ગૌતમના તપ-બળથી કોણ અજાણ હતું - બધા એમનાથી ડરતા હતા. ઈન્દ્રએ તો એમના ચરણોમાં પડી જવામાં જ પોતાની ખેર મનાવી. પરંતુ જે કંઈ થઈ ચુક્યું હતું, એનો તો કોઈ પ્રતિકાર જ ન હતો.

ગૌતમે ગંભીર સ્વરમાં કહ્યું-

''ઈન્દ્ર, આ તેં સારું નથી કર્યું - આ પાપનું કોઈ પ્રાયશ્ચિત નથી. મારું રૂપ ધારણ કરીને તેં મારી પત્નીને પથભ્રષ્ટ કરી છે, હું એના બદલા તને શ્રાપ આપું છું. હવે તું કોઈ નારીથી સહવાસ નહીં કરી શકે. આજથી તું નપુંસક બની જઈશ.''

ઈન્દ્રને પોતાના પાપાચરણથી ખૂબ પસ્તાવો થયો. પરંતુ હવે શું થઈ શકતું હતું! દેવોને આ કાંડની જાણ થઈ, તો તેઓ પણ અત્યંત ચિંતિત થયા. ગૌતમ ઋષિએ હવે પોતાની પત્નીની તરફ જોયું. બિચારી અહિલ્યા ખૂણામાં માથું ઝુકાવીને ઊભી હતી. ગૌતમે પત્નીથી કહ્યું -

''તું પોતાના જે રૂપથી મોહાંધ થઈ ગઈ હતી, એનું ફલ તને અવશ્ય મળશે. આજથી તું પથ્થર બની જઈશ. તારો ઉદ્ધાર ત્યારે જ થશે, જ્યારે અહીંયા રાજા દશરથ નંદન રામ પસાર થશે. તેઓ જ પોતાના ચરણ-સ્પર્શથી તારો ઉદ્ધાર કરશે અને તું પોતાના સ્વાભાવિક રૂપમાં પ્રકટ થઈશ. એમના દ્વારા ઉદ્ધાર કરાયા પછી જ તને હું પુનઃ સ્વીકાર કરીશ અને આપણે ફરીથી એક સાથે રહીશું.''

આટલું કહીને ગૌતમ મુનિએ પત્નીનો ત્યાગ કર્યો અને આ આશ્રમ સહિત, આ પ્રદેશને છોડીને ચાલ્યા ગયા. એમણે હિમાલય જઈને તપમાં ધ્યાન લગાવ્યું. ત્યારેથી આ આશ્રમ સૂનો પડ્યો છે. આ ક્ષેત્રના સમસ્ત તપસ્વી જ્યાં-ત્યાં ચાલ્યા ગયા અને અહિલ્યા એ દિવસથી અહીંયા પથ્થરની પ્રતિમા બની તમારા આગમનની રાહ જોઈ રહી છે.''

આ કથા સંભળાવીને વિશ્વામિત્ર બોલ્યા -

''ચાલો રામ! આશ્રમમાં પ્રવેશ કરો. અહિલ્યાનો ઉદ્ધાર કરો.''

રામે વિશ્વામિત્ર અને લક્ષ્મણની સાથે આશ્રમમાં પ્રવેશ કર્યો. સામે જ અહિલ્યાની પ્રસ્તર-પ્રતિમા પોતાના દુર્ભાગ્યથી ઊભી હતી. રામે આગળ વધી પ્રતિમાને ચરણોથી સ્પર્શ કર્યો. બીજી જ ક્ષણે પ્રતિમા જીવતી-જાગતી નારીમાં પરિવર્તિત થઈ ગઈ. રૂપવતી તેમજ ગુણવતી અહિલ્યાનો ઉદ્ધાર થઈ ગયો. અહિલ્યાએ રામનું અભિવાદન કર્યું. એનું પ્રાયશ્ચિત પૂર્ણ થયું. એણે ઘેર આવેલા અતિથિ રામ તેમજ અન્ય લોકોનું હાર્દિક સ્વાગત કર્યું. ત્રણેય લોકોમાં હર્ષ છવાઈ ગયો. દેવોએ આકાશથી ફૂલ વરસાવ્યા.

ત્યારે જ આશ્રમમાં ગૌતમ ઋષિએ પ્રવેશ કર્યો.

પાપમુક્ત અહિલ્યાએ પતિને જોયા તોએનો સમસ્ત સંતાપ જતો રહ્યો.

મુનિ ગૌતમે અહિલ્યાને પુનઃ સ્વીકાર કરી.

આ પ્રકારે રામના પ્રતાપથી વર્ષોથી સૂનો પડેલો આશ્રમ ફરીથી ગુંજાન થઈ

ગયો. ચારે તરફ હર્ષ અને ઉલ્લાસનું વાતાવરણ છવાઈ ગયું.

અહીંયાનું કામ સમાપ્ત થઈ ગયું હતું.

વિશ્વામિત્ર રામથી બોલ્યા-

"તમારી કીર્તિ અક્ષય છે રામ. હવે ચાલો, આપણે મિથિલા તરફ પ્રસ્થાન કરીએ, જ્યાં રાજા જનકનો ધનુષયજ્ઞ થવાવાળો છે."

"જેવી તમારી આજ્ઞા, મુનિવર."

આટલું કહીને રામ તેમજ લક્ષ્મણ વિશ્વામિત્રની સાથે આગળ વધ્યા.

છઃ

મિથિલા નગરની શોભાનું શું કહેવું!

વિશ્વામિત્ર તેમજ લક્ષ્મણની સાથે રામ મિથિલા પહોંચ્યા, તો ત્યાં ચારેય તરફ સીતાના સ્વયંવરની ચર્ચા હતી. વિશ્વના ખૂણે-ખૂણાથી અનેક રાજા તેમજ રાજકુમાર પહોંચ્યા હતા, જેમને પોતાની વીરતાનું અભિમાન હતું. યજ્ઞશાળામાં સેંકડો વિદ્વત્જન તેમજ બ્રાહ્મણ પધાર્યા હતા, જેમના શ્લોકોથી વાતાવરણ ગૂંજી રહ્યું હતું, વેદ-પાઠના સ્વર ઉચ્ચારિત કરવામાં આવી રહ્યા હતા. યજ્ઞશાળાની સજ્જા જોવા લાયક હતી, નયનાભિરામ ફૂલ વિખેરાયેલા હતા, જેમની સુગંધથી હૃદય પ્રફુલ્લિત થઈ રહ્યું હતું.

રાજા જનકના કાનોમાં રાજા દશરથ-નંદન રામના આવવાની સૂચના પહોંચી. તેઓ તત્કાળ રાજ પુરોહિત શતાનન્દની સાથે એમની પાસે પહોંચ્યા અને અત્યંત આદરથી વિશ્વામિત્રથી બોલ્યા - "તમારું સ્વાગત છે ઋષિવર! તમારા ચરણોથી અમારો પ્રદેશ પવિત્ર થયો. તમને અહીંયા મેળવીને હું પોતાની પ્રસન્નતા વ્યક્ત નથી કરી શકતો. મહામુનિ, એ તો બતાવો, તમારી સાથે પરમ તેજસ્વી, પરાક્રમી અને સુંદર આ રાજકુમાર કોણ છે?"

વિશ્વામિત્રએ રામની તરફ જોઈને કહ્યું-

"આ અયોધ્યા-નરેશ રાજા દશરથના સુપુત્ર છે. એમની વિશેષતાના હું શું વખાણ કરું, એમણે તાડકાનો વધ કર્યો છે, મારીચ તેમજ સુબાહુનો પણ નાશ કર્યો છે. હવે તમારા ધનુષ-યજ્ઞની ચર્ચા સાંભળીને મારી સાથે અહીંયા આવ્યા છે."

રાજા જનક રામ-લક્ષ્મણને એકીટસે નિહારતા રહ્યા.

શતાનન્દ બોલ્યા- "અમારું અહોભાગ્ય, જો તમે લોકો અહીંયા પધાર્યા. વિશ્વામિત્રની છત્રછાયામાં તો તમારો યશ વધશે. એમના પ્રતાપ અને પરાક્રમ વિશે કોણ નથી જાણતું! નિશ્ચિત રૂપથી તમે લોકો વિશ્વામિત્રના માર્ગ-નિર્દેશન મેળવીને પરમ તેજસ્વી અને વિદ્વાન બનશો."

આટલું કહીન રાજપુરોહિત શતાનન્દે વિશ્વામિત્રની ક્ષત્રિય રાજાથી લઈને બ્રહ્મર્ષિબનવાની કથા સંભળાવી દીધી. અંતમાં બોલ્યા-

"તેથી હે રાજકુમાર! જે પ્રાણીએ આપ્રકારે મહાતપ કરીને પોતાની મનોકામના પૂર્ણ કરી અને બ્રહ્મત્વ પ્રાપ્ત કર્યું, એમના સાનિધ્યમાં તમારા લોકોનું ભલું જ થશે. એમના જેવા સર્વશાસ્ત્રો અને વિદ્યાઓના જાણકાર અન્ય કોઈ નથી."

રાજા જનક બોલ્યા -

''તમે લોકો ધનુષ-યજ્ઞમાં સાદર આમંત્રિત છો. હવે વિશ્રામ કરો, કાલે વહેલી સવારે તમારા પુનઃ દર્શન કરીશ.''

★★

બીજા દિવસે વિશ્વામિત્ર રાજા દશરથ-નંદન રામ તેમજ લક્ષ્મણની સાથે બેઠા હતા.

સવારનો સમય હતો.

થોડી વારમાં જ રાજા જનક પોતાના રાજમંત્રીઓ તેમજ પુરોહિતોની સાથે વિશ્વામિત્રની પાસે આવ્યા. બોલ્યા-

''હે ઋષિવર! મારા યોગ્ય કોઈ સેવા હોય તો બતાવો.''

''મિથિલા નરેશ!'' વિશ્વામિત્ર બોલ્યા - ''રામ અને લક્ષ્મણ અહીંયા ધનુષ-યજ્ઞ જોવા આવ્યા છે. એમને પિનાક ધનુષ જોવાની ખૂબ લાલસા હતી. કૃપયા ધનુષ બતાવીને એમની ઇચ્છા પૂરી કરો.''

''અવશ્ય!'' રાજા જનક બોલ્યા- ''હું તમને એ પણ બતાવું છું કે, આ ધનુષ મારી પાસે કેવી રીતે આવ્યું. સાંભળો! એક હતા રાજા નિમિ, જેમના મોટા ભાઈનું નામ હતું દેવરાજ. ઘટના ત્યારની છે, જ્યારે દક્ષ-યજ્ઞમાં ઉમા-પતિ શિવને ઉચિત ભાગ ન મળ્યો, તો સતીએ અગ્નિનું આહ્વાન કર્યું અને ભસ્મ થઈ ગઈ. એનાથી શિવ અત્યંત ક્રોધિત થયા. એમણે પોતાનું પિનાક ધનુષ ઉઠાવ્યું અને યજ્ઞાનુષ્ઠાનને નષ્ટ કરવા માટે દેવોથી બોલ્યા -''આ યજ્ઞમાં મને પણ ભાગ મળવો જોઈતો હતો. પણ ખેદ છે કે, મને એનાથી વંચિત કરવામાં આવ્યો. તેથી હું તમારા બધાના મસ્તિષ્કને હમણાં જ ભેદું છું.'' આ સાંભળીને બધા દેવ ડરથી થર-થર ધ્રૂજવા લાગ્યા. એમણે શિવથી કહ્યું- ''હે મહાદેવ,અમે ક્ષમ્ય છીએ, અમે તમારી આરાધના કરીએ છીએ.'' શિવે એમને અભયદાન આપી દીધું અને એમની સ્તુતિથી પ્રસન્ન થઈને પિનાક ધનુષ દેવોને જ સોંપી દીધું. દેવોએ જઈને પિનાક ધનુષ દેવરાજને આપી દીધું, જેને એમણે સુરક્ષિત રાખ્યું. દેવરાજ અમારા જ પૂર્વજ હતા. તેથી આ ધનુષ ત્યારથી અમારા વંશમાં રાખેલું છે.

''એક વખતની વાત છે કે, અમારા રાજ્યમાં વરસાદ ના થયો, આખા રાજ્યમાં અનાવૃષ્ટિથી હાહાકાર મચી ગયો અને દુકાળ પડી ગયો. આ જોઈને મેં યજ્ઞ કરવાનું યોગ્ય સમજ્યું. યજ્ઞમાં એક હળ લઈને મારે ભૂમિ ખેડવી પડી. હું ભૂમિમાં હળ ચલાવી રહ્યો હતો કે ત્યારે જ મારું હળ જમીનમાં પડેલા એક કળશથી જઈ ટકરાયું. કળશ ઉઠાવીને જોયું, તો એમાંથી પરમ સુંદરી એક કન્યા અવતરિત થઈ. તે મારી પુત્રી સીતા છે. સીતાને મેળવીને હું ખૂબ પ્રસન્ન થયો અને પોતાના મહેલમાં લઈ આવ્યો. ત્યારથી એનું પાલન-પોષણ રાજકુમારીઓની સમાન થઈ રહ્યું છે. જ્યારે સીતા મોટી થઈ તો એની સુંદરતા અને સુઘડતાનો જવાબ ના રહ્યો - જેટલી રૂપવતી, એટલી જ ગુણવતી. દેશ-વિદેશમાં સીતાના રૂપ તેમજ ગુણની ચર્ચા થવા લાગી, ઠેર-ઠેરથી રાજકુમારોના અનુરોધ આવવા લાગ્યા કે, તેઓ સીતાથી લગ્ન કરવા

ઇચ્છે છે. પણ હું ભલું એમ જ પોતાની કન્યા કોઈને કેવી રીતે સોંપી દઉં. આખરે મને વિશ્વાસ કેવી રીતે થતો કે, અમુક રાજકુમાર ખરેખર સીતાના યોગ્ય છે. ત્યારે મેં એ ઘોષણા કરી દીધી કે, જે પણ પિનાક ધનુષને ઉઠાવીને એની પ્રત્યન્ચા ચઢાવશે,હું પોતાની પુત્રીના લગ્નની એનાથી જ કરાવીશ. આ સાંભળીને અનેક રાજકુમાર મિથિલા પહોંચ્યા પરંતુ ધનુષની પ્રત્યન્ચા તાણવી તો દૂરની વાત, કોઈ એને જરાએવું પણ હલાવી ના શક્યું- ઉઠાવી પણ ના શક્યું. જ્યારે રાજુમાર પોતાના આ લક્ષ્યમાં સફળ ના થઈ શક્યા, તો નિરાશાથી મન ખિન્ન થઈ ગયું. તેઓ બધા મારાથી વેરભાવ રાખવા લાગ્યા અને એકજુટ થઈને મારાથી લડવા લાગ્યા. એટલું જ નહીં, એમનો ઉત્પાત એટલો વધી ગયો કે, એમણે પોતાની સેના લઈને મારી સીમાઓ પર હુમલો કરી દીધો અને લૂંટફાટ કરવા લાગ્યા. હવે હું શું કરતો, મેં પણ પ્રતિરોધ કરવાનું શરૂ કરી દીધો. છેલ્લાં એક વર્ષથી હું આ દુષ્ટોથી યુદ્ધ કરતો રહ્યો, પણ સફળ ના થઈ શક્યો. મારી સેના હારતી ગઈ. પોતાની શક્તિને સમાપ્ત થતી જોઈને મેં દેવતાઓની સ્તુતિ કરી. મારા ઘોર તપથી પ્રસન્ન થઈને દેવોએ મને પોતાની ચતુરંગિણી સેના સોંપી દીધી. ચતુરંગિણી સેના મેળવીને મારું બળ બમણું થઈ ગયું અને મેં યુદ્ધમાં સમસ્ત દુષ્ટ રાજકુમારોને યથાશીઘ્ર પરાજિત કરી દીધા. રોજ-રોજની આ મુશ્કેલીઓને જોઈને હવે મેં નિર્ણય કર્યો કે, સમસ્ત વિવાહ અભિલાષી રાજકુમારોને પિનાક ધનુષ ઉઠાવવાનો એક સાથે અવસર આપી દઉં. સીતા પણ સયાની થઈ ગઈ છે, આખરે ક્યાં સુધી હું એને મારા અહીંયા રાખી શકું છું. આથી મેં આ યજ્ઞ રચાવ્યો છે, જેથી તમામ રાજકુમાર આવ્યા અને ભગવાન શિવના પિનાક ધનુષને ઉઠાવવાનો પ્રયાસ કરે. જે પણ આ વજ્ર ધનુષને ઉઠાવવામાં સફળ થશે, સીતા એને જ વરશે. જલ્દી જ યજ્ઞ ભૂમિમાં પિનાક ધનુષ લાવવામાં આવશે. જો રાજા દશરથ-નંદન પિનાક ધનુષ ઉઠાવવામાં સમર્થ થઈ શકે, તો મારી પ્રતિજ્ઞા પૂર્ણ થશે અને સીતાને રામ જેવા સુયોગ્ય વર પ્રાપ્ત થઈ જશે.''

તેઓ બધા યજ્ઞ-સ્થળની તરફ આગળ વધ્યા, જ્યાં ધનુષ એક વેદી પર રાખ્યું હતું. યજ્ઞસ્થળ આજના અવસર માટે વિશેષ રૂપથી સજાવવામાં આવ્યું હતું. મંડપમાં રંગ-બિરંગી ઝાલરો લાગેલી હતી, અગણિત ધજાઓ હવામાં લહેરાઈ રહી હતી. દૂર-દૂરના દેશોથી આવેલા અનેક રાજા તેમજ રાજકુમાર ઉપસ્થિત હતા, જે સુવર્ણ તેમજ રજત-ખચિત ઉચ્ચાસનો પર બેઠા હતા. દર્શકોની ભીડ એટલી હતી, જેમ આખું નગર અહીંયા ઉમડી આવ્યું હોય. અને એવું કેમ ના થાય. આખરે જનક-દુલારી સીતાના ભાગ્યનો નિર્ણય થવાનો હતો - આજે જ આ યજ્ઞમાં જે સફળ થશે, એ જ સીતાના હૃદય પર રાજ્ય કરશે. નગરની મહિલાઓ પણ ઘરનું બધું કામ-કાજ છોડીને પોત-પોતાની છતો અને દ્વારો પર ઊભી-ઊભી મંડપની તરફ ઉત્સુકતાથી નિહારી રહી હતી. એક તરફ તપસ્વી તેમજ ઋષિ મુનિ ધીર-ગંભીર બેઠા હતા. વાતાવરણમાં મધુર વાદ્યોના સ્વર તરી રહ્યા હતા.

યજ્ઞ-સ્થળ તરફ એક મોટી પૈડાંવાળી વેદી પર પિનાક ધનુષને રાખીને લાવવામાં આવ્યું હતું. વેદીને સેંકડો માણસ લાવી રહ્યા હતા અને પૈડાંથી એક ગંભીર સ્વર

નિકળી રહ્યો હતો. ધનુષ જોઈને તો અનેક રાજા-રાજકુમારોનું સાહસ જતું રહ્યું. ધનુષ ખરેખર ભવ્ય હતું.

મંડપમાં એક તરફ સીતા વરમાળા લઈને ઊભી હતી.

સ્વયંવરની બધી તૈયારીઓ પૂર્ણ થઈ ગઈ, તો જનકના જ્યેષ્ઠ પુત્રએ રાજાની ઘોષણા સંભળાવી દીધી-

''નરેશો, રાજકુમારો! તમારું સ્વાગત છે. આવેદી પર જે ધનુષ રાખવામાં આવ્યું છે, તે મહાદેવજીનું છે. જે વીર આ ધનુષને ઉઠાવીને એના પર પ્રત્યન્ચા ચઢાવશે, એને જ સીતા વરમાળા પહેરાવશે.''

દેશ-વિદેશથી આવેલા રાજા અને રાજકુમારોએ પોત-પોતાની ભુજાઓ ફડફડાવી અને એક-એક કરીને તેઓ ધનુષની પાસે ગયા. રાવણ સહિત બધાએ ધનુષ પર પ્રત્યન્ચા ચઢાવવાની આશાથી ધનુષ ઉઠાવવા ઈચ્છ્યું, પણ હા દુર્ભાગ્ય! કોઈ પણ રાજા અથવા રાજકુમાર ધનુષને તલભર પણ હલાવી-ડોલાવી પણ ના શક્યા. બધા અસફળ થઈને ક્ષોભ, લજ્જા અને ગ્લાનિથી ચુપચાપ પોત-પોતાના આસનો પર માથું ઝુકાવીને બેસી ગયા.

રાજા જનકના હૃદયમાં ખૂબ ઊંડી ઠેસ પહોંચી. તેઓ ઉચ્ચ સ્વરમાં બોલ્યા -

''કેટલા આશ્ચર્યની વાત છે કે, અહીંયા પૃથ્વીના ખૂણે-ખૂણાથી, એકથી એક યોગ્ય યોદ્ધા પધાર્યા છે, પરંતુ કોઈથી આ ધનુષ ઉઠાવી ના શકાયું. શું આખી પૃથ્વીના વીર સમાપ્ત થઈ ગયા? શું ધરતી પર એક પણ વીર નથી બચ્યો? જો મને પહેલાં જ ખબર હોત કે, સ્વયંવરની આવી સ્થિતિ થશે તો હું આવી અસંભવ પ્રતિજ્ઞાન કરતો. પણ હવે શું થઈ શકે છે! લાગે છે, મારી કન્યા જિંદગીભર અવિવાહિત જ રહેશે. ખેર, જેવી વિધાતાની મરજી.''

રાજા જનકના આવા વચન સાંભળીને લક્ષ્મણ તાવમાં આવી ગયા. એમને પોતાના ક્ષત્રિયત્વ પર, સૂર્યવંશ અને પોતાના ભાઈની વીરતા પર પૂર્ણ વિશ્વાસ હતો. તેઓ તત્કાળ પોતાના આસન પરથી ઊઠીને બોલ્યા -

''મિથિલા નરેશ! તમારું આમ કહેવું મિથ્યા છે કે પૃથ્વી પર વીર નથી રહ્યા. સૂર્યવંશના હોવા છતાં તમે એ કેવી રીતે કહી દીધું કે, પૃથ્વીના બધા વીર સમાપ્ત થઈ ગયા! જ્યાં સ્વયં રામચન્દ્ર જેવા પરાક્રમી નર બેઠા હોય, ત્યાં વીરતા સ્વયં ઉપસ્થિત થઈ જાય છે. રામચન્દ્ર જ કેમ, હું ઈચ્છું તો આ શિવ-ધનુષ જ શું, શિવના કૈલાશ પર્વત સુધીને ઉઠાવી શકું છું....''

લક્ષ્મણના સ્વરમાં ક્રોધ ઝળકી રહ્યો હતો અને તે ગુસ્સાથી ધ્રૂજી રહ્યા હતા. આંખો લાલ થઈ ગઈ હતી.

રામચન્દ્રએ ઈશારાથી ભાઈને શાંત રહેવાનો આદેશ આપ્યો. લક્ષ્મણ ચુપચાપ પોતાના આસન પર બેસી ગયા. રામે વિશ્વામિત્રથી આશીર્વાદ પ્રાપ્ત કર્યા તથા ધીમા-ધીમા પગલાંથી ધનુષ-વેદીની તરફ વધ્યા - લાગી રહ્યું હતું, જાણે કોઈ સિંહ પોતાની ગંભીર ચાલથી આગળ જઈ રહ્યો હોય. સમસ્ત મંડપની આંખો રામની તરફ લાગેલી હતી.

સખીઓથી ઘેરાયેલી સીતાની દૃષ્ટિ રામ પર ગઈ, તો તે એમને જોતી જ રહી

ગઈ. રામ એક જ નજરમાં સીતાને ગમી ગયા. તે રામની સુકોમળ કાયા જોઈને મનોમન ડરી ગઈ કે કદાચ આ પણ ધનુષને ના ઉઠાવી શક્યા તો.

રામ વેદીની પાસે જઈને એક ક્ષણ રોકાયા. એમણે એક વાર સીતાને જોઈ અને પછી મંદ-મંદ સ્મિત વેર્યું. એના પછી એમણે હાથ વધઆરીને ખૂબ જ સહજ ભાવથી ધનુષ ઉઠાવી લીધું, જાણે કોઈ ફૂલ હોય. આગલી ક્ષણે એમણે ધનુષની પ્રત્યન્ચા એટલી જોરથી ખેંચી કે ભયંકર ગર્જના કરતું ધનુષ વચ્ચેથી જ બે ખંડોમાં તૂટી ગયું. ધનુષના તૂટતાં જ પૃથ્વી ધ્રૂજી ઉઠી અને ચારેય તરફ ધનુષના તૂટવાનો ભવ્ય ધમાકો ગૂંજી ગયો. યજ્ઞ-મંડપમાં બેઠા રાજા-રાજકુમાર તો એટલા ડર્યા કે અહીં-તહીં છુપાવા માટે જગ્યા શોધવા લાગ્યા. જે સ્ત્રીઓ ઉત્સુકતાથી અહીં જ જોઈ રહી હતી, ચીસો પાડીને ઘરોમાં જઈ ઘુસી. પળભરમાં આખો સભા-મંડપ શૂન્ય થઈ ગયો અને ત્યાં ઊભા હતા ફક્ત વિશ્વામિત્ર, રામ, સીતા તેમજ લક્ષ્મણ- શાંત, અચલ, ગંભીર અને સૌમ્ય.

જયારે પૃથ્વીનું કંપન બંધ થઈ ગયું અને ધનુષના તૂટવાના ધમાકાનો સ્વર શાંત પડી ગયો, પ્રસન્ન વદન રાજા જનક પોતાના આસનથી ઊભા થયા અને ઉપસ્થિત જનોને સંબોધિત કરીને બોલ્યા-

''મુનિવર! હું સૂર્યવંશી રાજકુમાર રામના શૌર્યથી અત્યંત પ્રસન્ન છું. ખરેખર, એમના રહેતા પૃથ્વી વીરોથી ક્યારેય વંચિત નથી રહી શકતી. હું તો અત્યંત નિરાશ થઈ ચાલ્યો હતો, પરંતુ રામના પરાક્રમથી હું પૂર્ણ રીતે સંતુષ્ટ છું. આણે તો અશક્યને શક્ય કરી દીધું. આજથી સીતા રામની થઈ. પોતાની પરમ વ્હાલી પુત્રી સીતાને આવો સુયોગ્ય વર મળ્યો, આ મારી પુત્રીનું સૌભાગ્ય છે. જાઓ પુત્રી, રામના ગળમાં વરમાળા પહેરાવી દો.''

શરમથી સંકોચાયેલી-સમેટાયેલી તેમજ સખીઓની વચ્ચે ઊભી સીતાનું હૃદય ખુશીથી ધડકી રહ્યું હતું, ચહેરા પર સંકોચ અને શીલનું આવરણ હતું. તે ધીમે-ધીમે પગ ઊઠાવતી-ઊઠાવતી ધનુષ-વેદીની તરફ વધી, જ્યાં રામ વિમુગ્ધ ભાવથી સીતાને જોઈ રહ્યા હતા. સલજ્જ સીતાએ હાથ ઉઠાવીને વરમાળા રામના ગળામાં પહેરાવી દીધી અને આજન્મ એમની થઈ ગઈ.

વિશ્વામિત્ર બોલ્યા-

''જનક રાજા! હવે યથાશીઘ્ર દૂતોને અયોધ્યા મોકલો, જેથી મહારાજ દશરથને પણ શુભ સમાચાર પ્રાપ્ત થાય અને એમને લગ્નમાં આવવાનું આમંત્રણ પણ.''

આટલું સાંભળતા જ રાજા જનકે તત્કાળ પોતાના દૂતોને અયોધ્યાના રાજા દશરથની પાસે મોકલી દીધા. રથમાં સવાર થઈને દૂત પવન વેગથી અયોધ્યા તરફ રવાના થઈ ગયા.

ચાર દિવસમાં તેઓ અયોધ્યા પહોંચ્યા.

દરબારમાં રાજા દશરથ પોતાના સિંહાસન પર એવી રીતે બેઠા હતા, જાણે સાક્ષાત્ દેવેન્દ્ર વિરાજમાન હોય. દૂતોએ મહારાજની સન્મુખ માથું નમાવીને એમનું અભિવાદન કર્યું.

રાજા દશરથે પૂછ્યું-

''આવો મિથિલા-નરેશના દૂતો, કેવી રીતે આગમન થયું?''

''મહારાજ, તમારો યશ અક્ષુણ્ણ થાય. અમને મહારાજ જનકે તમારી પાસે મોકલ્યા છે - એક શુભ સૂચના આપવાની છે. મહારાજ જનકના ધનુષ-યજ્ઞમાં વિજયી થઈને યુવરાજ રામે રાજકુમારી સીતા પ્રાપ્ત કરી લીધી છે. હવે ઋષિવર વિશ્વામિત્રના આદેશથી મહારાજ જનકે તમને લગ્નનું આમંત્રણ મોકલ્યું છે. કૃપયા સપરિવાર મિથિલા ચાલીને લગ્નને સંપન્ન કરાવો.''

રાજા દશરથ તો ચિંતિત હતા કે, વિશ્વામિત્રની સાથે જઈને રામ ન જાણે કઈ સ્થિતિમાં હશે, પરંતુ આની વચ્ચે જ્યેષ્ઠ પુત્રના લગ્નની સૂચના મેળવીને તેઓ ફૂલ્યા ના સમાયા, તેઓ બોલ્યા -

''અમે ચાલીશું- કાલે સવારે જ.''

પછી રાજા દશરથે પોતાના મંત્રીઓથી કહ્યું -

''કાલે મિથિલાની યાત્રાની બધી વ્યવસ્થા તત્કાળ કરવામાં આવે. અમારી સાથે બધા ચાલશે. ચતુરંગિણી સેના તેમજ ઋષિ-મુનિ પણ ચાલશે.''

બીજા દિવસે સવાર થતાં જ રાજા દશરથનો વિશાળ કાફલો મિથિલા તરફ ચાલી નિકળ્યો.

ચારદિવસો પછી દળ-બળ સહિત રાજા દશરથે મિથિલામાં પ્રવેશ કર્યો, તો લોકો જાનની શોભા જોઈને હેરાન જ રહી ગયા.

નગર-દ્વાર પર સ્વયં જનક મહારાજ એ લોકોના સ્વાગત માટે ઊભા હતા. એમણે આગળ વધીને રાજા દશરથનું અભિવાદન કરીને કહ્યું-

''રાજન! તમને લોકોને અહીંયા જોઈને હું પોતાની પ્રસન્નતા વ્યક્ત નથી કરી શકતો. મહારાજની સાથે મોટા-મોટા ઋષિ-મુનિ પણ આવ્યા છે, મારું અહોભાગ્ય! ખરેખર, સીતાને આવો યોગ્ય વર મળ્યો, એનું તો જીવન જ ધન્ય થઈ ગયું.''

સીતાના લગ્ન રામની સાથે ખૂબ ધૂમધામથી થયા. એ જ શુભ અવસર પર સીતાની નાની બહેન ઉર્મિલાના લક્ષ્મણ સાથે લગ્ન કરવામાં આવ્યા. એના સિવાય મહારાજ જનકના ભાઈ કુશધ્વજની બે પુત્રીઓ- માંડવી અને શ્રૃતિકીર્તિના લગ્ન રામના બાકી બે નાના ભાઈઓ- ભરત તથા શત્રુઘ્નની સાથે સંપન્ન થયા.

આ પ્રકારે બે રાજવંશ હંમેશાં માટે એક સૂત્રમાં બંધાઈ ગયા. બધા માંગલિક કાર્યોની સમાપ્તિ પછી બ્રહ્મર્ષિ વિશ્વામિત્રએ રાજા દશરથી કહ્યું-

''રાજન્! હું રામને તમારાથી માંગીને લાવ્યો હતો. રામ દ્વારા મારે જે કાર્ય કરાવવાના હતા, તે બધા પૂર્ણ થઈ ગયા, હવે હું રામને તમને પાછા સોંપું છું. આજે એના લગ્ન પણ સંપન્ન થતાં જોઈ લીધા. મને અનુમતિ આપો, હું ચાલું.''

આમ કહીને વિશ્વામિત્ર રાજા દશરથ તથા બધા ઉપસ્થિત જનોની આજ્ઞા લઈને હિમાલય પર્વતની તરફ ચાલ્યા ગયા. જ્યાંથી તેઓ પછી ક્યારેય પાછા ના ફર્યા.

લગ્નોપરાંત રાજા દશરથે મિથિલા નરેશ જનકથી વિદાય લીધી અને નવવધુઓ તેમજ અન્યાન્ય પરિવારજનોની સાથે અયોધ્યાની રાહ પકડી. જનકે અનેક મૂલ્યવાન વસ્તુઓ તેમજ ઉપહારોની સાથે કન્યાઓને વિદાય કરી.

મહારાજા દશરથ દળ-બળ સહિત અયોધ્યાની તરફ ચાલી આવી રહ્યા હતા કે, રસ્તામાં ભારે તોફાન આવી ગયું. તોફાનની ગતિ એટલી તીવ્ર હતી કે, વન પ્રાંતરના છોડ-ઝાડ ઉખડવા લાગ્યા. પૃથ્વી કાંપવા લાગી. સૂરજને ધૂળભરી આંધીએ ઢાંકી લીધો.

રાજા દશરથ ચિંતિત થઈ ઉઠયાં. વશિષ્ઠ બોલ્યા-

''મુનિવર! આ તો સ્પષ્ટ અપશકુનનાં ચિન્હ છે. હવે શું થશે?''

''ચિન્તા ના કરો, મહારાજ.'' વશિષ્ઠ બોલ્યા- ''અત્યાર સુધી બધું સારું જ થયું છે, જો કોઈ બાધા પહોંચી પણ તો વધારે સમય સુધી નહીં રહે.''

અને ત્યારે જ તોફાનની જેમ મચલતાં-મચલતાં અને ક્રોધથી કાંપતા પરશુરામ સામે આવીને ઉપસ્થિત થઈ ગયા. એમણે ક્ષત્રિય કુળોને સમાપ્ત કરવાનો નિશ્ચય કર્યો હતો, કેમ કે એક ક્ષત્રિય રાજાથી એમના પિતાની હત્યા થઈ ગઈ હતી, એમના હાથમાં ફરસા અને ખભા પર ધનુષ લટકી રહ્યા હતા. લાગ્યું, જાણે આ તોફાન એમના આગમનની સૂચના આપવા માટે જ ઉઠ્યું હતું.

રાજા દશરથના કાફલામાં ભયની લહેર દોડી ગઈ. બધાએ ડરતાં-ડરતાં એમનું યથાવિધિ સ્વાગત કર્યું.

પરશુરામે આગળ વધીને રામથી કહ્યું -

''હે રામ! ખૂબ શોર સાંભળી રહ્યો છું, તમારા પરાક્રમનો. અને હવે તમે શિવ ધનુષ પણ તોડી નાખ્યું. આશ્ચર્ય! જરા હું પણ જોઉં કે તમે કેટલા વીર છો. હું તમારી પરીક્ષા લઈશ. મારી પાસે જે ધનુષ જોઈ રહ્યા છોને, એ પણ એ જ શિવ ધનુષની જેમ વજ્ર છે. જરા એના પર પણ તો પ્રત્યન્ચા ચઢાવીને બતાવો. જો સફળ થયા તો સમજીશ કે, તમારામાં ખરેખર બળ છે, નહીંતર તમારે મારાથી યુદ્ધ કરવું પડશે.''

રાજા દશરથે સાંભળ્યું તો ધ્રૂજી ઉઠ્યા. એમને પરશુરામની ક્રૂરતાનું પૂરું જ્ઞાન હતું... પરશુરામ ક્ષત્રિય-વધની કોઈ તક ગુમાવવા ઇચ્છતા ન હતા. એમણે યાચના કરી-

''હે પરશુરામ! તમે તો મહા જ્ઞાની છો, બ્રાહ્મણ છો. ક્યારેક તમે પણ ક્ષત્રિય હતા, પરંતુ હવે તો તમે બ્રાહ્મણત્વ ગ્રહણ કરી લીધું છે. બ્રાહ્મણત્વ ગ્રહણ કરી લીધું છે. બ્રાહ્મણનો તો એ ધર્મ નથી કે તે યુદ્ધ કરતો ફરે, તેથી રામને છોડી દે, તે તો હજુ બાળક છે, તમારાથી એનો ભલો શું મુકાબલો?''

પરશુરામે રાજા દશરથની વાતોની તરફ કોઈ ધ્યાન ના આપ્યું. તેઓ રામથી બોલ્યા -

''હા રામ, ખામોશ કેમ છો? મારા ધનુષની પણ પ્રત્યન્ચા ચઢાવો. જરા અમે પણ તો જોઈએ કે, તારી બાજુઓમાં કેટલું જોર છે. આ મારું ધનુષ પમ એ જ બે ધનુષોમાંથી એક છે, જે વિશ્વકર્માએ નિર્મિત કર્યા હતા. એમનામાં એક ધનુષ તો ભગવાન શિવની પાસે હતું, જેને તેં તોડી નાખ્યું, બીજું ભગવાન વિષ્ણુની પાસે, જે કાલાંતરમાં મારા પિતા યમદગ્નિની પાસે રહ્યું, લો, જલ્દી કરો, આ ધનુષને પણ જરા અજમાવો.''

રામ એક પળ સુધી એમની વાત ચુપચાપ સાંભળતા રહ્યા, પછી ખૂબ કોમળતાથી હસ્યા. મૃદુ સ્વરમાં બોલ્યા -

''હે પરશુરામ, તમે વ્યર્થમાં જ આવેશ પ્રગટ કરી રહ્યા છો. એવું કેમ વિચારો છે કે, જે રીતે અન્ય ક્ષત્રિય રાજાઓને તમે હરાવ્યા એવી જ રીતે મને હરાવી દેશો. તમે મારું પરાક્રમ જોવા જ ઇચ્છો છો, તો લાવો, પોતાનું ધનુષ બાણ આપો.''

પરશુરામે પોતાના ધનુષ તેમજ બાણ રામને સોંપી દીધા. પરશુરામનો વિચાર હતો કે, રામ તો ધનુષ ઉઠાવી પણ નહીં શકે, પરંતુ રામે આ ધનુષને પણ એ જ સરળતાથી ઉઠાવી લીધું, જે પ્રકારે શિવ-ધનુષ. પછી એના પર બાણ રાખીને પ્રત્યંચા ખેંચી, તો એમને કોઈ વિશેષ બળ ના લગાવવું પડ્યું. ધનુષ તાણીને તેઓ પરશુરામથી બોલ્યા -

''જુઓ, ધનુષ પણ ઉઠાવી લીધું અને એના પર બાણ રાખીને પ્રત્યન્ચા પણ ખેંચી લીધી, હવે બતાવો, એને કોના પર છોડું?''

પરશુરામે આ જોયું તો એમનું બધું અભિમાન જતું રહ્યું. બોલ્યા-

''હે રામ! ખરેખર તમારી શક્તિ અનુપમ છે. મારું બધું અભિમાન જતું રહ્યું, પરંતુ મને એનો કોઈ અફસોસ નથી. આજથી મારી બધી શક્તિ પણ તમારી અંદર સમાવિષ્ટ થશે. સારું હવે હું ચાલ્યો. મારા આશીર્વાદ ગ્રહણ કરો.''

આમ કહીને પરશુરા મહેન્દ્ર પર્વતની તરફ ચાલ્યા ગયા.

બાધા રસ્તાથી હટી ચુકી હતી. રાજા દશરથ પોતાના દળ-બળ સહિત અયોધ્યાની તરફ ચાલી નિકળ્યા.

અયોધ્યા પહોંચવા પર પુરવાસીઓએ એમનું ભવ્ય સ્વાગત કર્યું.

અયોધ્યાપુરી દુલ્હનની જેમ સજેલી હતી. ચારે તરફ જય-જયકારની ધ્વનિ ગૂંજી રહી હતી અને ફૂલોની વર્ષા થઈ રહી હતી. નવવધુઓની એક ઝલક મેળવવા માટે લોકો ઉમડી આવ્યા હતા.

રાજમહેલના દ્વાર પર નવવધુઓનો યથાવિધિ ગૃહ પ્રવેશ થયો. ત્રણેય માતાઓ- કૌશલ્યા, સુમિત્રા તેમજ કૈકયી-એ પોતાની ચારેય વધુઓને ગળેથી લગાવી અને અન્ત:પુર લઈ ગઈ.

આખું અન્ત:પુર હર્ષ ધ્વનિઓથી ગૂંજી ઉઠ્યો.

★★

રાજમહેલમાં આનંતદ પોતાના ચરમોત્કર્ષ પર હતો.

આ અવસર પર મહેલમાં ભરતના મામા યુધાજિત પણ પધારેલા હતા. કેટલાંક દિવસો સુધી અયોધ્યામાં ટક્યા પછી એમના ચાલવાનો સમય આવ્યો, તો એમણે ભરતને પોતાની સાથે નનિહાલ (માતાનું પિયર) કેકય દેશ (કાશ્મીર) લઈ જવાની ઇચ્છા પ્રગટ કરી.

ભલું રાજા દશરથને શું એતરાજ થઈ શકતો હતો! તેઓ ભરતથી બોલ્યા - ''પુત્ર, મામા તને સાથે લઈ જવા ઇચ્છે છે. જાઓ, થોડા દિવસ નનિહાલમાં ગુજારો.''

''જે આજ્ઞા, પિતાજી.''

ભરતે માતા-પિતા તેમજ ભાઈઓથી વિદાય લીધી અને શત્રુઘ્નની સાથે નનિહાલ ચાલ્યા ગયા.

રામે ત્રણેય માતાઓને ક્યારેય પણ મહેલમાં ભરત અથવા શત્રુઘ્નનો વિરહ સહેજ પણ ના ખલવા દીધો. એમને પણ બધાનો પ્રેમ પ્રાપ્ત હતો- પિતા, માતાઓ, ભાઈ, રાજપુરુષ તેમજ જન-સામાન્ય-બધાનો પ્રેમ તેમજ સન્માન એમને મળતુ હતું.

ખરેખર તો એ હતું કે, રામને મેળવીને શું અંતઃપુરવાસી, શું દેશવાસી બલ્કે આખી માનવતા પોતાને ધન્ય માનતી હતી.

અયોધ્યાકાંડ

એક

રામે પોતાનું સંપૂર્ણ જીવન જન-હિતમાં સમર્પિત કરી દીધું.

પોતાના આચરણથી એમણે બધાનું હૃદય જીતી લીધું હતું. વિશેષ કરીને માતા કૌશલ્યા તો રામ જેવાં પુત્રને મેળવીને ફૂલી સમાતી ન હતી.

રામ મોટાઓનો આદર કરતા હતા અને નાનાઓને સ્નેહ આપતા હતા. વિદ્વાનો પ્રતિ એમના હૃદયમાં અસીમ સન્માનના ભાવ હતા- બ્રાહ્મણો તેમજ ઋષિ-મુનિઓ પ્રતિ પૂજા-ભાવ હતો.

રામ રાજનીતિમાં નિપુણ હતા, તો યુદ્ધ-વિદ્યામાં નિષ્ણાત. તેઓ નિરીહોના સહાયક, અત્યાચારીઓના સંહારક અને ધર્માત્માઓના રક્ષક હતા.

રામમાં આળસ તો લેશમાત્ર પણ ન હતી- પ્રમાદથી તેઓ કોષો દૂર હતા. જેમણે જે મહાન જવાબદારીને નિભાવવા માટે જન્મ લીધો હતો- એનું એમને સારી રીતે જ્ઞાન હતું.

દિવસો રાજી-ખુશીથી વ્યતીત થઈ ગયા. રામ સીતાને મેળવીને વિભોર થઈ ગયા હતા. બંનેનો એક-બીજા પ્રતિ અદ્વિતીય અનુરાગ હતો. સીતાએ રામનો અગાધ પ્રેમ મેળવીને બધું જ મેળવી લીધું હતું- મુખમંડળ પર એવું તેજ આવી ગયું હતું, જાણે સર્વગુણ સંપન્ન લક્ષ્મી જ પ્રગટ થઈ ગઈ હોય.

આ પ્રેમ અને અનુરાગમાં બાર વર્ષ કેવી રીતે વીતી ગતા, એની કોઈને ખબર જ ના ચાલી શકી.

રાજા દશરથ વૃદ્ધ થતાં ચાલ્યા હતા. રાજ્ય-કાર્યથી નિવૃત્ત થઈને હવે તેઓ વિશ્રામ કરવા ઈચ્છતા હતા. પોતાના ચારેય પુત્રો પ્રતિ એમને બરાબર લગાવ હતો, હા, રામ પ્રતિ થોડો વિશેષ ઝુકાવ જરૂર હતો. રામ હતા પણ તો અનુપમ-પરાક્રમમાં એમનો કોઈ મુકાબલો કરવાવાળું ન હતું, તેઓ સુશીલ અને સદાચારી પણ હતા. એમનામાં તે બધા ગુણ ઉપસ્થિત હતા, જે એક યોગ્ય શાસકમાં હોવા જોઈએ. તેથી રાજા દશરથ પોતાના પછી રામને જ કોશલ-નરેશ બનાવવા ઈચ્છતા હતા. રામ રાજ્ય-કાર્યમાં પોતાના પિતાની મદદ પણ કરતા હતા. જન-જનમાં સમાદૃત રામનું વ્યક્તિત્વ એટલું પ્રભાવશાળી તેમજ આકર્ષક હતું કે એક દૃષ્ટિમાં તેઓ કોઈને પણ પોતાના બનાવી લેતા હતા. સૌમ્ય, ગંભીર, સુંદર, ક્ષમાશીલ, ઉદાર, સાત્તિવક- આ હતી એમની ચારિત્રિક વિશેષતાઓ. ત્યારે જ તો એમને પુરુષોત્તમ કહેવામાં આવે છે - નવરત્ન!

બધાને જાણ હતી કે, એમના ભાવી રાજા રામ છે. બસ, એમને પ્રતીક્ષા હતી તો એ વાતની કે તેઓ સિંહાસન પર ક્યારે બેસશે!

સ્વયં રાજા દશરથની ચિંતાની મુખ્ય ધારા પણ એ જ હતી કે, રામ ક્યારે શાસનભાર સંભાળીને એમને રાજ્ય-કાર્યના ભારથી મુક્ત કરશે? બસ, એક જ ઇચ્છા હતી એમની- જીવતા-જીવ જ્યેષ્ઠ પુત્રને સિંહાસન પર આસીને જુએ. આવા પ્રજાવત્સલ રાજા જન-સામાન્યને ક્યાં મળશે!

ખૂબ વિચાર-વિમર્શ પછી એમણે નક્કી કરી લીધું કે રામને કોશલના રાજા બનાવવા ઉચિત છે- અને જલ્દી જ.

તેથી એક દિવસ દેશના ભાવી રાજા વિશે વિચાર-વિમર્શ હેતુ રાજા દશરથે બધા મુખ્યજનો, ઋષિ મુનિઓ તેમજ મંત્રીઓને બોલાવડાવ્યા. દરબારમાં સભાનું આયોજન થયું. રાજા દશરથે બધાનું યથા-યોગ્ય સ્વાગત કરતાં કહ્યું-

"હે ગુણી-જનો! અત્યાર સુધી મેં પોતાના સામર્થ્યાનુસાર પ્રજાનું પાલન કર્યું. એમની ભલાઈ માટે મારાથી જે કંઈ થઈ શક્યું, તે મેં કર્યું. હવે હું વૃદ્ધ થઈ ચાલ્યો છું, પ્રજાની સેવા કરવામાં પહેલાં જેવું સામર્થ્ય મારામાં નથી રહ્યું. ઇચ્છું છું, આ મહત્ કાર્યભાર રામને સોંપી દઉં. રામ સમર્થ છે, નીતિવાન છે, શસ્ત્રો તેમજ શાસ્ત્રોમાં પારંગત છે, સુશીલ-સદાચારી છે, પ્રજા-વત્સલ છે. એમને સિંહાસન પર બેસાડીને હું વાનપ્રસ્થ ગ્રહણ કરવા ઇચ્છુ છું. તમે બધા વિદ્વજ્જનોની સામે મેં પોતાના વિચાર રાખી દીધા, કૃપયા પોતાની સંમતિ આપો કે મારો વિચાર ઉચિત છે કે નહીં?"

"ઠીક છે. હું આજે ગુરુ વશિષ્ઠથી રામને યુવરાજ ઘોષિત કરવાનું નિવેદન કરું છું." રાજા દશરથ બોલ્યા, "જલ્દી જ શુભ-મુહૂર્ત પર રામનો રાજ્યાભિષેક થશે. આજે જ નગરમાં ઉદ્‌ઘોષણા કરી દો, કે કોશલના ભાવી રાજા રામ હશે. રાજતિલકના અવસર પર પધારવા માટે દેશ-વિદેશના સમસ્ત રાજાઓને નિમંત્રણ મોકલી દેવામાં આવે અને અભિષેકની તૈયારી શરૂ કરવામાં આવે."

રાજ્યાભિષેકનો સમય ચૈત્ર માસ નિશ્ચિત કરવામાં આવ્યો.

યુવરાજ રામના રાજા બનવાની ઘોષણા-માત્રથી અયોધ્યામાં હર્ષોલ્લાસની લહેર દોડી ગઈ.

રાજા દશરથના વિશ્વસ્ત મંત્રી સુમંતે રાજાના વિચારથી રામને અવગત કરાવ્યા, તો તેઓ બોલ્યા -

"એમની આજ્ઞા સર-આંખો પર. એમણે મને આ યોગ્ય સમજ્યો, આ તો મારું અહોભાગ્ય છે. હું એમની આકાંક્ષાઓના અનુરૂપ ખરો ઉતરું- આ જ મારી કામના છે."

અંતઃપુરમાં અજીબ ઉત્સાહ છવાઈ ગયો હતો. માતાઓ રામના યુવરાજ

ઘોષિત કરવામાં આવવાથી અત્યંત પ્રસન્ન હતી. ભાઈ લક્ષ્મણ પણ પ્રસન્ન હતો. ભરત, શત્રુઘ્ન અત્યારે નનિહાલમાં હતા, એમને એની સૂચના મળી ન હતી. કૈકયરાજને જ નહીં, મિથિલા-રાજા જનકને પણ એ સૂચના મોકલી શકાઈ ન હતી. આગલા દિવસે જ રામને યુવરાજ્યાભિષેક કરવાનો હતો, તેથી રામ તેમજ સીતા માતાઓથી આશીર્વાદ લઈને ઉપવાસ તથા વ્રતમાં લાગી ગયા.

અયોધ્યામાં જન-મનમાં અસાધારણ ઉત્સાહ છવાઈ ગયો હતો. આખરે કેમ ન છવાય.. આગલા દિવસે જ... એમના પ્રાણ-પ્રિયના રાજતિલક જો થવાના હતા.

બે

અયોધ્યામાં ઉત્સાહ છવાયેલો હતો, એને રાજમહેલના ઝરૂખાઓથી જોઈ રહી હતી- મંથરા-કુબડી અને કુરુપા.

મંથરા કૈકયીની પરિચારિકા (દાસી) હતી. નગરમાં વિચિત્ર કોલાહલ છવાયેલો હતો. નગરના રસ્તાઓ સજેલા હતા, મકાનો-દુકાનોની શોભાનું શું કહેવું! લોકો ખુશીથી ફરી રહ્યા હતા. મંદિરો-દેવાલયોમાં શંખ અને ઘંટ-ઘડિયાળ વાગી રહ્યા હતા. મંથરાની સમજમાં આવી રહ્યું ન હતું કે, નગરમાં કયા ઉત્સવની તૈયારીઓ ચાલી રહી છે.

ત્યારે જ મંથરાની નજર એક દાસીની તરફ ચાલી ગઈ, જે રેશમની સાડી પહેરવાથી ત્યાં પસાર થઈ રહી હતી. મંથરાએ આશ્ચર્યથી પૂછ્યું-

''આજે જેને જુઓ, તે વિશેષ ઉત્સાહમાં છે. કેમ રે, તેં આ રેશમી સાડી કેમ પહેરી રાખી છે? આ નગરમાં આવો કોલાહલ કેમ મચી રહ્યો છે, નગરને સજાવવામાં કેમ આવી રહ્યું છે?''

''આ શું!'' દાસી આશ્ચર્યથી બોલી, ''તને કશું ખબર નથી?'' આજે જ તો ઘોષણા થઈ છે કે કાલે રામનું રાજતિલક થશે. આ જ સાંભળીને નગરમાં ખુશીઓ મનાવવામાં આવી રહી છે, નગરને સજાવવામાં આવી રહ્યું છે. કાલે રાજપથથી રામની ભવ્ય સવારી પસાર થશે.''

સાંભળીને મંથરાનો કુરૂપ ચહેરો વધારે વિકૃત થઈ ગયો- કુબડીની પીઠ થોડી વધારે ઝૂકી ગઈ. તે કેકયીની ફક્ત અંગત પરિચારિકા જ ન હતી, બલ્કે દૂરની કોઈ સંબંધી પણ હતી. ભલું તે કેવી રીતે સહન કરતી કે કૌશલ્યાના પુત્રનું રાજતિલક થાય. કૈકયીનો પુત્ર પણ તો રાજા બની શકે છે. રામ રાજા બન્યા તો કૌશલ્યા કહેવાશે રાજમાતા- પછી કૈકયીનું શું સન્માન રહેશે- કૌશલ્યાની પરિચારિકાઓનુ તો મંથરાથી વધારે માન હશે... મંથરાને ભલું કોણ પૂછશે! આ તો ભારે અપમાનની વાત છે. ના, ના હું એવું નહીં થવા દઉં.

આગલી પળે જ નગરની શોભા એની આંખોમાં ખટકવા લાગી. તે દાસીને ત્યાં જ છોડીને તેજ-તેજ પગલાંઓથી ચાલતી-ચાલતી કૈકયીના ઓરડામાં જઈ પહોંચી.

કૈકયી એ સમયે સૂઈ રહી હતી.

મંથરાએ એને ઝકઝોરીને જગાવી દીધી અને તેજ સ્વરમાં બોલી-

''વાહ, તૂં અહીંયા સૂઈ રહી છે અને ત્યાં તારું ભાગ્ય સૂવા જઈ રહ્યું છે. તને કશું જાણ છે કે, કેવો અનર્થ થવા જઈ રહ્યો છે. કાલથી તારું બધું જ જતું રહેશે- આ ઠાઠ-બાટ, માન-સન્માન કશું નહીં રહે. ઊઠો, હજુ પણ સમય છે. કંઈક કરો.''

કૈકયી હડબડાવીને બેઠી થઈ ગઈ. સંયમથી બોલી-

''શું વાત છે, મંથરા આટલી ચીસો કેમ પાડી રહી છે?''

''લો, અને સાંભળો!'' મંથરા બોલી, ''મહારાણી, તમેં કશું સાંભળ્યું? કાલે રામનું રાજતિલક થશે, કૌશલ્યા રાજમાતા કહેવાશે.''

''આ તો ખૂબ ખુશીની વાત છે. એમાં અનર્થ કેવો? રામ તો એના ઉપયુક્ત છે- કૌશલ્યાનું રાજમાતા બનવામાં મને શું આપત્તિ! રામ જેમ કૌશલ્યાનો પુત્ર એવી જ રીતે મારો પુત્ર! ભરતથી ઓછો પ્રેમ નથી કરતી હું એને.''

મંથરા માથું પીટીને બોલી-

''કેટલી ભોળી છે તૂ, કૈકયી! તમને શું ખબર કે રામના રાજા બનતા જ તારી કેવી દુર્દશા થશે. હું તો હંમેશાં તારુ હિત ઇચ્છું છું, તેથી આ અન્યાય મારાથી જોઈ નથી શકાતો. જુઓ તો કેવું ષડ્યંત્ર રચવામાં આવ્યું છે. ભરતને નનિહાલ મોકલીને રામને રાજા બનાવવામાં આવી રહ્યા છે.''

કૈકયી હસી-

''આટલી શોકાકુળ ના થા, મંથરા. રામ ભાઈઓમાં સૌથી મોટો છે. યોગ્ય છે, તેથી એનું રાજા બનવું સર્વથા ઉચિત છે. લે, આ ખુશીમાં હું તને મોતીઓની માળા અર્પિત કરું છું.''

આમ કહીને કૈકયીએ ગળાથી મોતિઓની માળા ઉતારીને મંથરાને આપી દીધી. મંથરાને કૈકયીનો આ વ્યવહાર ગમ્યો નહીં. ઉતારેલું મ્હોં બનાવીને બોલી-

''કૈકયી! એ પણ વિચાર્યું છે કે, રામ જો રાજા બની ગયો, તો તારી શું હાલત થશે? તૂં થઈશ કૌશલ્યાની દાસી અને ભરત થશે રામનો દાસ.

''કૌશલ્યા છે તો તારી સોતન જ. ભલું તે તને ચેનથી કેમ રહેવા દેશે. તૂ તો કહેતી હતી કે, રાજા દશરથ તને ખૂબ પ્રેમ કરે છે, પછી તારા પુત્રને રાજા ન બનાવીને રામને રાજા બનાવવાનું શું પ્રયોજન? આ જ છે તારા પ્રતિ એમનો પ્રેમ! આ તો સરાસર દગો છે. રાજાએ બહેલાવી-ફોસલાવીને તને અંધારામાં રાખી છે. હવે તો કાલથી હંમેશાં માટે આ જ અંધારામાં રહેવા માટે તૈયાર થઈ જાઓ. પરંતુ હું ચુપ ના રહી શકતી.'' મંથરાએ મોતીઓની માળા ધરતી પર ફેંકતા કહ્યું, ''કૈકય-નરેશે આખરે મને તારી સાથે મોકલ્યો છે. તારું સારું-ખરાબ વિચારવું મારી ફરજ છે. હું તો એ વિચારીન મરી જઈ રહી છું કે, ભરતનું શું થશે, તારું શું થશે, મારું શું થશે. નિઃસંદેહ રામ રાજા બનતા જ ભરતને રાજ્યથી નિકાળીને બહાર કરી વનમાં નિષ્કાસિત કરી દેશે. ઉફ! કેટલું ભયાનક દશ્ય હશે. તારો પ્રિય પુત્ર રાજ્યવિહીન થઈને જંગલોમાં માર્યો-માર્યો ફરશે- તારી

આજ્ઞા માનવાવાળું કોઈ નહીં રહે. હું તો કહું, તું જો આજે ના ચેતી, તો જિંદગીભર આ ઓરડામાં રોતી રહીશ... હા.''

બોલતા-બોલતા મંથરાના શ્વાસ ફુલાઈ ગયા હતા... આંખો ક્ષોભથી ઉકળી રહી હતી. કૈકયી માટે ખૂબ મુશ્કેલ હતું, મંથરાની વાતોને સત્ય માની લેવી. તે રામના આચરણથી સારી રીતે પરિચિત હતી- તે કૈકયીનું પણ સન્માન કરતા હતા અને ભરતને ખૂબ માનતા હતા. કૈકયીને કોઈ કારણ નજરે ના આવ્યું કે, તે મંથરાના સંદેહોને સત્ય માની લે.

પણ મંથરા હતી કે, વારંવાર એક જ વાત દોહરાવી રહી હતી. તેથી કૈકયીના મનમાં પણ સંદેહનું બીજ પ્રસ્ફુટિત થઈ ઉઠ્યું. આખરે તો તે પણ એક માતા હતી. વિચાર્યું- કોણ જાણે રાજા બન્યા પછી રામ ખરેખર બદલાઈ જાય. સત્તા મેળવીને લોકોનું આચરણ બદલાઈ પણ જાય છે. શું ઠેકાણું, તે ભરતને વેરી માનીને વનવાસ જ આપે.. ત્યારે મારું શું થશે?... શું કૌશલ્યા પણ રાજમાતા બનીને મારાથી ખરાબ વર્તન કરશે...?

કૈકયી મનોમન ધ્રૂજી ઊઠી. તે ધીમેથી બોલી -

''મંથરા મારું દિલ બેસી જઈ રહ્યું છે. હવે તૂ જ કોઈ ઉપાય બતાવ કે આ અનિષ્ટથી કેવી રીતે બચવામાં આવે?''

''તો ભલું, આ પણ કોઈ પૂછવાની વાત છે.'' મંથરા હાથ નચાવીને બોલી, ''તું તો ચપટીઓમાં પોતાના ભાગ્યને સંવારી શકે છે.''

કૈકયીના શ્વાસ તેજ ચાલવા લાગ્યા હતા. મુખકમળ ભય અને સંદેહથી લાલ થઈ ગયા હતા. એમણે પૂછ્યું-

''તે કેવી રીતે?''

''સાંભળો!'' મંથરાએ કૂટયોજના બતાવી, ''તને યાદ હશે કે એક વાર મહારાજ રાજા દશરથ દેવતાઓ માટે શંબર નામના અસુરથી યુદ્ધ કરવા ગયા હતા. તું પણ એમની સાથે ગઈ હતી. યાદ છેને, વૈજયંતી નગરમાં શંબરથી લડતાં-લડતાં રાજા દશરથ ખરાબ રીતે ઘાયલ થઈ ગયા હતા, ત્યારે તું જ રથ ચલાવીને એમને યુદ્ધ-ભૂમિથી બહાર સુરક્ષિત લઈ આવી હતી. તેં ઘાયલ રાજન્‌ની સેવા કરી હતી, એમને તીર વાગી ગયા હતા, એમને નિકાળ્યા હતા, ઘા પર લેપ લગાવ્યા હતા. તારી સેવા અને દેખભાળથી જ તેઓ સ્વસ્થ થઈ શક્યા હતા. ત્યારે રાજાએ ભોનમાં આવતા જ પ્રસન્નતાના આવેશમાં તારાથી કહ્યું હતું - ''રાણી, હું તારાથી ખૂબ ખુશ છું- જો આજે તું સાથે ના હોત, તો બચતો નહીં. હું તને એના બદલે બે વરદાન પ્રદાન કરું છું. માંગી લો, જે માંગવું હોય.'' ત્યારે તો તેં કશું માંગ્યું ન હતું. બસ, હસીને એ જ કહ્યું હતું- ''તમારું આપેલું મારી પાસે બધું જ છે. પછી ક્યારેય જરૂર પડી તો માંગી લઈશ.'' તારા ઉત્તરથી મહારાજ કેટલા પ્રસન્ન થયા હતા. તેઓ આજે પણ એ ઘટનાને ભૂલ્યા નહીં હોય. તો બસ, આજે સમય આવી ગયો છે કે તું એમનાથી બે વરદાન માંગી જ લો- આવી સોનેરી તક ફરી નહીં મળે.''

''શું માંગું?''

''પહેલું વરદાન એ કે ભરતનું રાજતિલક થાય- બીજું વરદાન એ કે, રામને ચૌદ વર્ષનો વનવાસ થાય.''

''શું?''

''હા, એમાં જરા પણ ડરવાની કે શરમાવવાની જરૂર નથી. જો મનમાં થોડી પણ દયાની ભાવના જાગૃત થઈ, તો બધું જ હાથથી નિકળી જશે.''

''પણ...''

''પણ શું? પોતાના માન-સન્માન અને વૈભવને જાળવી રાખવાની આ જ એકમાત્ર રીત છે. ચૌદ વર્ષ વનવાસ કર્યા પછી તો રામને બધી પ્રજા વિસ્મૃત કરી દેશે, પછી ભરતની જ જય-જયકાર થશે. ધ્યાનથી મારી વાત સાંભળો, તું આ જ ક્ષણે કોપ-ભવનમાં જઈ, આ રાજસી વસ્ત્ર અને રત્નાભૂષણ ઉતારી ફેંક, કેશને વિખેરી લે. મેલા-કુચેલા કપડાં પહેરીને કોપ-ભવનમાં બેસી જા. જ્યારે રાજા દશરથને જાણ થશે કે, તું કોપ-ભવનમાં છે, તો દોડતાં-દોડતાં તારી પાસે આવશે, તારી આ દશા જોઈને ધ્રૂજી ઉઠશે. તેઓ એનું કારણ પૂછે, તો તું એમનાથી વાત પણ ના કરતી, એમની તરફ જોતી પણ નહીં. એનાથી તેઓ વધારે ગભરાઈ જશે. વારંવાર તને ખુશ કરવાનો પ્રયત્ન કરશે. પછી તું યોગ્ય અવસર જોઈને બસ એમનાથી જ બે વરદાન માંગી લેજે, જે મેં તને બતાવ્યા છે. મહારાજ તને ટાળવા ઇચ્છશે, કંઈક બીજું માંગવાનો અનુરોધ કરશે. પરંતુ સાવધાન... તું પોતાની વાતથી જરા પર ના ડગતી. આખરે તો મહારાજ વચનના પાક્કા છે- એમને અંતે તારી વાત માનવી જ પડશે- તેઓ પોતાના વચનથી ટળશે નહીં, ભલે જ એમને જીવ આપવો પડી જાય. બસ, આ પ્રકારે તારું કામ બની જશે.''

અંતે કૈકયીની બુદ્ધિ પર પરદો પડી જ ગયો. સત્તાની લાલસામાં તે ભૂલી ગઈ હતી કે, રામનું જ રાજા બનવું ન્યાયોચિત છે. ચહેરો ખુશીથી ચમકી ઉઠ્યો. તે બોલી-

''વાહ મંથરા! તારો જવાબ નથી. તેં તો મારી ડૂબતી નૈયાને કિનારો બતાવી દીધો.''

''હવે વાતો ના બનાવો, મેં જેવું કહ્યું છે, એ જ કરો. સમય ઓછો છે.''

કૈકયી તત્કાળ ઊભી થઈ ગઈ. એમણે પોતાના રાજસી ઠાઠ-બાટ ઉતાર્યા અને વાળોને વિખેર્યા, મલિન વસ્ત્ર પહેર્યાં, દુઃખની સાકાર મૂર્તિ બનીનો કોપ-ભવનમાં પહોંચી ગઈ. ચહેરા પર ઉદાસીની ધનીભૂત પરત વિખેરીને તે ભૂમિ પર જ સૂઈ ગઈ, હવે એને એ સત્ય પ્રતીત થઈ રહ્યું હતું કે, રાજા દશરથનો પ્રેમ માત્ર દેખાડો હતો, એનાથી રાજાને કોઈ લગાવ ન હતો, જો હોત, તો તેઓ રામને રાજા ન બનાવતા. દુઃખ-ક્રોધ અને આવેશમાં એના અશ્રુ નિકળી આવ્યા. તે સિસકતી-સિસકતી મંથરાથી બોલી-

''હું હવે જીવીને શું કરીશ, મંથરા. તૂ આજે જ કૈકય ચાલી જા અને પિતાશ્રીથી કહેજે- જો ભરત રાજા ન બન્યા, તો કૈકયી મરી જશે.''

ત્રણ

દરબારમાં મંત્રણા સમાપ્ત થઈ.

રાજા દશરથે ખુશી-ખુશી અંતઃપુરમાં પ્રવેશ કર્યો. બધાને રામના રાજતિલકની સૂચના આપી, પરંત કૈકયીને ત્યાં ન જોઈને એમને હેરાની થઈ. તેઓ એ જ સમયે કૈકયીના પ્રકોષ્ઠની તરફ વધ્યા- આખરે કૈકયીને આ ખુશીથી વંચિત કેવી રીતે કરતાં!

પ્રકોષ્ઠમાં પ્રવેશ કર્યો તો જોયું- પ્રકોષ્ઠ ખાલવી છે. એમણે પોકાર્યું-

''કૈકયી, ક્યાં છો તૂ? કશું સાંભળ્યું, આપણા રામ કૌશલ-નરેશ બનવા જઈ રહ્યા છે.''

''પણ કોઈ પ્રત્યુત્તર ના મળ્યો!'' સુસજ્જિત પ્રકોષ્ઠમાં ખામોશી છવાયેલી રહી. ''શું વાત છે.'', રાજા દશરથે વિચાર્યું, ''રોજ તો કૈકયી ખુદ દરવાજા પર ઊભી થઈને આપણું સ્વાગત કરતી હતી, આજે ખુશીની પ્રસંગ પર ક્યાં ગાયબ થઈ ગઈ?''

ત્યારે જ ત્યાં એક દાસી આવી, જે ગભરાયેલી હતી.

રાજા દશરથે પૂછ્યું-

''દાસી. રાણી ક્યાં છે?''

દાસીના ચહેરા પર ઉલઝનના ભાવ છવાઈ ગયા. તે ધ્રૂજતા સ્વરે બોલી -

''રાજન્! રાણીને આજે જાણે શું થયું છે. તે ખૂબ ક્ષુબ્ધ તેમજ ક્રોધિત છે... કોપ-ભવનમાં છે.''

''કોપ-ભવનમાં?'' રાજા દશરથનું મ્હોં આશ્ચર્યથી ખુલ્લું ને ખુલ્લું જ રહી ગયું.

રાજા દશરથ જલ્દીથી કોપ-ભવનમાં પહોંચ્યા.

કોપ-ભવનમાં કૈકયીને મલિન વસ્ત્રોમાં ભૂમિ પર સૂઈ રહેલી જોઈનેકોશલેશ અત્યંત ગભરાઈ ગયા. એમની વૃદ્ધ કાયા કોઈ અજ્ઞાત અનિષ્ટની શંકાથી ધ્રૂજી ઉઠી. ભલું પોતાની પ્રિય રાણીની આ દશા તેઓ કેવી રીતે સહન કરી શકતા? એમની દશા વિક્ષિપ્તો જેવી થઈ ગઈ. બોલ્યા-

''પ્રાણપ્રિયે! આ શું, તું આ સ્થિતિમાં કોપ-ભવનમાં? કોઈએ કશું કહી દીધું કે કોઈ વાત નથી? તને ખબર નથી, તારી આ દશા જોઈને મારા દિલની હાલત શું થઈ ગઈ છે. સત્ય બતાવો, વાત શું છે?''

કૈકયીએ માથું ઉઠાવીને રાજાની તરફ જોયું પણ નહીં. બાંહોમાં માથું છુપાવીને લાંબી-લાંબી શ્વાસો લેતી રહી.

રાજા દશરથ બોલ્યા-

''મારી તરફ જુઓ, કૈકયી. આખરે આ ક્રોધનું કારણ શું છે, મને પણ તો ખબર થાય. શું મારાથી કોઈ અપરાધ થઈ ગયો છે, કે કોઈએ તારું અપમાન કર્યું છે?''

''ના, મારું અપમાન કોણ કરશે?'' કૈકયી ગુસ્સાથી બોલી.

''તો પછી કોપ-ભવનમાં કેમ?''

''એ તો ત્યારે જ બતાવીશ, જ્યારે તમે મારી મનોકામના પૂરી કરવાનું વચન આપી દેશો.''

''મેં ભલું તારી વાત ક્યારેય ટાળી છે. બોલો, તું શું ઇચ્છે છે? પોતાની પ્રાણપ્યારીની પ્રત્યેક મનોકામના પૂરી કરવા માટે તૈયાર છું-હું વચન આપું છું.''

''તમે વચન આપ્યું છે, તેથી મારી કોઈ માંગને ઠુકરાવશો નહીં.'' કૈકયી બોલી- ''ભગવાન પણ તમારી પ્રતિજ્ઞાના સાક્ષી છે. ક્યાંક ફરી ના જતા.''

રાજા દશરથ તો કોઈ પ્રકારે કૈકયીને ખુશ કરવા ઇચ્છતા હતા. આ ઉંમરમાં કૈકયી પ્રતિ એમનો અનુરાગ થોડો વધારે જ વધી ગયો હતો. કૈકયીનો હાથ પકડીને બોલ્યા-

''મારી પ્રિયતમા વાર ના કરો, જલ્દી જ પોતાની ઇચ્છા પ્રગટ કરો.''

''તો સાંભળો, મહારાજ!'' કૈકયી બોલી, ''તમને યાદ હશે, વર્ષો પહેલાં એક વાર યુદ્ધ-ભૂમિમાં તમે ઘાયલ થઈ ગયા હતા, તો મેં તમારી સેવા, શુશ્રૂષા કરી હતી. તમે મને બે વરદાન આપ્યા હતા. એ સમયે તો મેં વરદાન માંગ્યા ન હતા, પરંતુ આજે હું તે બે વરદાન માંગવા ઇચ્છું છું.''

''તો માંગી લો! વાર કઈ વાતની?''

''પરંતુ રાજન સ્મરણ રહે, તમે વચન આપ્યું છે, તેથી એમને ટાળીને રઘુકુળની રીતિ કલંકિત ના કરતા.'' કૈકયી બોલી, ''હું પ્રથમ વરદાન એ માંગું છું કે, કાલે જે રામનું રાજતિલક થઈ રહ્યું છે, તો રામના બદલે ભરતનું રાજતિલક થાય. બીજું વરદાન એ કે, રામને ચૌદ વર્ષ માટે વનવાસ અને હું ઇચ્છું છું કે, આજે જ રામ રાજસી વસ્ત્રનો ત્યાગ કરીને તપસ્વીઓના વેશમાં દંડકારણ્ય રવાના થઈ જાય. બસ, આ જ મારી મનોકામના છે. રાજન એને પૂર્ણ કરીને પોતાના વચન નિભાવો.''

રાજા દશરથથી કશું બોલાઈ ના શકાયું. તેઓ હતભાગ્યથી કૈકયીને નિહારતા રહી ગયા. એમને લાગ્યું, જાણે એમના કાનમાં કૈકયીના કટુ વચન ગરમ લાવાની જેમ ઘોળાતા જઈ રહ્યા છે. આખરે આ શું કહી નાંખ્યું કૈકયીએ. યુદ્ધ-ભૂમિમાં જે વરદાન આપ્યા હતા, એનું આ પરિણામ નિકળશે... એવું તો એમણે ક્યારેય વિચાર્યું ન હતું.

હૃદયને એવો આઘાત પહોંચ્યો કે રાજા દશરથ ખુદને સંભાળી ના શક્યા અને કશું બોલ્યા વગર મૂર્છિત થઈ જમીન પર જઈ પડ્યા.

★★

થોડી વાર પછી એમને ભાન આવ્યું, તો તેઓ એકદમ બદલાયેલા હતા-તૂટેલા, અશક્ત અને નિરુપાય. દરબારથી આવતા સમયે તેઓ કેટલા ખુશ હતા-લાગતું હતું કે, સંસારમાં એમનાથી વધારે ભાગ્યશાળી અન્ય કોઈ નહીં હોય અને હવે? કોણ હતું- એમના જેવું અભાગિયું, પોતાના જ પ્રાણપ્રિય પુત્રને

સિંહાસન પર ન બેસાડીને જંગલની તરફ મોકલવા એમનાથી કેવી રીતે થઈ શકશે? કેવી રીતે કૈકયીએ આવી નિષ્ઠુર ઇચ્છા પ્રગટ કરી દીધી. એમની આંખોમાં અશ્રુ ભરાઈ આવ્યા. તેઓ મર્માહત થઈને ક્ષુબ્ધ સ્વરમાં બોલ્યા-

''ઉફ કૈકયી! મને ખબર ન હતી કે, તૂં આવી દુષ્ટા અને કુલઘાતિની છે. રામ તો તારા પર પણ એટલી જ શ્રદ્ધા રાખે છે, જેટલી બીજી માતાઓ પર, પછી એના પ્રતિ આ દુર્ભાવના કેમ? શું બગાડ્યું હતું રામે તારું? મને ખબર ન હતી કે, આ સુંદર કાયામાં નાગણનું હૃદય છે. ધિક્કાર તો મને છે કે, મેં તારા જેવી પાપણના પ્રેમમાં ખુદને ભુલાવી દીધો. જે રામના ગુણગાન આખો સંસાર કરે છે, એને તૂં વનવાસ આપવાનું કહી રહી છે-આખરે કયા અપરાધમાં એને મહેલથી કાઢું? હાય, હવે હું શું કરું? વચન પણ તો ભંગ નથી કરી શકતો. રામન વગર તો હું એક પળ પણ જીવી નહીં શકું.''

''મહારાજ હવે તો તમારે મારી વાત માનવી જ પડશે.''

''એવું ના કહો કૈકયી, યોગ્ય એ જ છે કે, પોતાના વરદાન પાછા લઈ લો. રામને તો તૂં ખૂબ પ્રેમ કરે છે. મને યાદ નથી આવતું કે, તેં ક્યારેય કોઈનું ખરાબ ઇચ્છ્યું હોય, પછી આજે કેવી રીતે તારું આ હૃદય કઠોર થઈ ગયું. રામને ચૌદ વર્ષનો વનવાસ! ના-ના... આ તો અત્યંત કષ્ટકારક વિચાર છે. મારી તરફ જુઓ કૈકયી, હું વૃદ્ધ થઈ ચાલ્યો. મારા માથાના સમસ્ત વાળ સફેદ થઈ ગયા, ક્યારેય પણ મૃત્યુ મને આગોશમાં લઈ શકે છે. આ અંતિમ દિવસોમાં મને કેમ દુનિયાની નજરોમાં ખરાબ બનાવવા ઇચ્છો છો, મારા પર દયા કરો, કંઈક બીજું માંગી લો, આ મારી કરુણ વિનંતી છે.''

રાજા દશરથે પોતાનો મુકુટ ઉતાર્યો અને કૈકયીના ચરણોમાં રાખી દીધો.પરંતુ રાજા દશરથના કરુણ વિલાપથી કૈકયી જરા પણ વિચલિત ના થઈ. બોલી-

''આટલો પસ્તાવો થઈ રહ્યો છે, તો વરદાન જ કેમ આપ્યા હતા. જો દુનિયાને ખબર ચાલી ગઈ કે, રઘુવંશી રાજા દશરથે વચન ભંગ કર્યો છે, તો તમે બધાની નજરોથી પડી જશો. તમે કશું પણ કહો, હું પોતાના વિચારથી જરા પણ ટસથી મસ નહીં થાઉં. વાહ, કૌશલ્યા રાજમાતા અને રામ રાજા બનીને તો રાજ કરે અને હું તથા મારા પુત્ર દાસોની જેમ જીવન વ્યતીત કરે- એવું ક્યારેય નહીં થાય. તમારે પોતાના વરદાન પૂરા કરવા જ પડશે.''

રાજા દશરથની આંખો પથરાઈ ગઈ, મસ્તિષ્ક જ્ઞાનશૂન્ય થઈ ગયું અને શરીર દિગ્મૂઢ! અસ્ફુટ સ્વરમાં બોલ્યા-

''એક સ્ત્રીના બહેકાવામાં આવીને મેં રામને વનવાસ અને ભરતને રાજ્ય સિંહાસન આપ્યું, તો દુનિયા મને મૂર્ખ જ માનશે. બિચારી સીતાનું શું થશે? કૌશલ્યા શું વિચારશે? હું જાણતો ન હતો કે, તૂં અધમ છે. પતિનો નાશ કરવાવાળી, અગ્નિની સાક્ષી માનીને ક્યારેક તને અપનાવી હતી, આજે તારો ત્યાગ કરું છું. જલ્દી જ સવાર થઈ જશે- મહેલમાં રામના રાજતિલકની તૈયારીઓ

શરૂ થઈ જશે. આખું નગર રામના સિંહાસનારૂઢ થવાની પ્રતીક્ષા કરી રહ્યું છે- જ્યારે લોકોને જાણ ચાલશે કે રામ તો ચૌદ વર્ષો માટે વન જઈ રહ્યા છે, ત્યારે તેઓ શું વિચારશે! મારું મરણ નિશ્ચિત છે. કૃપા કરીને તું કે તારો પુત્ર મને જળાંજલિ પણ ન આપે.''

પૂર્વ દિશામાં નવો સૂરજ ઉગવા લાગ્યો હતો. વહેલી સવારનું મદ્ધિમ અજવાળું ચારે તરફ વિખેરાવા લાગ્યું હતું. કૈકયી રાતભર રાજા દશરથના વિલાપથી કુપિત થઈ ગઈ હતી. બોલી-

''બસ-બસ, રાજન્, બહુ થયું. વ્યર્થ જ મારી ભાવનાઓને ઠેસ પહોંચાડવાનો પ્રયત્ન ના કરો. આ જ સમયે રામને બોલાવો અને એને વન રવાના કરીને ભરતના રાજતિલકની ઘોષણા કરો.''

રાજા દશરથ સમજી ગયા કે કૈકયી પોતાની જિદથી જરા પણ નહીં ટળે, તેઓ ઘાયલ પક્ષીની જેમ તડપીને રહી ગયા. અવરુદ્ધ કંઠથી બોલ્યા-

''વચન હારી ચુક્યો છું કૈકયી, તેથી એ જ થશે, જે તું ઇચ્છે છે.''

ચાર

રાજમહેલમાં ભારે ચહલ-પહેલ હતી.

રામ-સીતાનો ઉપવાસ યથાવિધઇ સમાપ્ત થઈ ચુક્યા હતા. રાજતિલકની બધી તૈયારીઓ પૂરી થઈ ચુકી હતી. લોકો ઉત્સુકતાથી એ પળની પ્રતીક્ષા કરી રહ્યા હતા, જ્યારે રામના મસ્તક પર રાજમુકુટ રાખવામાં આવશે.

રાજ્યાભિષેકની સામગ્રીની સાથે વશિષ્ઠ મુનિ મંત્રીઓ તેમજ શ્રેષ્ઠજનોની સાથે નગરના રાજપથોથી થઈને મહેલમાં પધારી ચુક્યા હતા. બસ, પ્રતીક્ષા હતી તો ફક્ત રાજા દશરથની. વશિષ્ઠે સુમંતથી કહ્યું-

''મંત્રીવર! વિલંબ થઈ રહ્યો છે. જલ્દી મહારાજને દરબારમાં લઈ આવો, જેથ શુભ મુહૂર્તમાં રામનું રાજતિલક કરી શકાય.''

સુમંત તત્કાળ રાજા દશરથની પાસે પહોંચ્યા અને એમને દરબારમાં ચાલીને રાજ્યાભિષેકની કાર્યવાહીમાં ભાગ લેવા માટે કહ્યું.

પરંતુ રાજા દશરથ શું ઉત્તર આપતા! તેઓ શોકની સાકાર પ્રતિમા બનેલા હતા. શૂન્ય નજરોથી સુમંતને જોતાં-જોતાં અચાનક જ તેઓ પુનઃ હોશ-હવાસ ગુમાવીને મૂર્છિત થઈ ગયા.

આ શું! ખુશીના પ્રસંગ પર રાજા દશરથની આવી અવસ્થા. સુમંત તો એકદમ સહેમી ગયા અને બે ડગલાં પાછળ હટી ગયા.

કૈકયી પાસે જ હતી. બોલી-

''ગભરાઓ નહીં, મંત્રીવર! હકીકતમાં, મહારાજ રાદભર સૂઈ નથી શક્યા બસ, રામના રાજતિલક વિશે જ વિચારતા રહ્યાં, તેથી એમની મનઃસ્થિતિ ઠીક નથી. તમે જાઓ, રામને અહીં મોકલી દો.''

સુમંતને સત્યની શું જાણ! તે ચુપચાપ ત્યાંથી ચાલીને દરબાર પહોંચ્યા,જ્યાં બધા રાજા દશરથની આતુરતાથી પ્રતીક્ષા કરી રહ્યા હતા. રામ તેમજ સીતા

અભિષેક-મહોત્સવ માટે પહોંચી ચુક્યા હતા. સુમંતે રામથી વિનીત સ્વરમાં કહ્યું-

''રાજકુમાર! રાણી કૈકયીનો આદેશ છે કે, તમે તુરંત એમના પ્રકોષ્ઠમાં જાઓ, જ્યાં મહારાજ તમારાથી કશું કહેવા ઇચ્છે છે.''

રામે સીતાની તરફ જોયું. બોલ્યા-

''પ્રાણપ્રિયે! પિતા તેમજ માતા કૈકયીએ બોલાવ્યા છે. તમે તો જાણો છો કે માતા કૈકયી મને ભરતથી પણ વધારે પ્રેમ કરે છે. રાજતિલકથી પહેલાં તેઓ કદાચ મને કોઈ શીખામણ આપવા ઇચ્છે છે. હું માતા-પિતાના દર્શન કરવા જઈ રહ્યો છું.''

રામ એ જ સમયે સુમંતની સાથે રાજા દશરથની પાસે જઈ પહોંચ્યા. માતા-પિતાના ચરણ સ્પર્શ કરીને બોલ્યા -

''આજ્ઞા કરો.''

રાજા દશરથે નમ આંખો ઉઠાવીને પુત્રની તરફ જોયું, જેનો ચહેરો કમળની જેમ ખિલેલો હતો. તેઓ ઠંડી શ્વાસ લઈને એટલું જ બોલી શક્યા-

''હે રામ!''

મહારાજનું ગળું અવરુદ્ધ થઈ ગયું અને આંખોથી અશ્રુધારા વહી નિકળી. તેઓ વધારે વાર સુધી પુત્રને જોતા રહેવાનું સાહસ ના કરી શક્યા.

રામ અવાક્! પિતાની આવી દશાની તો એમણે કલ્પના પણ કરી ન હતી. અભિષેકના અવસર પર પિતા આ રીતે પીડિત અને મર્માહત! રામનું હૃદય બેસી ગયું. તે માતા કૈકયીથી બોલ્યા-

''માં! મહારાજને શું થઈ ગયું? તેઓ મારાથી બોલતા કેમ નથી, આટલા દુ:ખી કેમ છે? શું મારાથી અજાણતા કોઈ અપરાધ થઈ યો છે, જો તેઓ મારાથી નારાજ થઈ ગયા છે અથવા એમની શરીર સ્વસ્થ નથી. કૃપયા મને બતાવો, મહારાજની વેદનાનું વાસ્તવિક કારણ શું છે?''

આ જ તક હતી, જ્યારે કૈકયીએ ચતુરાઈથી કામ લેવાનું હતું. જો ચૂકી ગઈ, તો બન્યું-બનાવેલું કામ બગડી જશે. તેથી બોલી-

''મહારાજ ભલા તારાથી કેમ નારાજ થવા લાગ્યા, શરીરથી પણ તેઓ સ્વસ્થ છે. સત્ય તો એ છે કે, તારાથી કશું કહેવા ઇચ્છે છે, પણ કહેતા સંકોચાઈ રહ્યા છે કે, ક્યાંક તને ખરાબ ન લાગે.''

''મારાથી કેવો સંકોચ માતા, તમે જ કહો તેઓ શું કહેવા ઇચ્છે છે?''

રાજા દશરથ આંખો બંધ કરીને ચૂપચાપ દિગ્મૂઢ થઈ પડ્યા હતા. લાગી રહ્યું હતું, શરીરમાં પ્રાણ જ ન હોય. કૈકયીએ એક નજર એમને જોઈને કહ્યું-

''સાંભળો! એક વાર મહારાજે પ્રસન્ન થઈને મને બે વરદાન આપ્યા હતા. આજે જ્યારે મેં તે બે વરદાન માંગી લીધા, તો પસ્તાઈ રહ્યા છે. આ તો રઘુકુળ રીતિના વિપરીત છે. તેથી તૂં જ પિતાની કોઈ મદદ કરો, જેથી એના પર વચન ભંગનું કલંક ના લાગે. સ્વીકાર હો, તો તે વરદાન તારી સન્મુખ દોહરાવી દઉં.''

કૈકયીના સ્વરમાં જે કટુતા તેમજ વ્યંગ્ય હતો, એનાથી રામને ખૂબ પીડા થઈ. બોલ્યા-

‘‘મારી પિતૃ-ભક્તિ પર સંદેહ ના કરો માં. જો પિતા અગ્નિમાં કૂદવાનો આદેશ આપે, તો એને પણ સહર્ષ સ્વીકાર કરી શકું છું. તમે નિઃશંક પોતાના વરદાન સંભળાવો, પ્રતિજ્ઞા કરું છું કે, અવશ્ય પાલન કરીશ.’’

‘‘રામ! મેં જે બે વરદાન માંગ્યા છે, એમાંથી પ્રથમ તો એ છે કે, ભરતને રાજ્ય મળે, અને બીજું એ કે તને ચૌદ વર્ષનો વનવાસ. પુત્રનું એકમાત્ર કર્તવ્ય એ જ છે કે, પિતાના યશ માટે, એમની વચન રક્ષા માટે ખુદને સત્ય માર્ગ પર સમર્પિત કરી દે. તેથી યોગ્ય એ જ છે કે, તું આ જ સમયે વલ્કલ વસ્ત્ર પહેરો અને વનની તરફ ચાલી જાઓ. ભરત જ અહીંયા રાજ્ય-કાર્ય સંભાળશે. મહારાજ તો પુત્ર-વિયોગથી દુઃખી છે. તેઓ અજીબ ધર્મસંકટમાં ફસાઈ ગયા છે, આથી એમનો ચહેરો ઉતરી ગયો છે. પરંતુ તું જ વિચાર, શું તું એમને વચન-ભંગ કરવા દઈશ. તેઓ તો તારાથી આ બધું કહેવાથી રહ્યા, હવે તારે જ વિચારવાનું છે કે, શું કરવું યોગ્ય કે અયોગ્ય છે?’’

રામના હોંઠો પર સ્મિત ખીલી ઊઠ્યું. મૃદુ સ્વરમાં બોલ્યા-

‘‘હે માતા! બસ, આટલી વાત હતી. મને તમારો આદેશ સ્વીકાર છે. હું તુરંત વનવાસ માટે જાઉં છું. એમાં પિતાને દુઃખી થવા અથવા સંકોચની શું જરૂર છે! પિતાના વચનોની પૂર્તિ માટે તો હું એક રાજ્ય શું, ત્રણેય લોકોના રાજનો ત્યાગ કરી શકું છું. ભરતનો અભિષેક થાય-એનાથી વધીને ખુશીની બીજી શું વાત થઈ શકે છે! તમે તુરંત ભરતને નનિહાલથી બોલાવો. હું મહારાજના બંને વરદાન માનીને એમને ધર્મસંકટથી મુક્ત કરું છું.’’

બિચારા રાજા દશરથનું કાળજું ફાટી જઈ રહ્યું હતું- પણ તેઓ શું કરી શકતા હતા, વચન જો હારી ચુક્યા હતા.

રામના ચહેરા પર અસીમ ઓજ હતું- તેઓ પિતાના કોઈ કામ આવી શક્યા હતા, આ વિચારથી એમની આંખો ચમકી રહી હતી.

કૈકયી બોલી-

‘‘ઠીક છે, હું આ જ સમયે કૈકય ભરતની પાસે દૂત મોકલું છું. તૂં પણ મોડું ના કરીશ, અવિલંબ વન જવાની તૈયારી કરો. તૂં જ્યાં સુધી મહેલમાં રહીશ, પુત્ર મોહમાં ફસાયેલા મહારાજ આરામનો શ્વાસ નહીં લઈ શકે- જલ્દી એમની આંખોથી ઓઝલ થઈ જાઓ.’’

રાજા દશરથથી સહન ના થઈ શક્યું. એમના કંઠથી એક ઊંડો શ્વાસ નિકળ્યો અને તેઓ પુનઃ મૂર્છિત થઈને પડી ગયા.

રામે મૂર્છિત પિતા તેમજ માતા કૈકયીને માથું ઝુકાવીને અભિવાદન કર્યું અને પ્રકોષ્ઠથી બહાર નિકળી ગયા. રામને આ વાતનો સહેજ પણ અફસોસ ન હતો કે, એમના હાથથી સત્તા નિકળી ગઈ. એમના ચહેરા પર પહેલાં જેવી સૌમ્યતા છવાયેલી હતી, માર્ગમાં જે પણ મળ્યું, એણે રામનું હર્ષધ્વનિથી સ્વાગત કર્યું. લોકોને શું ખબર કે, સ્થિતિ બદલાઈ ગઈ છે.

★★

રામ સીધા કૌશલ્યાની પાસે ગયા- તેઓ રામના રાજ્યાભિષેક હેતુ વ્રતપરાયણ થઈ અગ્નિહોત્ર કરી રહી હતી. કૌશલ્યાએ આગળ વધીને ખૂબ આતુરતાથી રામને બાંહોમાં ભરી લીધા અને એમનું લલાટ ચૂમી લીધું. બોલી-

''પુત્ર! તૂં અહીંયા શું કરી રહ્યો છે? ત્યાં તારો અભિષેક થવાનો છે, મહારાજ તારી પ્રતીક્ષા કરી રહ્યા હશે. જલ્દી જાઓ.''

રામે મૃદુ સ્વરમાં ઉત્તર આપ્યો-

''માં, હોનીને તો કશું બીજું જ મંજૂર છે. સાંભળો માં, રાજ્યાભિષેકથી જરૂરી મારા માટે એ છે કે, હું પિતાના વચનની રક્ષા કરું. મહારાજે માતા કૈકયીને બે વરદાન આપ્યા છે, જેને નિભાવવા મારું કર્તવ્ય છે.''

''આ કેવી વાતો કરી રહ્યો છે પુત્ર! હું કશું સમજી નહીં. વચનની રક્ષા- બે વરદાન? કેવા વરદાન પુત્ર?'' કૌશલ્યા આશ્ચર્યથી બોલી, ''એનો તારા રાજતિલકથી શું સંબંધ?''

''હે માં! એનો મારા રાજતિલકથી સંબંધ છે.'' રામ બોલ્યા, ''સાંભળો માં, મહારાજે જે બે વરદાન આપ્યા છે, તે છે- ભરતને રાજતિલક અને મને ચૌદ વર્ષનો વનવાસ! તેથી માં, મારે મહેલોનું સુખ ત્યાગીને અત્યારે જ તપસ્વી વેશમાં વનમાં જવું પડશે.''

''શું?'' કૌશલ્યા જાણે આકાશથી પડી. પ્રસન્નતાથી ચમકતા ચહેરા પર વિષાદની ઊંડી રેખાઓ છવાઈ ગઈ. એમનું બધું ભાન જતું રહ્યું, તેઓ મૂર્છિત-જેવી થઈ ગઈ. રામે આગળ વધીને માતાને સંભાળી લીધી.

થોડી ક્ષણો પછી કૌશલ્યા ભાનમાં આવી. રામને શૂન્ય નજરોથી જોતી રહી તેમજ સિસકાઈને બોલી-

''તારો વિયોગ હું કેવી રીતે સહન કરી શકીશ, ભલું પુત્રથી દૂર થઈને માં કેવી રીતે જીવિત રહી શકે છે? એનાથી યોગ્ય તો એ હતું કે, હું વાંઝ જ રહી જતી! હા અંત, આ કેવો અંત! મેં તો ક્યારેય વિચાર્યું પણ ન હતું કે, કૈકેયી આવો વ્યવહાર કરશે. શું આ જ બધું જોવા અને સહન કરવા માટે હું જીવિત હતી? શું આ દિવસ માટે મેં તને ઉછેરીને મોટો કર્યો હતો કે એક દિવસ અમને તડપતાં છોડીને વન ચાલ્યો જાય-?''

લક્ષ્મણ નજીક જ ઊભા હતા. તેઓ અત્યંત ક્ષુબ્દ હતા, બોલ્યા-

''માં, એમાં રામનો કોઈ દોષ નથી. રામ તો દેવતા છે. મારો વિચાર છે કે, રામને ચુપચાપ સત્તા સંભાળી લેવી જોઈએ. પિતાજીની બુદ્ધિ વૃદ્ધાવસ્થામાં ભ્રષ્ટ થઈ ગઈ છે. હું રામની સહનશીલતા તેમજ નમ્રતાનો લાભ કોને ઉઠાવવા નહીં દઉં. જે રામના માર્ગમાં બાધા પહોંચાડશે, હું એને જીવિત નહીં છોડું.માં, તું ચિંતા ના કર, આ અનહોની હું નહીં થવા દઉં.''

કૌશલ્યાએ નમ આંખોથી એક વાર લક્ષ્મણને જોયો, પછી રામથી બોલી-

''રામ, લક્ષ્મણ ઠીક જ કહે છે, તું વન ના જઈશ. માતાને દુઃખ પહોંચાડવું

ક્યાંનો ન્યાય છે! જો પિતાના આદેશને માનવો ધર્મ છે, તો માતાનો આદેશ પણ ન માનવો અધર્મ છે. મુનિ કશ્યપની જેમ તું પણ અહીં જ રહો અને માતાની સેવા કરો. જો તું ચાલ્યો ગયો તો હું અન્ન-જળ બધું જ ત્યાગી દઈશ.''

રામ ઉલઝનમાં પડી ગયા, પછી દૃઢ સ્વરમાં બોલ્યા-

''ક્ષમા કરો માં, હું પોતાના વચનથી ફરી નથી શકતો. ચન્દ્ર, સૂર્ય અથવા પૃથ્વી ભલે જ પોતાના ધર્મનો ત્યાગ કરે, પરંતુ મારા માટે પિતાના આદેશને માનવા સિવાય કોઈ ચારો નથી. તમે મારી માતા છો, તો મહારાજની ધર્મપત્ની પણ. તેથી તમારું પણ એ જ કર્તવ્ય બને છે કે, પતિના વચન-ભંગ ના થવા દો. કૃપયા મનેવન જવાથી રોકો નહીં.''

કૌશલ્યા રામને શું જવાબ આપતી. તેઓ ચૂપ રહી.

રામે લક્ષ્મણથી કહ્યું-

''ભાઈ લક્ષ્મણ! મારા પ્રતિ તારો જે સ્નેહ છે, એનાથી હું સારી રીતે પરિચિત છું, પણ તારો ક્રોધ વ્યર્થ છે. પિતાનો આદેશ ન માનવો કેટલો મોટો અધર્મ છે, એ તો તૂં પણ જાણે છે. માતાએ તો પ્રસન્ન થવું જોઈએ કે, એમનો પુત્ર કુળની રીતિનું પાલન કરી રહ્યો છે. ચૌદ વર્ષ પછી તો હું મહેલમાં પાછો આવી જ જઈશ. એમાં મહારાજ અથવા માતા કૈકયીનો દોષ નથી, આ જ પ્રારબ્ધ હતું, ભાગ્યથી ભલું કોણ લડી શકે છે!''

લક્ષ્મણ બોલ્યા-

''આશ્ચર્ય છે, તમારા જેવો કર્મવીર પણ ભાગ્યને જ બધું માની રહ્યો છે, જયારે કે સત્ય એ છે કે, તમે માતા કૈકેયીના ષડ્યંત્રનો શિકાર થયા છો. તમારે તો આ અન્યાયનો મુકાબલો કરવો જોઈએ, પરંતુ તમે છો કો એને જ પ્રારબ્ધ માની રહ્યા છો. હું એવું નહીં થવા દઉં. તમારે જ સત્તા સંભાળવી પડશે.''

રામ ધીમેથી હસીને બોલ્યા-

''ધૈર્ય ધારણ કરો લક્ષ્મણ, મને ધર્મનું પાલન કરવા દો.''

''પરંતુ.'' અચાનક કૌશલ્યા બોલી, ''તૂં મહેલોમાં ઉછરીને વનમાં કેવી રીતે રહી શકીશ? કેવી રીતે ત્યાંના કષ્ટ અને દુઃખ સહન કરી શકીશ? ક્યાં સૂઈશ? શું ખાઈશ? ઉફ! મારું તો કાળજું ફાટી જઈ રહ્યું છે. ઠીક છે, તૂ વન જઈશ, તો હું પણ તારી સાથે ચાલીશ.''

રામે કૌશલ્યાનો હાથ પકડીને કહ્યું-

''માં, આ સમયે તમારું મહેલમાં હોવું જરૂરી છે. મહારાજની હાલત નાજુક છે. કૈકયી માતાના વ્યવહારથી એમનું દિલ તૂટી ગયું છે. જો તમે આવી હાલતમાં એમને છોડીને ચાલી ગઈ, તો તેઓ જીવિત નહીં રહે, એમને આ દારુણ દશામાંથી તમે જ ઉગારી શકો છો. પતિની સેવા જ પત્નીનું એકમાત્ર કર્તવ્ય છે, માતા.''

કૌશલ્યા સમજી ગઈ કે, રામને પોતાના પથથી વિચલિત કરવા શક્ય નથી, અને પછી રામ જે કંઈ કરી રહ્યા હતા, ધર્માનુસાર જ તો છે. તેથી તેઓ આંખો

લૂછીને ભારે દિલથી કાંપતા સ્વરમાં બોલી-

''જાઓ પુત્ર! ઈશ્વર તારી રક્ષા કરે. હું જાણું છું, તને રોકી શકવો અશક્ય છે.''

★★

રામ માતાથી વિદાય લઈને સીતાથી મળવા પોતાના પ્રકોષ્ઠમાં ગયા.

સીતા પતિના સંભાવિત રાજ્યાભિષેકની કલ્પનાથી ભાવ-વિભોર હતી, પરંતુ જ્યારે રામે એમના પ્રકોષ્ઠમાં પ્રવેશ કર્યો, તો એમના શરીર પર કોઈ રાજચિહ્ન ન હતું, જોઈને સીતા કોઈ અનિષ્ટની કલ્પનાથી ધ્રૂજી ઊઠી.

સીતાએ વ્યાકુળ થઈને પૂછ્યું-

''આ શું પ્રાણનાથ! કેવો ઉદ્વેગ! તમે તો રાજ્યાભિષેક માટે ગયા હતા, પછી શું થયું? ના તો તમારા મસ્તક પર સુવર્ણજડિત મુકુટ જોઈ રહી છું અને ના તો તમારી જય-જયકાર થઈ રહી છે. મારું હૃદય બેસી જઈ રહ્યું છે, સત્ય બતાવો, શું થયું છે?''

સીતાની મોટી-મોટી આંખોથી અશ્રુની બૂંદો સરી પડી.

રામે સીતાના અશ્રુ લૂછતાં કહ્યું-

''સીતે! તારાથી શું છુપાવવાનું! મે રાજ્યાભિષેકને બદલે ચૌદ વર્ષનો વનવાસ મળ્યો છે. માતા કૈકેયીની ઇચ્છા છે કે, ભરત કોશલ-નરેશ બને અને હું વનવાસી- આ જ એમણે પિતાજીથી ઇચ્છ્યું છે. અને પિતાજી કેમ કે એમને વરદાન આપીને વચન-બદ્ધ થઈ ચુક્યા છે, આથી આ મારું કર્તવ્ય છે કે, એમના વચનની રક્ષા કરું. સીતે, તને દુઃખ તો થશે, પણ હું લાચાર છુ, મારે વન જવું જ પડશે. હું તારાથી વિદાય લેવા આવ્યો છું. માતાઓની સેવા કરજો, ભાઈઓને સ્નેહ આપજો અને ભરત પ્રતિ કોઈ દુર્ભાવના ના રાખતા...''

સીતાએ ઝટકાથી માથું ઉઠાવી લીધું. તીખા સ્વરમાં બોલી-

''આર્યપુત્ર! તમારી વાત સાંભળીને ખૂબ આશ્ચર્ય થયું. મને છોડીને તમે વનવાસ ભોગવશો અને હું અહીંયા મહેલોમાં સુખથી રહું- આ મારાથી નહીં થાય. માં-બાપ, ભાઈ-બહેન, સંતાન અથવા મિત્ર-સખા તો પોતપોતાના કર્મ-ફળોથી જીવે છે. જ્યારે કે પત્ની પતિના કર્મ-ફળ ભોગવે છે, હું તમારી અર્ધાંગિની છું, પતિની પૂરક, તેથી જે વનવાસ તમને મળ્યો છે, તે મને પણ. તમે એકલા વનવાસ નહીં જાઓ, હું પણ તમારી સાથે ચાલીશ. પત્નીની ગતિ પતિ-સાનિધ્યમાં જ છે, મને તમે પતિવ્રત ધર્મથી વંચિત નથી કરી શકતા. તમારી સાથે રહીને તો હું મહાવનમાં પણ સુખપૂર્વક રહી શું છું...''

''સીતે, વનનું જીવન અત્યંત કઠોર છે...''

''મને રોકો નહીં, સ્વામી! વનમાં ફળ-ફૂલ ખાઈને મને તમારી સાથે જે આનંદ પ્રાપ્ત થશે, તે મહેલમાં પ્રાપ્ત નહીં થાય. તમારા વગર તો હું સ્વર્ગમાં પણ નથી રહી શકતી. વનમાં વાસ કરતી-કરતી હું નદી-સરોવરો તેમજ પર્વતોમાં નિઃશંક થઈને વિહાર કરીશ. જો મને સાથે ન લઈ ગયા, તો હું અહીં જ પોતાના પ્રાણ આપી દઈશ.''

''જિદ ના કરો સીતે, તમારું મહેલમાં જ રહેવું ઉચિત છે. મહેલમાં રહીને એ જ કરો, જેવું મેં કહ્યું છે. વનોમાં જીવ-જંતુઓનો ભય છે, પહાડોની ગુફાઓમાં માનવ-ભક્ષી પશુ રહે છે, નદી-નાળાઓમાં ભયાનક હિંક પ્રાણી છે. એના સિવાય નદી-નાળાઓ અને પહાડોને પાર કરવા પણ મુશ્કેલ છે. વનમાં પગ-પગ પર કાંટાળી ઝાડીઓ છે. તમારા કોમળ ચરણ લોહીલુહાણ થઈ જશે, તમારું સુકુમાર શરીર કુમળાઈ જશે. ગ્રીષ્મકાળમાં સૂરજનો તાપ તેમજ શીત ઋતુમાં શરીરને ધ્રૂજાવવાવાળી ઠંડી તમે કેવી રીતે સહી શકશો, જનક-દુલારી! ચૌદ વર્ષો સુધી વનમાં કષ્ટકારી જીવન વિતાવવું અસહ્ય છે.''

''વનનું કષ્ટકારી જીવન પણ મારા માટે સુખકર છે, કેમ કે તમારો સુખદ સાથ તો હશે. મેં તો જીવનમાં એ જ શીખ્યું છે કે, પત્ની પતિની અનુગામિની હોય છે. વનમાં હિંસક જીવ-જંતુ તમને જોતાં જ ભાગી જશે. મારું સર્વસ્વ તો તમે જ છો, વનમાં રહીને હું તમારી સેવા કરીશ. મહેલના સુખ તમારા વિયોગમાં મારા માટે વ્યર્થ છે.'' સીતાની આંખોથી ઝરઝર અશ્રુ વહેવા લાગ્યા.

''સીતે! હું ખુદ તમારો વિયોગ સહન નહીં કરી શકું, પરંતુ...''

''પરંતુ શું, સ્વામી! કઈ વાતનો ભય છે તમને, શું તમે મને અહીંયા છોડીને જવા ઇચ્છો છો, લાગે છે, તમને મારી સહનશીલતા પર સંદેહ છે. એ કેમ ભૂલો છો કે, નારી પતિ માટે બધું જ સહન કરી શકે છે. સાવિત્રિએ સત્યવાન માટે કેટલું કષ્ટ સહન કર્યું હતુ. સત્ય માનો, તમારી સાથે રહીને જંગલના કાંટા ભરેલા માર્ગો, પર્વતોની પથરીલી પગદંડીઓ તેમજ નદી-નાળાઓના દળદળી માર્ગ પણ મારા માટે ફૂલથી કોમળ થઈ જશે. વનમાં તમારી સાથે ઘાસ પર સૂઈ જવામાં જે આરામ મળશે, તે મહેલની મુલાયમ પથારીઓમાં ક્યાં? મારા પ્રાણેશ્વર, હું તો તમારા વગર એક પણ પણ નથી જીવી શકતી, પછી ચૌદ વર્ષ કેવી રીતે જીવીશ?''

રામ સીતાનો આવો અનુરાગ જોઈને અભિભૂત થઈ ઉઠ્યા. એમણે સીતાને આલિંગનમાં લીધા, એમના અશ્રુ લૂછીને બોલ્યા-

''ઉફ! તમે તો મે અજીબ દુવિધામાં નાખી દીધો. હું તો ઇચ્છતો હતો કે, તમને પોતાની સાથે વનનું કષ્ટ જીવન ના ભોગવવા દઉં, પરંતુ જોઉં છું, તમે મારા વગર અહીંયા પણ સુખથી નહીં રહી શકો. એ ના વિચારતા કે હું વનમાં તમારી દેખભાળ નથી કરી શકતો. હું તો એ વિચારતો હતો કે, મહેલોની રાણી વનમાં કેવી રીતે રહી શકશે? સત્ય તો એ છે કે, તમારા વગર ચૌદ વર્ષનો વનવાસ કાપવો મારા માટે પણ મુશ્કેલ છે. ચાલો, એ સારું જ થયું કે, તમે મારો સાથ આપવા ઇચ્છો છો. તમારા ઉદ્ગાર સાંભળીને હું અત્યંત પ્રસન્ન થયો. હવે મોડું ના કરો, યથાશીઘ્ર વનમાં જવાની તૈયારી કરો. પોતાનું જે કંઈ છે, એને યાચકોને દાનમાં આપી દો. અને વલ્કલ વસ્ત્ર પહેરીને મહેલથી નિકળી પડો. ક્યાંક એવું ના થાય કે, કોઈનો મોહ આપણા પગોને આગળ વધવાથી રોકી દે. આપણે પ્રત્યેક મૂલ્ય પર માતા-પિતાના આદેશનું પાલન કરવાનું છે, ત્યારે જ આપણને યશ તેમજ સુખ પ્રાપ્ત થશે.''

સીતાના નેત્રોથી પ્રસન્નતાના અશ્રુ નિકળી પડ્યા. તે આંખો બંધ કરીને અસ્ફુટ સ્વરમાં બોલી-

''સ્વામી!''

★★

રામ તેમજ સીતા વલ્કલ વસ્ત્ર પહેરીને વનવાસ જવા માટે ઉદ્યત થયા, તો લક્ષ્મણથી રહેવાયું નહીં. લક્ષ્મણ રામ તેમજ સીતાના ચરણોમાં પડી ગયા અને રોઈ-રોઈને બોલ્યા-

''મને કોના સહારે છોડીને જઈ રહ્યા છો તમે લોકો! હં તમને એકલા વન નહીં જવા દઉં. કૃપયા મને પણ સાથે ચાલવાની અનુમતિ આપો, હું ત્યાં જંગલી પશુ-પક્ષીઓથી તમારી રક્ષા કરીશ.''

''ના લક્ષ્મણ, હું એવું નથી કરી શકતો. જો તૂં પણ વન ચાલ્યો ગયો, તો અહીંયા માતા-પિતાની સેવા કોણ કરશે, એમને સાંત્વના કોણ આપશે? અમે તો અહીંયાથી જઈ રહ્યા છીએ, તૂં પણ સાથે આવ્યો, તો માતા-પિતાનું વિયોગ-દુઃખ વધારે વધી જશે.''

''અહીંયા ભરત અને શત્રુઘ્ન તો હશે જ, તેઓ જ માતા-પિતાની દેખભાળ કરી લેશે, હું તો તમારી સાથે જ ચાલીશ. જરા વિચારો, ત્યાં તમારી તેમજ સીતાજીની દેખભાળ કરવાવાળું કોણ હશે?''

રામે એક વાર સીતાની તરફ જોયું, ખરેખર લક્ષ્મણ સાથે રહે, તો સીતાને ઘણો આરામ રહેશે. તેઓ લક્ષ્મણથી બોલ્યા-

''અમારા પ્રતિ તારો પ્રેમ તેમજ આદર અનુપમ છે, લક્ષ્મણ! ઠીક છે તૂં પણ અમારી સાથે ચાલો. જાઓ, પિતા, માતાઓ તેમજ ગુરુજનોથી આજ્ઞા લઈને જલ્દી આવો, હવે આપણે વધારે વાર સુધી અહીંયા નથી રોકાઈ શકતા.''

લક્ષ્મણની પ્રસન્નતાની સીમા ના રહી. એ જ સમયે તેઓ માતાઓ, પિતા તેમજ ગુરુજનોથી વિદાય લેવા ગયા, અને સાથે જ પોતાની સાથે લઈ જવા માટે થોડાં અસ્ત્ર-શસ્ત્ર લેવા પણ.

પાંચ

આખા નગરમાં આ વાત ફેલાઈ ગઈ કે રામ ચૌદ વર્ષ માટે વનવાસ માટે જઈ રહ્યા છે- સાથે જનક-નંદિની સીતા તેમજ ભ્રાતા લક્ષ્મણ પણ છે.

રામે પોતાના સમસ્ત વસ્ત્ર-આભૂષણ યાચકોને વિતરિત કરી દીધા- સીતા તેમજ લક્ષ્મણે પણ પોતાની વસ્તુઓ સાધુઓ તેમજ ભિક્ષુઓમાં વહેંચી દીધી. હવે તે ત્રણેય પોતાના મહેલથી નિકળીને રાજમહેલની તરફ ચાલી પડ્યા- મહારાજાથી અંતિમ વિદાય લેવા.

નગરના માર્ગોની બંને તરફ લોકોની ભીડ જમા થઈ ગઈ હતી. ચારેય તરફ કોલાહલ મચેલો હતો. સીતા તેમજ લક્ષ્મણની સાથે રામ રસ્તાઓથી થઈને આગળ વધ્યા,તો મહેલોના વાસીઓને આમ રસ્તામાં ભટકતાં જોઈને લોકોના મ્હોંથી

કરાહ નિકળી પડી. બધા મહારાજના આ વિચિત્ર નિર્ણયથી ક્ષુબ્ધ હતા- જે રામનો આજે જ રાજ્યાભિષેખ થવાનો હતો, તે વનની તરફ જઈ રહ્યા હતા- આ કેવો અનર્થ! કેટલાય તો ખુલ્લેઆમ રાજા દશરથને સારું-ખરાબ કહેવા લાગ્યા. લોકો કહી રહ્યા હતા, બિચારી સીતા જંગલમાં ભલું કેવી રીતે રહી શકશે? જનકદુલારીએ ક્યારેય ઉઘાડા પગ ધરતી પર પણ ન રાખ્યા, તે ભલું વનનાં કાંટાળા માર્ગોમાં કેવી રીતે ચાલી શકશે! હવે તો અયોધ્યા વીરાન થઈ જશે. રામ વગર અહીંયા રહીને શું કરવું? સારું તો અ જ છે કે, જ્યાં રામ જાય, ત્યાં અમે પણ જઈએ- તેઓ જ અમારા રાજા છે- જ્યાં એમના પગ પડશે, એ જ સ્થાન અમારા માટે અયોધ્યા છે. અને પછી કરવા દો ભરતને અહીંયા રાજ, ભોગવવા દો કૈકેયીને અહીંયા સુખ.

માર્ગથી પસાર થતા સમયે જનતાની આ ભાવનાઓ રામને સ્પષ્ટ સંભળાઈ રહી હતી, પરંતુ એમણે શાંત રહેવું જ યોગ્ય સમજ્યું.

ભીડેન ચીરતા રામ, લક્ષ્મણ તેમજ સીતા રાજમહેલના મુખ્ય દ્વાર પર પહોંચ્યા- એમની આગેવાની કરવા ઊભા હતા-શોકાતુર મંત્રી સુમંત.

રામ બોલ્યા-

''અમે મહારાજથી અંતિમ વિદાય લેવા આવ્યા છીએ. કૃપયા એમને સૂચિત કરો કે, અમે એમનાથી મળવા ઇચ્છીએ છીએ.''

''જે આજ્ઞા, રાજકુમાર!''

આમ કહીને સુમંત અન્તઃપુરની તરફ ચાલી પડ્યા.

મહારાજ દશરથ દુઃખની સાકાર મૂર્તિ બનેલા હતા. મુખમંડળની બધી શોભા જતી રહી હતી. આંખોમાં શૂન્યતા છવાયેલી હતી. એક દિવસમાં જ તેઓ આટલા વૃદ્ધ અને શિથિલ પડી ગયા હતા.

સુમંતે નજીક જઈને કહ્યું-

''મહારાજ, રામ દ્વાર પર ઊભા તમારાથી મળવાની અનુમતિ ઇચ્છે છે. એમણે પોતાના વસ્ત્રાભૂષણ બધું જ દાનમાં આપી દીધું છે. હવે તેઓ વનની તરફ પ્રસ્થાન કરવા માટે પ્રસ્તુત છે. જવાથી પહેલાં તેઓ અહીંયા પિતા-માતાઓ, મિત્રો તેમજ ગુરુજનોથી મળવા આવ્યા છે. તમારી શું આજ્ઞા છે?''

''ખૂબ મુશ્કેલથી મહારાજ દશરથ બોલી શક્યા-

''બાળકોને મારી પાસે લઈ આવો, સુમંત. સાથે જ ત્રણેય રાણીઓ તેમજ સંબંધીઓ વગેરેને પણ અહીંયા બોલાવી લાવો. મને લાગે છે, રામના જતાં જ મારો અંતિમ સમય આવી પહોંચશે.''

થોડી વાર પછી જ રામે પ્રકોષ્ઠમાં પ્રવેશ કર્યો... સાથે સીતા તેમજ લક્ષ્મણ પણ હતા. ત્રણેયે મહારાજનું અભિવાદન કર્યું. ત્યાં અન્ય બધા લોકો ઉપસ્થિત હતા- માતાઓ, સંબંધી, મંત્રીગણ તેમજ ગુરુજન- બધા ચિંતિત અને મૌન. રાજા દશરથે રામને જોતાં જ આવેગમાં આગળ વધીને પુત્રનું આલિંગન કરવા ઇચ્છ્યું, પરંતુ રામનાં નજીક પહોંચવાથી પહેલાં જ તેઓ પોતાનું ભાન ગુમાવી બેઠા અને બેભાન થઈને નીચે પડી ગયા.

રામે એમને સંભાળી લીધા અને પલંગ પર સૂવડાવ્યા. રામ પિતાની વ્યથા સમજતા હતા. ધીમેથી બોલ્યા-

''મહારાજ, હું વન જઈ રહ્યો છું- સાથે સીતા તેમજ લક્ષ્મણ પણ છે. મેં તો એમને ખૂબ રોક્યા, પરંતુ એમની જિદની આગળ મારે ઝુકવું જ પડ્યું. તાતશ્રી અમને આશીર્વાદ આપો.''

''પુત્ર! હું લાચાર છું, ન ઈચ્છતા હોવા છતાં તમને વન મોકલવા માટે વિવશ છું, કૈકયી જીવનની અંતિમ વેળામાં આવી નિષ્ઠુરતા કરશે, હું જાણતો ન હતો. તૂં ઈચ્છે, તો મારો આદેશ ન માનીને સ્વતંત્ર થા. વરદાન આપીને તો હું બંધાયેલો છું... તૂં તો નહીં.''

''એવું ના કહો પિતાશ્રી, માતા-પિતાની આજ્ઞા માનવી, મારું પ્રથમ કર્તવ્ય છે.''

''તારું આ કર્તવ્ય વિશ્વમાં હંમેશાં યાદ કરવામાં આવશે. તારું વન્ય-જીવન નિષ્કંટક વ્યતીત થાય, એ જ કામના છે. તારા જેવો પુત્ર મેળવીને હું ધન્ય થયો.''

રાજા દશરથની આંખોથી અશ્રુ વહી નિકળ્યા.

''પિતાજી, આ દુઃખ મનાવવાનો સમય નથી.'' રામ બોલ્યા-''ખુદને સંભાળો. હજુ તમારે બીજું એક વચન પૂરું કરવાનું છે. કૃપયા ભરતને બોલાવીને એને યથાશીઘ્ર રાજ્ય સોંપી દો.''

મહારાજ દશરથથી કોઈ જવાબ ના અપાયો. તેઓ ઊંડો નિશ્વાસ છોડીને પળભર માટે સંજ્ઞાશૂન્ય થઈ ગયા. એમની આ હાલત જોઈને આસ-પાસ ઊભેલા લોકોમાં કોહરામ મચી ગયો. રાણીઓના રુદનથી મહેલ કંપિત થઈ ઉઠ્યો.

શોકાતુર સુમંતે કૈકેયીથી કહ્યું-

''મહારાણી તમે આ ઠીક નથી કર્યું. રાજા દશરથ જેવાં મહાપ્રતાપી રાજા આજે તમારા કારણે જે કષ્ટ મેળવી રહ્યા છે, તે અવર્ણનીય છે. સંસાર તમારા કૃત્યને ક્યારેય ક્ષમા નહીં કરે... સર્વત્ર તમારી નિંદા થશે. આશ્ચર્ય છે કે, તમારા પાપથી ધરતી કેમ ફાટી નથી પડતી.''

કૈકયીએ એમની કહેલી વાત પર કોઈ ધ્યાન ન આપ્યું. તે તો ભરતના રાજ્યાભિષેકની કલ્પનાથી ભાવ-વિભોર હતી.

હવે મહારાજ દશરથે ધીમેથી આંખો ખોલી. એકાએક ખ્યાલ આવ્યો- કેમ ન રામના વનવાસને કષ્ટવિહીન બનાવી દેવામાં આવ્યા. તેઓ સુમંતથી બોલ્યા-

''મંત્રીવર! રામ તો વન જઈ જ રહ્યા છે, એમની સાથે ચતુરંગિણી સેના પણ મોકલી દો. અંગ-રક્ષક અને ખાસ મિત્ર પણ ચાલ્યા જાય. વનમાં યજ્ઞ તેમજ તપ કરતાં-કરતાં તેઓ આનંદપૂર્વક વાસ કરી શકે, એના માટે ભરપૂર અન્ન તેમજ ધન આપવામાં આવે.''

કૈકેયીને આ પસંદ ના આવ્યું. તે મ્હોં બનાવીને બોલી-

''વાહ મહારાજ, ખૂબ! જો રામની સાથે સેના, ધન-ધાન્ય તેમજ સાથી-સંગી ચાલ્યા ગયા, તો ભરત માટે અહીંયા શું રહી જશે! એવું થયું, તો મારા વરદાનોનો અભિપ્રાય જતો રહેશે.''

રામ હસીને બોલ્યા-

''હે તાત! માતા ઠીક કહે છે. વનમાં ભોગ-વિલાસની સામગ્રી લઈ જઈને શું કરીશ. ત્યાં તો મારે તપસ્વીઓની સમાન જ રહેવાનું છે. મારે ના ધન-ધાન્ય જોઈએ અને ના ચતુરંગિણી સેના. બસ અમને તન ઢાંકવા માટે વલ્કલ વસ્ત્ર આપી દો.''

કૈકયી એ બીજી જ ક્ષણે રામની માંગેલી વસ્તુઓ રામની આગળ કરી દીધી. વલ્કલ વસ્ત્ર રામ માટે જ નહીં, સીતા માટે પણ રાખી દીધા. પછી બોલી-

''લો, આ વસ્ત્ર ધારણ કરો, અને યથાશીઘ્ર વન જાઓ.''

રામે રાજસી વસ્ત્ર ઉતારીને વલ્કલ વસ્ત્ર ધારણ કરી લીધા. આ વસ્ત્રોમાં તેઓ ખૂબ ઓજસ્વી પ્રતીત થઈ રહ્યા હતા. લક્ષ્મણે પણ વલ્કલ વસ્ત્ર પહેરી લીધા. હવે કૈકયી સીતાથી બોલી-

''તૂં પણ પહેરી લો જાનકી.''

રાજા દશરથ બધું જોઈ રહ્યા હતા. કૈકેયી જે કંઈ કરી રહી હતી, તે કોઈને પણ સારું લાગી રહ્યું ન હતું. બિચારી સીતાએ ક્યારેય આવા વસ્ત્ર પહેર્યા ન હતા. એમણે પતિથી પૂછ્યું કે આ વસ્ત્રોને કેવી રીતે પહેરે. ત્યારે રામે જનક દુલારીને વલ્કલ પહેરવાની રીત સમજાવી. બધાના હૃદયમાં હૂક-જેવી ઉઠી. કૈકેયીએ વરદાનમાં ફક્ત રામનો જ વનવાસ માંગ્યો હતો, પછી સીતાને કયા અપરાધમાં તે વલ્કલ વસ્ત્ર પહેરવાનો નિર્દેશ આપી રહી હતી- આ કોઈને સમજમાં ના આવ્યું. બધા મહારાજ દશરથની આલોચના કરવા લાગ્યા, જે કૈકેયીને આ બધું કરતાં રોકી રહ્યા ન હતા. તેઓ તો ભાનમાં જ ન હતા, આવું દુઃખદ દશ્ય જોવાથી પહેલાં જ તેઓ બેભાન થઈ ચુક્યા હતા.

કૈકેયીને કોઈનું ભલું-ખરાબ કહેવાની કોઈ પરવાહ ન હતી. પુત્ર રાજા બનવાવાળો હતો. તેથી આવી વાતોની એમના પર કોઈ અસર થઈ રહી ન હતી. આમ પણ સીતાએ પતિનો સાથ નિભાવવાનો નિર્ણય ખુદ કર્યો, કૈકેયીને કશું અપ્રિય સંભળાવીન પણ શું થતું!

રામે એક વાર ચારેય તરફ દષ્ટિ ફેરવીને બધા આત્મીયોને જોયા, પછી પિતાથી બોલ્યા-

''તાતશ્રી! હું જઈ રહ્યો છું. માતા કૌશલ્યા તમારી સાથે છે. એમણે હંમેશાં બધાનું ભલું ઇચ્છ્યું છે. મારા જવાથી એમને ખૂબ દુઃખ પહોંચ્યું છે, હવે જીવિત છે, તો ફક્ત તમારા માટે, તેથી એમનું ધ્યાન રાખજો. તમારો મધુર વ્યવહાર જ મારી માતાના દુઃખોને હરી શકે છે. પાછો આવુ, તો મારી માતા મને જીવિત જ મળે. સારું..''

આટલું કહીને રામે સીતા તેમજ લક્ષ્મણને સાથી લીધા અને ત્યાંથી બહાર નિકળી આવ્યા.

કોશલેશ ફૂટી-ફૂટીને રોઈ પડ્યા અને સુમંતથી બોલ્યા-

''ન જાણે કયા પાપોનું ફળ આજે મને મળી રહ્યું છે. સુમંત જુઓ, મારા બાળક અહીંયાથી પગપાળા ન જઈ શકે. એક રથ પર બેસાડીને એમને કોશલની સીમા સુધી પહોંચાડી દો.''

૭:

રથ તૈયાર ઊભો હતો.

રામ, સીતા તેમજ લક્ષ્મણ રથ પર સવાર થયા, તો માતા કૌશલ્યાએ વહૂને ગળેથી લગાવીને કહ્યું-

''જનક-નંદિની, તારાથી વિશેષ શું કહું, તું તો ખુદ સમજદાર છો. પત્નીનો ધર્મ તેં સારી-રીતે નિભાવ્યો છે. પતિ રાજા હોય કે રંક.. એનો સાથ ક્યારેય ના છોડવો જોઈએ. પતિ જ તારું સર્વસ્વ છે.''

''હે માતા! આર્યથી અલગ હું કેવી રીતે રહી શકુ છું! ભલું ચન્દ્રમાથી ચાંદની અલગ રહી શકે છે? હું તો એમની પાછળ પડછાયાની સમાન રહીશ.''

કૌશલ્યાની આંખો નમ હતી. તે આગળ કશું ના બોલી શકી.

રામે માતાના ચરણ સ્પર્શ કર્યા. બોલ્યા-

''માં, પિતાજી અત્યંત દુઃખી છે. એમને સાંત્વના આપીને શાંત કરો. વનવાસનાં ચૌદ વર્ષ જોતાં-જોતાં જ સમાપ્ત થઈ જશે. ત્યારે આપણે ફરી એક સાથે રહીશું.''

ત્રણેયે માતાઓ, પિતા તથા ઉપસ્થિત જન-સમુદાયનું અભિવાદન ર્યું. સુમંતે રથને જેવો જ આગળ વધાર્યો, ચારેય તરફ મર્મભેદી કોલાહલ મચી ગયો. અયોધ્યાવાસી પોતાના પ્રિય રામને આમ જતાં જોઈને ખુદને રોકી ના શક્યા અને બધાનું દિલ ભરાઈ આવ્યું. આંખોમાં અશ્રુ ભરીને તેઓ 'હે રામ!'ના ચીત્કારોથી વાતાવરણને ગૂંજાવા લાગ્યા.

રથ આગળ વધ્યો, તો અયોધ્યાના નર-નારી, બાળકો-વૃદ્ધો બધા રથની પાછળ દોડી પડ્યા. તેઓ સુમંતથી આર્તનાદ કરીને કહી રહ્યા હતા-

''રથ રોકો! રથ રોકો! રામને અમારાથી અલગ ના કરો. અમને રામના મન ભરીને દર્શન કરી લેવા દો. અમારું દુર્ભાગ્ય કે, જનક-દુલારી તેમજ લક્ષ્મણ પણ અમને છોડીને જઈ રહ્યા છે. ન જાણે હવે ફરીથી અમે એમને ક્યારેય જોઈ શકીશું?''

લોકોની ભીડ રથની પાછળ હતી. સુમંતે રથની ગતિ જેવી જ ઓછી કરવા ઇચ્છી. રામે કહ્યું-

''આર્ય! રથ આગળ વધારો.''

''ના...ના! રામને ના લઈ જાઓ.'' ભીડ આર્તનાદ કરી રહી હતી.

રામ પ્રતિ જનતાનો આવો અસીમ પ્રેમ જોઈને રાજા દશરથનું મન ઇચ્છ્યું કે, તેઓ ખુદને મન ભરીને ધિક્કારે. ક્ષોભ, ગ્લાનિ તેમજ દુઃખના માર્યા તેઓ કપાયેલા વૃક્ષની જેમ જમીન પર પડી ગયા. જન સમૂહમાં કોલાહલ મચી ગયો. પુરવાસી પોતાના મહારાજને ઘેરીને ઊભા થઈ ગયા.

માતા, પિતા તેમજ જન-સમૂહની આવી વિચારનીય સ્થિતિ જોઈને રામની આંખોમાં અશ્રુ મચળવા લાગ્યા. એમણે મહામંત્રી સુમંતથી કહ્યું-

''જેટલુ જલ્દી થઈ શકે, અહીંયાથી નિકળી ચાલો.''

રથની ગતિ તેજ થઈ ગઈ. અયોધ્યાવાસી પણ તેજ-તેજ પગલાંથી રથની પાછળ દોડી પડ્યા. તેઓ પોતાનું ખાવાનું-પીવાનું તેમજ ઘેર જવાનું ભૂલી ગયા

હતા. બસ, સતત આર્તનાદ કરી રહ્યા હતા.

''રથ રોકો! રથ રોકો!''

રાજા દશરથ પણ રથની પાછળ જવા માટે ઉદ્યત થયા, તો મંત્રીઓએ કહ્યું-

''મહારાજ! રામ તમારી આજ્ઞાથી જ તો વન જઈ રહ્યા છે, પછી આ કેવી વિવશતા! આ યોગ્ય નથી. રામ એક દિવસ પાછા આવશે અને જે પાછા આવે છે, એની પાછળ જવું શાસ્ત્ર સંમત નથી.''

થોડી વારમાં જ રથ આંખોથી અદશ્ય થઈ ગયો અને પાછળ રહી ગઈ ફક્ત ઉડતી ધૂળ. રાજા, 'હે રામ! હે લક્ષ્મણ!''ની મર્મભેદી ચીસની સાથે ભૂમિ પર પડી ગયા.

કૌશલ્યાએ રાજપુરુષોથી કહ્યું-

''મહારાજને મહેલ લઈ ચાલો.''

મંત્રી તેમજ રાજપુરુષોએ ધરતી પર પડેલા મહારાજને ઉઠાવ્યા. તેઓ રોતા-રોતા આર્તસ્વરમાં બોલ્યા-

''હવે હું જીવીને શું કરીશ! મારા જેવો અભાગિયો ભલો કોણ હશે, જેણે ખુદ પોતાના પુત્રને વન મોકલી દીધા. મારું મરી જવું જ ઉચિત છે. આ અંતિમ વેળામાં મનને મહારાણી કૌશલ્યાના મહેલમાં લઈ ચાલો.''

રાજપુરુષ મહારાજને કૌશલ્યાના મહેલમાં લઈ ગયા અને શૈયા પર સૂવડાવી દીધા. કૌશલ્યાએ એમને અનેક પ્રકારથી ધીરજ બંધાવી.

★★

કોશલ નરેશ રાતભર કરવટો બદલતાં રહ્યા. વારંવાર રામ, સીતા તેમજ લક્ષ્મણના મન-ભાવન ચહેરાઓ એમની આંખોની સામે આવી જતા. એમના વગર વિશાળ રાજમહેલ એમને સૂનો પ્રતીત થઈ રહ્યો હતો. રામનો જન્મ, એમનું બાળપણ, કિશોર-કાળ, પરાક્રમ, સીતા-સ્વયંવર વગેરે એક-એક ઘટનાઓ એમને યાદ આવી રહી હતી. જ્યારે પણ તેઓ હોશમાં આવતા, બસ 'હે રામ!' કહીને રહી જતા.

અડધી રાત્રે મહારાજને આમ સિસકતા જોઈને કૌશલ્યા એમની પાસે આવી, તો રાજા બોલ્યા-

''કૌશલ્યા! મને છોડીને ક્યાંય ના જાઓ. રામ વગર તો મારી આંખોની જ્યોતિ પણ જતી રહી. મને તો કશું નજર નથી આવી રહ્યું.''

કૌશલ્યાનું અંતર હાહાકાર કરી ઉઠ્યું. આંખોથી ઝર-ઝર અશ્રુની ધારા વહી નિકળી. એમણે રાજા દશરથના મસ્તિષ્કનો સ્પર્શ કર્યો, તો ધ્રૂજી ઊઠી, બોલી-

''અરે તમારું શરીર તો તપી રહ્યું છે. હે ભગવાન, હવે શું થશે! મારા પર દયા કરો ભગવાન, મહારાજને ઠીક કરી દો, પુત્ર-વિયોગથી હું પહેલેથી જ દુ:ખી છું.''

સુમિત્રાએ કૌશલ્યાને રોતા જોઈ, તો બોલી-

''બહેન, તું તો ખૂબ ધીરજવાળી છો, પછી આ કેવું અધૈર્ય! રામ તો પિતાના

વચનની લાજ નિભાવવા માટે જ વન ગયા છે. એમને માટે દુઃખ મનાવવાની શું જરૂર છે! રામ એક દિવસ યશની પતાકા લહેરાવીને પુનઃ અયોધ્યા પધારશે. તમે જ ધીરજ ગુમાવી દેશો, તો રાજાને કોણ સંભાળશે, અંતઃપુરવાસીઓને કોણ સાંત્વના આપશે! શોકાતુર ના થાઓ..."

કૌશલ્યાના હૃદયને થોડી સાંત્વના પહોંચી. એમણે નમ આંખોને લૂછી તેમજ શોક-સંતપ્ત મહારાજની સેવામાં લાગી ગઈ.

સાત

રામનો રથ સીમા-પ્રદેશની તરફ અગ્રેસર હતો.

અયોધ્યાવાસીઓની ભીડ હજુ સુધી રથની પાછળ લાગેલી હતી. રામથી એમનું આ દુઃખ જોઈ ના શકાયું. ભીડ ઈચ્છતી હતી કે, રામ પાછા અયોધ્યા પાછા ચાલ્યા. જ્યારે કે રામ પોતાનો ધર્મ નિભાવવા માટે તત્પર હતા. રામે સારથીથી કહ્યું-

"બન્ધુ, રથ રોકી દો."

રથ એક ઝટકાથી રોકાઈ ગયો.

સાથે આવેલો આખો જનસમૂહ રથને ઘેરીને ઊભો થઈ ગયો.

રામે શોક-સંતપ્ત ભીડને સંબોધિત કરતાં કહ્યું-

"પ્રિય અયોધ્યાવાસીઓ, હું જાણું છું કે, તમે લોકો અગાધ પ્રેમના કારણે જ મને વન જવાથી રોકવા ઈચ્છો છો, પણ એ કેમ ભૂલો છો કે, હું પિતાનું વચન નિભાવી રહ્યો છું. વચન ભંગ કરવાથી ના ફક્ત હું જ ધર્મચ્યુત થઈ જઈશ, બલ્કે પિતૃ-દ્રોહી પણ કહેવાઈશ. પછી તો જન સામાન્ય પણ પિતાની આજ્ઞા માનવાથી વિમુખ થશે. યોગ્ય એ જ છે કે, મને ચુપચાપ જવા દો. હવે તમે લોકો નગર પાછા જાઓ."

પણ લોકો કેમ માનવા લાગ્યા, એક પણ પ્રાણી પોતાની જગ્યાથી ના હલ્યું.

રામે ફરી સમજાવ્યા-

"જો તમને લોકોને મારાથી એટલો જ પ્રેમ છે, તો હું કહું છું, એ જ પ્રેમ ભરતથી પણ રાખો. ભરત હજુ ઉંમરમાં નાનો છે, પણ અત્યંત શીલવાન, ગુણી તેમજ વીર છે. તે જ હવે તમારા લોકોનો રાજા છે. એની આજ્ઞા પાલન કરો, એ જ મારી ઈચ્છા છે. હે પ્રજાજન! આવું કરવાથી મહારાજ પણ પ્રસન્ન થશે. હવે રથ આગળ વધારો, સારથી."

સારથીએ રથ આગળ વધાર્યો, પણ ભીડે પાછા જવાનું નામ ના લીધું. રામના ઉદ્‌ગારોમાં એવી પીડા હતી કે આખી ભીડ પુનઃ રથની પાછળ ચાલી પડી. ભીડમાં કેટલાંક બ્રાહ્મણ પણ હતા, તેઓ રથથી જોડાયેલા ઘોડાથી બોલ્યા-

"અરે ઘોડાઓ, તમે લોકો જ અમારા દુઃખીઓની પોકાર સાંભળી લો, અમારા રામને વન ના લઈ જાઓ. ઘોડા તો માનવ-મનની વાતને જલ્દી સમજી લે છે, તમે લોકો જ માની જાઓ, રથને અયોધ્યાની તરફ લઈ ચાલો."

ત્યારે જ સામે તમસા નામની નદી આવી ગઈ.

સુમંતે રથ ત્યાં જ રોકી દીધો. રામ રથથી ઉતરીને બોલ્યા-

''કેટલું મનોહર સ્થાન છે! લક્ષ્મણ, આજની રાત આપણે અહીં જ પસાર કરીશું. ચારે તરફ સુંદર-સુંદર પશુ-પક્ષી વિચરી રહ્યા છે. પરંતુ મારું હૃદય તો માતા-પિતાના શોકથી ચિંતિત છે. ખેર, ભરત છે એટલે હું નિશ્ચિંત છું.''

રાત ઘેરાઈ આવી, તો લક્ષ્મણે રામ તેમજ સીતાના સૂવાની વ્યવસ્થા કરી દીધી અને સ્વયં સુમંતથી વાતો કરતા રહ્યા... રાતભર સૂઈ ના શક્યા. સાથે આવેલા લોકો પણ થાકના કારણે ઊંડી ઊંઘમાં સૂઈ ગયા.

સવાર થતાં જ રામની ઊંઘ ખુલી ગઈ. સાથે આવેલા લોકોની ભીડ હજુ સુધી જ્યાં-ત્યાં પડેલી નિદ્રામગ્ન હતી. રામે સુમંતથી કહ્યું-

''આમના સ્નેહે તો મને અભિભૂત કરી દીધો. મન ઇચ્છે છે કે, આને છોડીને ક્યાંય ના જાઉં, પણ કર્તવ્યની પોકારની આગળ વિવશ છું. આ જાગી ગયા તો મને આગળ જવા નહીં દે. ઉત્તમ થશે કે, એમના જાગવાથી પહેલાં જ અમે અહીંયાથી પ્રસ્થાન કરી જઈએ.''

રથમાં આરૂઢ થઈ રામ, સીતા તેમજ લક્ષ્મણ ત્યાંથી પ્રસ્થિત થઈ ગયા. મહામંત્રી સુમંત રથને ફેરવી-ફેરવીને દક્ષિણ દિશાની તરફ લઈ ચાલ્યા, જેથી અયોધ્યાવાસી સવારે ઉઠે, તો રથનો પીછો ના કરી શકે.

કેટલાય વન-પ્રાંતો તેમજ નદી-નાળાઓને પાર કરતો-કરતો રથ કોશલ રાજ્યની દક્ષિણી સીમાની તરફ ચાલી જઈ રહ્યો હતો.

★★

અહીં સવારે જ્યારે અયોધ્યાવાસી ઊંઘમાંથી ઊઠ્યા, તો તમસાના તટ પર ના રથ હતો અને ના રામ, સીતા અથવા લક્ષ્મણ. તેઓ દૂર-દૂર સુધી એમને જોવા ગયા, પણ એમની ક્યાંય ખબર ના ચાલી. ત્યારે તેઓ નિરાશ અને શોક-અભિભૂત અયોધ્યા પાછા ફરી ગયા.

અયોધ્યા રામ વગર સૂની પડી હતી- ત્યાંની બધી ક્રાંતિ તો રામની સાથે જ ચાલી ગઈ હતી.

આઠ

નવો સૂરજ ઉગવાની સાથે જ રામનો રથ કોશલ-પ્રદેશની સીમાથી આવી લાગ્યો.

ચારે તરફ હર્યા-ભર્યા ખેતર હતા અને વાતાવરણ શાંત હતું.

રામ રથથી ઉતર્યા અને અયોધ્યાની તરફ મ્હોં કરીને હાથ જોડીને બોલ્યા-

''હે મારી માતૃ-ભૂમિ! સૂર્યવંશી-નરેશોની રાજધાની! મારી જન્મભૂમિ અયોધ્યા નગરી! તને વારંવાર પ્રણામ! મને એટલી શક્તિ આપો કે, હું પોતાનો વનવાસ હસતાં-રમતાં પસાર કરી લઉં. હવે વિદાય! ચૌદ વર્ષ પછી ફરી આવીને તારા દર્શન કરીશ.''

તદ્દુપરાન્ત પુનઃ રથ પર સવાર થયા.

સુમંત રથને નદી-તટથી આગળ વધારવા લાગ્યા.

અગસ્ત્ય મુનિના આશ્રમને પાર કરતાં-કરતાં તે લોકો ગંગા નદીના કિનારે જઈ પહોંચ્યા. ત્યાંના મનોહર વાતાવરણને જોઈને રામ બોલ્યા-

''સુમંત રથ અહીં જ રોકી દે. જુઓ, નદી કિનારે ઇંગુદીના વિશાળ વૃક્ષ ઊભા છે. એના જ ફળ ખાઈને આજે રાત અહીં વ્યતીત કરીશું.''

મંત્રીવરે રથ રોકી દીધા. રાજ પરિવારે ઇંગુદી વૃક્ષની નીચે ડેરો નાખ્યો. રથના ઘોડા નદીના કિનારે ચરવા માટે છોડી દેવામાં આવ્યા.

★★

ગંગા-તટના આ પ્રદેશના રજા હતા નિષાદરાજ ગુહ... જે અત્યંત બળવાન હતા. રામ પ્રતિ એના હૃદયમાં અસીમ શ્રદ્ધા હતી. એને જ્યારે એ સૂચના મળી કે રામે અહીંયા ગંગા-તટ પર ડેરો નાખ્યો છે, તો તે પોતાના પરિવાર, મંત્રીગણ અને સગા-સંબંધીઓની સાથે એમના દર્શનાર્થે નિકળી પડ્યો.

ઇંગુદી વૃક્ષની નીચે રામ, સીતા તેમજ લક્ષ્મણને વલ્કલવસ્ત્ર ધારણ કરેલી દીન-હીન અવસ્થામાં જોઈને નિષાદરાજ ગુહનું માથું ઠનક્યું. રામે એને આવતા જોયા, તો ઉઠીને આગળ વધ્યા અને એનું સ્વાગત કર્યું. નિષાદરાજે અત્યંત દુઃખી સ્વરમાં કહ્યું-

''હે રામ! મારા પ્રદેશમાં આપનું સ્વાગત છે. મારું રાજ્ય તમારા ચરણોની ધૂળ મેળવીને ધન્ય થયું. આને પણ તમે પોતાનું જ રાજ્ય સમજો. કૃપયા મારા આ પ્રદેશના શાસનની બાગડોદર સંભાળી મને કૃતાર્થ કરો. તમારા બધા માટે સ્વાદિષ્ટ ભોજ્ય સામગ્રી પ્રસ્તુત છે, કૃપયા ગ્રહણ કરો.''

''નિષાદરાજ! તમારું સ્વાગત-સત્કાર તેમજ સ્નેહ અનુપમ છે.'' રામ બોલ્યા- ''પરંતુ બન્ધુ, મને ખેદ છે કે, હું તમારું આતિથ્ય સ્વીકાર નહીં કરી શકું. ના હું તમારા દેશનું શાસન સંભાળી શકું છું અને ના આ ભોજ્ય સામગ્રી સ્પર્શ કરી શકું છું. હું તો પિતાના વચનોને પૂરા કરવા નિકળ્યો છું. મારે તપસ્વીઓની જેમ ચૌદ વર્ષ વનમાં ગુજારવાના છે.''

''તમે ઇચ્છો, તો ચૌદ વર્ષ અહીં વ્યતીત કરી શકો છો.''

''ના, નિષાદરાજ, આ ઉચિત નથી. આજે અમારા વનવાસની બીજી રાત છે.''

પછી ગૃહે કોઈ જિદ ના કરી. રથના ઘોડાઓને જ ઉત્તમ ચારો ખવડાવીને પોતાના મનની ઇચ્છા પૂરી કરી.

સંધ્યાનો સમય હતો. સન્ધ્યોપાસના પછી લક્ષ્મણે રામ તેમજ સીતા માટે તૃણ (ઘાસ)ની પથારી લગાવી દીધી.

રામ-સીતા સૂઈ ગયા, તો લક્ષ્મણ તેમજ આર્ય સુમંત ગુહની પાસે આવી બેઠા.

ગુહ બોલ્યા- ''ભાઈ લક્ષ્મણ! તમે પણ સૂઈ જાઓ- ખૂબ જ રાત થઈ ગઈ. રામ, સીતાની રક્ષા ક રવા માટે હું અહીંયા ઉપસ્થિત છું... તમે નિશ્ચિંત રહો.''

''ના નિષાદરાજ!'' લક્ષ્મણ બોલ્યા- ''મારાથી સૂવાશે નહીં. આજે અયોધ્યા

પતિ રામ ધરતી પર સૂતા છે, એમની જ સાથે જનકદુલારી સુકુમારી તૃણશૈયા પર પડી છે, એવી સ્થિતિમાં મને ઊંઘ ક્યાં આવશે! મને પૂરો વિશ્વાસ છે કે, રામના વિયોગમાં પૂરી અયોધ્યા નગરી પણ જાગેલી હશે. માતાઓ રોઈ રહી હશે અને પિતા વિક્ષિપ્તોની જેમ કલપી રહ્યા હશે- એમનું મરણ નિશ્ચિત છે. જરા વિચારો, ક્યાં રાજમહલેમાં રાજ્યાભિષેકની તૈયારીઓ થઈ રહી હતી, ચારેય તરફ આનંદમંગલ હતું અને ક્યાં આ વિપત્તિઓનો પહાડ તૂટી પડ્યો. હવે એ જ કામના છે કે, ચૌદ વર્ષ વનવાસ વિતાવીને જ્યારે અમે અયોધ્યા પાછા ફરીએ, તો માતા-પિતાને સકુશળ તેમજ જીવિત મેળવીએ.''

નિષાદરાજ ગુહથી રહેવાયું નહીં, એની આંખોથી આંસુઓની ધારા ફૂટી નિકળી. રાતભર લક્ષ્મણ એવી વાતો કરીને પોતાના દિલનું દર્દ દૂર કરતાં રહ્યા.

★★

સવાર થઈ.

રામે નિદ્રામાંથી જાગતા લક્ષ્મણથી કહ્યું-

''કેટલો સોહામણો સમય છે! આ જ શુભ વેળામાં આપણે ગંગા પાર કરીને આગળ વધવું જોઈએ. નિષાદરાજ, અમારા માટે નૌકાની વ્યવસ્થા કરો.''

નિષાદરાજે કહ્યું-

''હમણા લો, પ્રભુ. રાજ કર્મચારીઓ, તુરંત એક સુંદર નાવ તૈયાર કરો. હું ખુદ એને ચલાવીને રામ, સીતા તેમજ લક્ષ્મણને ગંગાની પેલે પાર લઈ જઈશ.''

નાવ નદી તટ પર આવી ગઈ. રામ, સીતા તેમજ લક્ષ્મણ નાવમાં સવાર થવા લાગ્યા, તો સુમંતે નમ આંખોથી પૂછ્યું-

''રાજા દશરથ નંદન! હવે મારા માટે શું આદેશ છે?''

''તમારું કામ સમાપ્ત થયું, આર્ય. હવે તમે અયોધ્યા પાછા જાઓ. નદી પાર કરીને અમે પગપાળા જ આગળની યાત્રા પ્રારંભ કરીશું. રાજમહેલ પહોંચીને માતાઓ-પિતાના ચરણોમાં અમારી વંદના પહોંચાડો. એમને બતાવી દો કે, વનવાસમાં અમે જરા પર દુઃખી નથી.''

સુમંતની આંખોથી આંસુની ઝડી સરી પડી. સિસકતાં કહ્યું-

''તમારા વગર અયોધ્યા પાછા જવાનું મન નથી થતું. ત્યાં જઈને નગરવાસીઓ તેમજ માતા કૌશલ્યાને કેવી રીતે પોતાનું મ્હોં બતાવીશ! ભગવાનનો આ કેવો ન્યાય છે કે, તમને લોકોને વનવાસ મળ્યો. કૃપયા મને પણ અનુમતિ આપો, હું પણ તમારી સાથે વનવાસ ચાલું. પછી ચૌદ વર્ષ વ્યતીત કરીને તમને લોકોને રથમાં બેસાડીને અયોધ્યા પાછા લઈ આવું.''

રામ હસ્યા. ધીમેથી બોલ્યા-

''હું તમારું દુઃખ સમજું છું, પરંતુ તમારું અયોધ્યા જવું ખૂબ જરૂરી છે. તમે મહારાજના શુભચિંતક છો. આ સમયે એમને તમારા સહારાની જરૂર છે. તમે જલ્દી જ ભરતને નનિહાલથી બોલાવીને એમનું રાજતિલક કરાવો. ભરતથી

કહો કે, એમના પ્રતિ અમારા મનમાં જરા પણ મલાલ નથી. પછી અયોધ્યા જઈને તમે માતા કૈકયીને પણ વિશ્વાસ અપાવી શકો છો કે, મેં ખરેખર મહારાજના વચનનું પાલન કરી દીધું- નહીંતર તેઓ વિચારશે કે ખબર નહીં, હું વન ગયો પણ અથવા નહીં. અમારા માટે સહેજ પણ ચિંતા ન કરે.''

સુમંત જવા તો ઇચ્છતા ન હતા, ખૂબ મુશ્કેલથી તે અયોધ્યા જવા માટે રાજી થઈ ગયા. સુમંતના ગયા પછી નિષાદરાજ ગુહે પણ રામની સાથે જ રહેવાની ઇચ્છા પ્રગટ કરી. એના પર રામ બોલ્યા-

''નિષાદરાજ! અમને તપસ્વીઓના ધર્મનું પાલન કરતાં-કરતાં એકલા જ વનવાસ ભોગવવા દો. સાંભળો, હવે અમે મહાવનમાં પ્રવેશ કરીશું અને જટા બનાવીશું. કૃપયા વટવૃક્ષનું દૂધ મંગાવો.''

ગુહે તત્કાળ એમની સમક્ષ વટવક્ષનું દૂધ પ્રસ્તુત કરી દીધું. રામ-લક્ષ્મણે દૂધ કેશોમાં લગાવીને જટા બનાવી, જ્યારે નાવ પર રામ, સીતા તેમજ લક્ષ્મણે આસન ગ્રહણ કરી લીધું, તો ગુહે નૌકાને આગળ વધારી. વચ્ચે ધારામાં પહોંચીને સીતાએ પુણ્યસલિયા માં ગંગાની સ્તુતિ કરી.

એ પાર પહોંચીને ત્રણેય નાવથી ઉતર્યા. રામે ગુહને ગળે લગાવીને વિદાય કર્યો. એ નિર્જન સ્થાન પર ત્રણેય એકદમ એકલા હતા. રામે સામે દૂર-દૂર સુધી ફેલાયેલા મહાવનની તરફ જોઈને કહ્યું-

''લક્ષ્મણ! હવે આપણો વાસ્તવિક વનવાસ આરંભ થાય છે. વમાં સંકટોની કમી નથી, તેથી તૂં આગળ-આગળ ચાલો, વચ્ચે સીતા હશે અને પાછળ હું તમારા લોકોની રક્ષા કરતો ચાલીશ!''

''જેવી તમારી આજ્ઞા ભૈયા.''

આમ કહીને રામ, લક્ષ્મણ તેમજ સીતાની પાછળ-પાછલ ચાલી પડ્યા.

વત્સ દેશ પહોંચીને એમણે રાત એક વૃક્ષની નીચે વિતાવી.

સવાર થતાં જ તેઓ ફરી આગળ વધ્યા. ચાલતાં-ચાલતાં સંધ્યા સમયે તેઓ ગંગા યમુનાના સંગમ સ્થળ પ્રયાગ પર પહોંચ્યા. ત્યાં જ હતો ભરદ્વાજ મુનિનો આશ્રમ. ભરદ્વાજ મુનિએ રાજ-પરિવારનું પોતાની કુટીરમાં સ્વાગત કર્યું. રામે ભરદ્વાજ મુનિથી કહ્યું-

''મુનિવર! અમે ચૌદ વર્ષ સુધી વનવાસ કરીશું. કૃપયા કોઈ એવું મનોરમ તેમજ નિર્જન સ્થાન બતાવો, જ્યાં અમે કુટીર બનાવને રહી શકીએ.''

''આમ તો હું ઇચ્છું છું કે, તમે અહીં જ પોતાનો વનવાસ વ્યતીત કરો, જો તમે એવું ન ઇચ્છો, તો અહીંયાથી દસ કોસના અંતર પર ચિત્રકૂટ નામના સ્થાન પર ડેરો નાખી દો. ત્યાંક અનેક તપસ્વી રહે છે. ખૂબ જ મનોરમ સ્થાન છે, તમને કોઈ કષ્ટ નહીં થાય.'' ભરદ્વાજ મુનિએ બતાવ્યું.

★★

રાત્રિ એમણે ભરદ્વાજ મુનિના આશ્રમમાં જ વ્યતીત કરી.

સવાર થતાં જ રામ, સીતા તેમજ લક્ષ્મણની સાથે ચિત્રકૂટની તરફ પ્રસ્થાન કરી ગયા.

માર્ગમાં યમુના નદી પડી. બંને રાજકુમાર વિચારમાં પડી ગયા કે, નદી કેવી રીતે પાર કરવામાં આવે. સીતા તો નદીના ઊંડા જળ અને એની તરંગોને જોઈને ડરી જ ગઈ. રામ તેમજ લક્ષ્મણે વાંસો અને પાંદડાઓની એક ડિંગી બનાવી અને સીતાને એના પર બેસવાનું કહ્યું. સીતાના હાલ ભયના માર્યા ખરાબ હતા. એના પર રામે ખુદ સીતાને ડિંગીમાં તૃણના આસન પર બેસાડી દીધા. વસ્ત્રાદિ રાખીને બંને રાજકુમાર હાથોથી ડિંગીને ધકેલતાં-ધકેલતાં પેલે પાર જવા લાગ્યા. વચ્ચે ધારામાં પહોંચીને હળવી ડિંગી ખરાબ રીતે હિચકોલા ખાવા લાગી. એના પર સીતાએ હાથ જોડીને યમુનાથી પ્રાર્થના કરી કે એમને સકુશળ પેલે પાર ઉતરવા દે.

એ પાર પહોંચીને રામ, સીતા તેમજ લક્ષ્મણ અનેક જટિલ વન્ય માર્ગોને ઓળંગતા આગળ વધતાં ચાલ્યા ગયા. લક્ષ્મણ આગળ અને રામ પાછળ હતા, વચ્ચે સીતા હતી, સીતાએ પહેલાં ક્યારેય રાજમહેલથી બહાર પગ મુક્યા ન હતા, તેથી તે વિસ્ફારિત નેત્રોથી વનની શોભા નિહારી રહી હતી. વારંવાર વૃક્ષો વિશે પૂછતી, ફળ-ફૂલો વિશે પૂછતી. વનમાં અનેક પ્રકારનાં પશુ-પક્ષી હતા, એમને જોઈને તે ઉત્સુકતાથી ભરાઈ ઉઠતી.

★★

માર્ગમાં વિશ્રામ કરતાં-કરતાં તેઓ એક દિવસ ચિત્રકૂટની નજીક આવી પહોંચ્યા. દૂરથી જ ચિત્રકૂટ પર્વતને જોઈને રામ બોલ્યા-

''સીતે! ત્યાં જુઓ, કેટલું મનોરમ્ય સ્થળ છે. લાલ-લાલ ટેસુઓથી આખું વાતાવરણ જગમગાઈ રહ્યું છે. પક્ષી કેવાં કલરવ કરી રહ્યા છ, ઊંચા-ઊંચા વૃક્ષ તો જાણે આપણું સ્વાગત કરવા માટે જ ઊભાં છે. વૃક્ષો પર મધુના મધપૂડા પણ છે. કેવી શીતળ વાયુ વહી રહી છે. ચારે તરફ લીલા ઘાસની ચાદર બિછાયેલી છે. કંદ-મૂળ પણ અહીંયા ખૂબ જ છે. વાહ! ચિત્રકૂટ પર્વતનું આ વન તો ખરેખર અત્યંત રમણીક અને મનોરમ છે. અહીંયા તો આપણો વનવાસ પલક ઝપકતાં જ વ્યતીત થઈ જશે. ત્યારે જ તો અહીંયા અનેક ઋષિ-મુનિઓએ આશ્રમ બનાવી રાખ્યા છે.''

જલ્દી જ તેઓ ચિત્રકૂટ આવી પહોંચ્યા. સીતાને આ સ્થાન ખૂબ ગમ્યું.

લક્ષ્મણે ચિત્રકૂટની તરાઈમાં એકાંત જગ્યામાં રહેવા માટે એક કુટી બનાવી. કુટી ખૂબ જ મજબૂત અને સુંદર હતી, જે રામને ખૂબ જ પસંદ આવી. પાસે જ માલ્યવતી નદી વહેતી હતી. પૂજા-પાઠ કરીને ત્રણેયે કુટીમાં પ્રવેશ કર્યો.

ચારે તરફ પ્રકૃતિનું અલૌકિક સૌંદર્ય વિખેરાયેલું હતું.

નવ

ઉદાસીથીભર્યા સુમંતે અયોધ્યા-નગરીમાં પ્રવેશ કર્યો.

આખું નગર વીરાન અને ઉદાસ હતું. રામના વિયોગમાં લોકો નિરાસઆથી ઘેરાઈ ગયા હતા. નિર્જન માર્ગોથી જેવો જ સુમંતનો રથ પસાર થયો, તો લોકો

ઘરોથી બહાર નિકળી આવ્યા. ખાલી રથ જોઈને બધા એમનાથી અસાધારણ પ્રકારના પ્રશ્નો પૂછવા લાગ્યા, ''રામ ક્યાં છે? સીતા કેમ છે? લક્ષ્મણ તો ઠીક છે?'' બિચારા સુમંત શું ઉત્તર આપતા! બસ, એટલું જ બોલી શક્યા- ''એમને ગંગાની પેલે પાર પહોંચાડીને ચાલ્યો આવ્યો.'' એટલા રામ, સીતા તેમજ લક્ષ્મણ અમનાથી કોસો દૂર જઈ ચુક્યા હતા- બધાની આંખો ભરાઈ આવી. નગરનું આખો કાર્ય-કલાપ ઠપ્પ પડી ગયો- લોકો ચાર રસ્તાઓ અને નુક્કડો પર ઊભા થઈને પોતાના પ્રિય રામની ચર્ચામાં નિમગ્ન થઈ ગયા.

સુમંત માથું ઝુકાવીને લોકોની વાતો સાંભળતા તેમજ બધાની નજરોથી બચતાં-બચતાં રથ રાજમહેલની તરફ લઈ ગયા.

રાજા દશરથ પોતાના પ્રકોષ્ઠમા પુત્રો તેમજ પુત્રવધૂના વિયોગમાં દિગ્મૂઢ પડ્યા હતા- વિશેષ કરીને રામનો શોક એમનાથી સહન થઈ શકતો ન હતો. એમનું મુખમંડળ કુમળાઈ ગયું હતુ, આંખોની રોશની મધ્ય પડી ગઈ હતી. તેઓ પથારી પર પડ્યાં મોતની પળો ગણી રહ્યા હતા. ત્યારે જ સુમંત એમની પાસે આવ્યા અને અભિવાદન કરીને બતાવી દીધું કે, રામને સીમાન્ત સુધી છોડી આવ્યા છે.

રાજા દશરથના દિલમાં એક એવી હૂક ઉઠી કે, તેઓ સંજ્ઞાશૂન્ય થઈ ગયા. રાજા દશરથની બેહોશીના સમાચાર આખા રાજમહેલમાં આગની જેમ ફેલાઈ ગયા- ચારે તરફ બહદવાસી અને હાહાકાર મચી ઉઠી-થોડી જ પળોમાં અન્તઃપુરવાસી મહારાજ દશરથની ચારે તરફ ઘેરો બનાવીને ઊભા થઈ ગયા. એને ખામોશ જોઈને કૌશલ્યા તેમજ સુમિત્રા બોલી-

''રાજન્! જુઓ, સુમંત પાછા આવી ગયા છે, એમનાથી વાત કરો. હવે આટલું દુઃખી થવાથી શું લાભ, કૈકેયીને આપેલા વરદાન તો પૂરા થયા. તમારા શોકથી બધા દુઃખી થાય છે. કશું તો બોલો...''

ત્યારે રાજા દશરથે ધીમે-ધીમે આંખો ખોલી. સુમંતની તરફ જોતા ધ્રૂજતા સ્વરે બોલ્યા-

''હા સુમંત! મહેલોના વાસી આજે વનના વાસી થયા. કોમળ શૈયા પર શયન કરવાવાળા ભલા ધરતી પર કેવી રીતે સૂઈ શકશે! રુખુ-સૂખું એમનાથી કેવી રીતે ખવાશે! એમણે તો હંમેશાં રથ, હાથી, ઘોડાઓ અને પાલખીઓ પર સવારી કરી હતી, હવે તેઓ વન-વનમાં કેવી રીતે પગપાળા ચાલશે? બિચારી જનક-દુલારી જંગલમાં કેવી રીતે જીવશે... કેવી રીતે જંગલી જાનવરોની વચ્ચે સમય ગુજારશે? જરા હું પણ તો સાંભળું, તને વિદાય કરતાં સમયે એમણે તારાથી શું કહ્યું હતું?

સુમંતે સંકોચપૂર્વક કહ્યું-

''એમણે તમને, માતાઓ તેમજ સમસ્ત શ્રેષ્ઠજનો તેમજ મંત્રીઓને પ્રણામ મોકલ્યા છે. રામે તમને સંદેશ મોકલ્યો છે કે, તેઓ સીતા તેમજ લક્ષ્મણની સાથે ખુશ છે. એમને કોઈ કષ્ટ નથી. મતાા કૌશલ્યાથી રાજાની દેખભાળ કરવાનો અનુરોધ કર્યો છે અને કૈકેયી તેમજ ભરત પ્રતિ કોઈ પ્રકારની દુર્ભાવના ન રાખવાનું કહ્યું છે. એમણે એ પણ કહ્યું છે કે, ભરતને યથાશીઘ્ર નનિહાલથી બોલાવીને એમને રાજ્ય સોંપી દે, કેમ કે વૃદ્ધાવસ્થાના કારણે રાજ્યનો ભાર સંભાળવો

તમારા માટે શક્ય નથી. ભરતથી એમણે કહ્યું છે કે, તે બધી માતાઓનું સન્માન કરે અને પિતાના આદેશાનુસાર આચરણ કરે.''

''નગરની શું સ્થિતિ છે?''

''શું બતાવું, મહારાજ!'' સુમંત બોલ્યા- ''જ્યારે હું ખાલી રથ લઈને ચાલી આવી રહ્યો હતો, તો આખું નગર ઉત્સુકતા તેમજ બેબસીથી જોવા લાગ્યું. રામના વિયોગમાં બધા શોકાતુર છે. આખું નગર ઉદાસ તેમજ નિરાશ છે, ખૂબ જ હૃદયવિદારક દૃશ્ય છે, મહારાજ!''

મહારાજની આંખોથી આંસુઓની ધારા છલકાઈ પડી. બોલ્યા-

''આ જ હોનીને મંજૂર હતું, સુમંત! હવે તો મૃત્યુ જ મને આ દુઃખથી ઉગારી શકે છે. ખૂબ જ અભાગિયો છું, જુઓ, મૃત્યુના સમયે એમના દર્શન પણ નહીં કરી શકું.''

એમનાથી વધારે ના બોલાયું અને તેઓ પુનઃ બેભાન થઈ ગયા. કૌશલ્યા ઉસાસભરીને મહારાજની પાસે ગઈ. એક મોકા પર ના ઇચ્છતા હોવા છતાં પણ કૌશલ્યાની જીભથી કેટલાંક કટુ શબ્દ નિકળી ગયા, રાજા દશરથ જાણતા હતા કે, તે પણ પુત્ર-શોકથી બેહાલ છે, છતાં પણ એમનું દિલ તૂટી ગયું. બોલ્યા- ''કૌશલ્યા, આ અંતિમ વેળામાં તો મને ના કોસો. કેવો પણ છું-તારો પતિ છું-મને ક્ષમા કરી દો.''

કૌશલ્યા લજ્જામાં ડૂબી ગઈ. આંખોથી આંશુઓની ધારા વહી ચાલી. અસ્ફુટ સ્વરમાં બોલી-

''ક્ષમા તો મારે માંગવી જોઈએ મહારાજ, પુત્ર-શોખમાં મેં ન જાણે તમારાથી શું-શું કહી દીધું. હું એ ભૂલી ગઈ હતી કે, તમે સત્યની રક્ષા માટે જ રામને વનવાસ જવા દીધા છે. પણ હું શું કરું રાજન્, હું માં છુને, આથી રામને ગયે ભલે જ પાંચ દિવસ પસાર થયા છે, પરંતુ મને તો એવું લાગી રહ્યું છે, જાણે મેં પાંચ વર્ષ ઘોર દુઃખમાં વિતાવ્યા હોય.''

રાજા દશરથના તૂટેલા હૃદયને થોડું ધૈર્ય મળ્યું.

★★

સંધ્યા સમયે મહારાજ દશરથની આંખ લાગી ગઈ. પરંતુ તે વધારે સમય સુધી સૂઈ ના શક્યા, અડધી રાત્રે અચાનક એમની આંખો ખુલી ગઈ. આંખો ખુલતાં જ એમને રામની યાદે ફરી ઘેરી લીધા અને પોતાના જ કરેલા પર પસ્તાઈ ઉઠ્યાં. પાસે જ બેસેલી કૌશલ્યાથી દુઃખપૂર્વક બોલ્યા-

''માનવ જેવું કર્મ કરે છે, તેવું જ ફળ મેળવે છે. સત્ય તો એ છે કે, એક વાર યુવાવસ્થામાં મેં અજાણતા જ મેં વૃદ્ધ માતા-પિતાના એક માત્ર પુત્ર શ્રવણ કુમારને બાણથી મારી નાંખ્યો હતો. આથી મને પણ પુત્ર-શોક મળ્યો છે. હવે મારાથી જીવી નહીં શકાય. મને મોતની પગધ્વનિઓ સ્પષ્ટ સંભળાઈ રહી છે. મારું હૃદય બેસી જઈ રહ્યું છે-ચેતના લુપ્ત થતી જઈ રહી છે-આંખોની સામે અંધારું છવાઈ

રહ્યું છે. મારા રામ! ક્યાં છો વત્સ!, હું ચાલ્યો! હે રામ!''

આટલું કહેતાં-કહેતાં એમની ધડકનો રોકાઈ ગઈ. શ્વાસના તાર તૂટી ગયા.પુત્ર વિયોગથી શોકાકુળ રાજા દશરથના પ્રાણ પખેરુ ઊડી ગયા.

★★

મહારાજના દેહાન્તની ખબર પલક ઝબકતાં જ પૂરી અયોધ્યામાં ફેલાઈ ગઈ. ચારે તરફ શોકનું વાતાવરણ છવાઈ ગયું.

રાજમહેલમાં હાહાકાર મચેલો હતો.

કૌશલ્યા તો ચેતના ગુમાવીને રાજા દશરથના ચરણો પર પડી ગઈ હતી. સુમિત્રા તેમજ અન્ય રાણીઓ છાતી પીટી-પીટીને રુદન કરી રહી હતી.

સવાર સુધી સમસ્ત મંત્રી-ગણ તેમજ પુરોહિત રાજમહેલ પહોંચી ગયા.

અંતિમ સંસ્કાર મોટ અન્તઃપુરમાં કોઈ રાજકુમાર ઉપસ્થિત ન હતો, તેતી રાજાના શબને નાવમા તેલ ભરીને એમાં રાખવામાં આવ્યું.

અયોધ્યા પર આ બેવડો આઘાત હતો. આખી નગરી ઉજાડ થઈ ગઈ હતી. રાજમહેલને કંગૂરો પર ઉડી રહેલી સૂર્યવંશી પતાકાને ઝુકાવી દેવામાં આવી હતી.

★★

આગલા દિવસે દરબારમાં મંત્રી તેમજ રાજપુરુષ એકત્ર થયા. ભવિષ્યમાં શું પગલાં ઉઠાવવામાં આવે, એના પર વિચાર-વિમર્શ થયો. માર્કણ્ડેય, વાસુદેવ, મૌદ્ગલ્ય, કાત્યાયન, કશ્યપ અને સુમંતે અંતિમ નિર્ણય વશિષ્ઠ મુનિ પર છોડી દીધો. સુમંત બોલ્યા-

''મહારાજ આપણને અચાનક છોડીને ચાલ્યા ગયા. દેશ રાજા-વિહીન છે. હવે તમે યથાશીઘ્ર કોઈ એક રાજકુમારને સિંહાસન પર બેસાડીને દેશને સુરક્ષા પ્રદાન કરો.''

વશિષ્ઠ મુનિ બોલ્યા-

''તમે લોકો સાચું કહી રહ્યા છો. રાજા વગર રાજ્યનું અનિષ્ટ નિશ્ચિત છે. હું જલ્દી જ કૈકય-દેશથી ભરતને બોલાવી રહ્યો છું, કેમ કે મહારાજ રાજા દશરથ એમને જ રાજા બનાવવની ઘોષણા કરી ચુક્યા છે.''

મુનિવરે ચાર શ્રેષ્ઠ દૂતોને બોલાવ્યા અને એમનાથી કહ્યું-

''તમે લોકો આ જ સમયે કૈકય પહોંચો અને ભરતને લઈ આવો. એક વાતનું ધ્યાન રહે, અયોધ્યામા જે કંઈ થયું છે, એની ભનક પણ ભરતના કાનોમાં ના પડે. રામ-સીતા, લક્ષ્મણનાં વનગમન અથવા સમ્રાટની મૃત્યુની સૂચનાથી અનિષ્ટ થઈ શકે છે. બસ, ભરતથી ફક્ત એટલું જ કહેવામાં આવે કે, કુલગુરુ તેમજ મંત્રીઓએ જરૂરી કાર્ય-હેતુ બોલાવ્યા છે, શીઘ્ર અયોધ્યા ચાલો.''

દૂતોએ વાર ના કરી. દક્ષ ઘોડાઓ પર સવાર થઈને તેઓ કૈકયની તરફ રવાના થઈ ગયા.

દસ

કૈકય અયોધ્યાથી ખૂબ દૂર હતું, અને માર્ગ પણ સુગમ ન હતો, દૂત પવન-વેગે નદી-નાળાઓ અને વન-પ્રાંતરોને પાર કરતાં-કરતાં કૈકયની રાજધાની ગિરિબ્રજ જઈ પહોંચ્યા.

એ જ રાતે ભરતે એક દુઃખદ સ્વપ્ન જોયું હતું.

સવારે દુઃસ્વપ્નની સ્મૃતિએ એમને અત્યંત ઉદાસ કરી દીધા. એમનો ચહેરો ઉતરી ગયો અને આંખોમાં ચિંતા છવાઈ ગઈ. મિત્રોએ એમને આ હાલમાં જોયા, તો બોલ્યા- ''આ શું! ચહેરો આટલો મલિન કેમ?''

''બન્ધુ, રાત્રે એક અમંગલકારી સ્વપ્ન જોયું, એનાથી જ મારું ચિત્ત અશાંત છે.'' ભરત બોલ્યા- ''મેં જે કંઈ જોયું, એનાથી લાગે છે, કોઈ અનિષ્ટ અવશ્યંભાવી છે. હું તો ખૂબ ડરી ગયો છું. ખબર નહીં શું થશે!''

ત્યારે જ ભરતને સૂચના મળી કે અયોધ્યાથી દૂત આવ્યા છે.

દૂતોનું કૈકય-નરેશ તેમજ રાજકુમાર યુધાજિતે યથાવિધિ સ્વાગત કર્યું. દૂતોએ કૈકય-નરેશને બહુમૂલ્ય ઉપહાર વગેરે આપ્યા. પછી ભરતથી કહ્યું-

''રાજકુમાર! કુલગુરુ વશિષ્ઠે અત્યાવશ્યક કાર્ય-હેતુ તમને યાદ કર્યા છે, કૃપયા જલ્દી જ અયોધ્યા ચાલો.''

ભરતનો જીવ પહેલાં જ ગભરાયેલો હતો. આશંકિત થઈને પૂછ્યું-

''ત્યાં બધું ઠીક તો છે? માતા-પિતા કેમ છે? મોટા ભાઈ રામ તેમજ લક્ષ્મણના શું હાલ છે?''

''રાજકુમાર, ત્યાં બધું કુશળ-મંગળથી છે.'' દૂતોએ સત્ય છુપાવતા કહ્યું- ''હવે તમે વિલમ્બ ના કરો, જલ્દી રથ પર સવાર થાઓ.''

ભરતે પછી કશું ના પૂછ્યું. અયોધ્યા જવા માટે રાજી થઈ ગયા.

ભરતે નનિહાલમાંથી બધાથી વિદાય લીધી. તેઓએ પોતાના ભાઈ શત્રુઘ્નની સાથે રથમાં સવાર થઈને અને દૂતોની સાથે અયોધ્યાની તરફ પ્રસ્થાન કર્યું.

★★

દુર્ગમ માર્ગોને પાર કરતાં-કરતાં ભરત તેમજ શત્રુઘ્ન આઠમા દિવસે અયોધ્યા જઈ પહોંચ્યા.

અયોધ્યાને એક નજર જોતાં જ ભરતને પ્રતીત થયું હતું કે, કોઈ વિપદા જરૂર છે. અયોધ્યામાં પહેલાં જેવી રોનક ન હતી, ચારે તરફ શોકનું વાતાવરણ હતું. ભરતે ચિન્તાતુર સ્વરમાં દૂતોથી પૂછ્યું-

''દૂતો, નગર આવું શૂન્ય કેમ છે, માર્ગોમાં પહેલાં જેવી રોનક નથી. લોકોના ચહેરા પર ભારે ઉદાસી છે. સત્ય બતાવો, શું વાત છે?''

દૂત શું ઉત્તર આપતા!

રાજમહેલમાં પ્રવેશ કર્યો. રાજમહેલમાં પણ ભારે ઉદાસી છવાયેલી હતી. કોઈના ચહેરા પર પ્રસન્નતા ન હતી.

ભરત ખૂબ ગભરાયા. તે રથથી ઉતર્યા અને તેજીથી મહારાજ દશરથના પ્રકોષ્ઠમાં પહોંચ્યા. એમનું શયન ખાલી હતું. ભરત તેજ-તેજ પગલાંથી માતા કૈકયીની પાસે ગયા.

એને જોતાં જ કૈકેયીના ચહેરા પર સ્મિત છવાઈ ગયું, તે ખુશીથી ઉઠી અને પુત્રને આલિંગનમાં લઈ લીધો. બોલી-

''પુત્ર! નનિહાલમાં બધું ઠીક તો છેને, તેં તો ઘણાં દિવસો લગાવી દીધા. આવતા સમયે માર્ગમાં કોઈ અસુવિધા તો નથી થઈ, પુત્ર!''

''હું એકદમ ઠીક છું માં. નનિહાલમાં પણ બધું કુશળ-મંગલ છે. પરંતુ માં, એ બતાવો, મને અચાનક બોલાવવાનો શું અર્થ છે?'' ભરતે ઉતાવળા પૂછ્યું, ''પિતાજી ક્યાં છે?''

કૈકયી તો પુત્રને સામે મેળવીને ખુશ થઈ ગઈ હતી- આખરે ભરત રાજા જો બનવાવાળા હતા. તે બોલી-

''બેટા! તારા પરમ યશસ્વી પિતા આપણને છોડીને પરમ-ધામ ચાલ્યા ગયા છે.''

''શું!'' ભરત ખરાબ રીતે ચોંક્યા. આ અસહ્ય આઘાત હતો. ભરતથી સહન ના થયું, તે ફૂટી-ફૂટીને રોઈ પડ્યા અને ધરતી પર પડીને શોકથી છટપટાવાવ લાગ્યા. અંતિમ સમયે તે પિતાના દર્શન પણ કરી શક્યા ન હતા, એનાથી એમની બેચેની વધારે વધી ગઈ.

''પુત્ર! વ્યર્થ જ આટલો શોક ના કરો.'' કૈકયી બોલી, ''તારા પિતા તો મરતા સમયે બસ 'હે રામ! હે લક્ષ્મણ! હે સીતા જ પોકારતા રહ્યા. તારું નામ પણ ના લીધું. કહેતા હતા, કેટલો અભાગિયો છું, જે અંતિમ સમયમાં રામ-સીતા તેમજ લક્ષ્મણના દર્શન ના કરી શક્યો.''

ભરતે આશ્ચર્યથી પૂછ્યું-

''કેમ, તેઓ ક્યાં છે? શું તેઓ અંતિમ સમયે પિતાની નજીક ન હતા?''

''ના, રામ તપસ્વીઓના વેશમાં વન ચાલ્યા ગયા છે-સાથે સીતા તેમજ લક્ષ્મણ પણ ગયા છે.''

''રામને વન જવાની શું જરૂર હતી?'' ભરતે પૂછ્યું, ''શું એનાથી કોઈ ભારે અપરાધ થઈ ગયો છે, શું એમણે કોઈ બ્રાહ્મણનું ધન મારી લીધું છે અથવા કોઈ પર-સ્ત્રીની તરફ આંખ ઉઠાવી હતી. આખરે તેઓ વન કેમ ચાલ્યા ગયા?''

કૈકયી એક પળ ખામોશ રહી. પછી બોલી-

''પુત્ર! રામે એવું કશું નથી કર્યું. એમને કોઈ અપરાધમાં વનમાં નથી મોકલવામાં આવ્યા. સત્ય તો એ છે કે, જેવી જ મંથરાએ આ ખબર સાંભળી કે રામનો રાજ્યાભિષેક થવાવાળો છે, તેવા જ મહારાજથી મેં એમના બે વરદાનોનાં બદલામાં રામ માટે ચૌદ વર્ષીય વનવાસ અને તારા માટે રાજ્ય માંગી લીધું. બસ, આ જ કારણે રામ વનવાસ ચાલ્યા ગયા. સીતા તેમજ લક્ષ્મણ તો એમની સાથે પોતાની મરજીથી ગયા છે.'' આટલું બતાવીને કૈકયીનો ચહેરો ચમકી ઉઠ્યો,

જાણે એણે પુત્ર માટે કોઈ ઉપકારી કામ કર્યું છે. બોલી, ''પુત્ર! આ બધું મેંતારી ખુશી માટે કર્યું. હવે તૂં કોઈ ચિંતા ન કર, શોક કરવાની જરૂર નથી, મજાથી રાજગાદી પર બેસીને દેશનું શાસન સંભાળો. તારો વિરોધ કરવાવાળું કોઈ નથી રહ્યું. કુલગુરુ વશિષ્ઠ તારો રાજ્યાભિષેક કરી દેશે.''

ભરતના કાનોને જરા પણ વિશ્વાસ ના થયો. માતાએ આ શું અનર્થ કરી નાંખ્યું! જરૂર પિતાજીની મૃત્યુ પાછળ આ જ કારણ રહ્યું હશે- મારા કારણે રામ પણ સીતા તેમજ લક્ષ્મણની સાથે વન-ગમન કરી ગયા. ઉફ, માતાને આ શું સૂઝ્યું? ભરતનું આખું શરીર ક્રોધથી કાંપવા લાગ્યું. તે તેજ સ્વરમાં બોલ્યા-

''માં, હું જાણતો ન હતો કે, સ્વાર્થમાં આંધળી થઈને તું આવું પાપ કરીશ. માં, તકેં તો આપણા ઈક્ષ્વાકુ-વંશને જ કલંકિત કરી દીધો. નિઃસંદેહ તારા કારણે જ મહારાજનું નિધન થયું છે. વિચારો તો, લોકો મારા વિશે શું વિચારી રહ્યા હશે- બધા મારી નિંદા કરશે કે ભરતના કારણે રામને વન મોકલી દેવામાં આવ્યા. ઉફ માં! જરા એ પણ તો વિચારો કે, તારી મંદબુદ્ધિથી કૌશલ્યા તેમજ સુમિત્રા પણ પુત્ર-વિયોગમાં મારી ગઈ. બંને માતાઓ તારી સાથે કેટલો સારો વ્યવહાર કરે છે, અને બદલામાં તેં એમના પર આ અત્યાચાર કર્યો. તારું હૃદય કેટલું કઠોર છે કે, બધાને દુઃખી કરીને મારા રાજ્યાભિષેકની વાત કરી રહી છો. ના માં, મારાથી રાજ્યનું શાસન સંભાળી નહીં શકાય. હું રામનો અધિકાર છીનવવા નથી ઈચ્છતો. હું એમના વગર એક ક્ષણ પણ નથી જીવી શકતો. સત્ય, જો મેં તારા ગર્ભથી જન્મ ના લીધો હોત, તો આ જ સમયે તારો ત્યાગ કરતો. હું મરી જઈશ, પરંતુ તારી મનોકામના પૂરી નહીં થવા દઉં.''

''બેટા, આ તૂં શું કહી રહ્યો છે? હું તો... હું તો...'' આશ્ચર્ય તમજ ભયથી કૈકયીથી આગળ બોલાયું નહીં.

''હા માં! હું દુનિયાની નજરોમાં નીચો પડવા નથી ઈચ્છતો. તારા કારણે હું આજે અનાથ થઈ ગયો, ભાઈ ભાભીના સ્નેહથી વંચિત રહી ગયો. મને નથી જોઈતું- આવું રાજ્ય અને સત્તા. હું વન જઈને રામ, લક્ષ્મણ તેમજ સીતાને પાછા લઈ આવીશ અને એમને જ સિંહાસન પર બેસાડીશ. હું ચાલ્યો...''

આટલું કહીને ભરત કૈકેયીની તરફ જોયા વગર, પ્રકોષ્ઠથી બહાર નિકળી ગયા. તે શત્રુઘ્નની સાથે સીધા માતા કૌશલ્યાની પાસે ગયા.

પુત્ર વિયોગથી વ્યાકુળ કૌશલ્યાએ બંને રાજકુમારોને આલિંગનમાં લઈ લીધા. તે ભરતથી બોલી-

''તું આવી ગયો ભરત, હવે આ રાજ્ય સંભાળો. તારી માતાએ રામને વનવાસ અપાવી દીધો, હવે તું મને પણ વનવાસ મોકલી દે, એમના વગર અહીંયા રહીને હું શું કરીશ. હવે તું જ અહીંયાના સુખોનો ઉપભોગ કરો.''

ભરતનું માથું લજ્જાથી અને ગ્લાનિથી ઝૂકી ગયું. બોલ્યા-

''આ શું કહી રહી છો, માં! તું મને જ દોષી સમજે છે. આ બધી માતાની કરણી છે, હું નિરપરાધ છું. હું તો રામના વનવાસની સૂચનાથી મર્માહત છું. હું એવો નરાધમ નથી કે પોતાના પ્રિય ભાઈ રામને વન મોકલીને રાજા બનવા

ઈચ્છું. આ બધું મારા જાણ્યા વગર થયું માં, હું સોગંદ ખાઈને કહું છું.''

કૌશલ્યાએ સ્નેહથી ભરતનું મસ્તક ચૂમીને કહ્યું-

''પુત્ર! હવે સૌગંદ ખાવાથી શું લાભ! જે થવાનું હતું, તે થઈ ચુક્યું. તારો એમાં કોઈ દોષ નથી.''

★★

આગલા દિવસે પણ ભરતનું ચિત્ત શાંત ના થયું. પિતાના નિધન તેમજ રામના વન-ગમનથી એમનું હૃદય છલની થઈ ગયું હતું.

ત્યારે મહર્ષિ વશિષ્ઠ ભરતની પાસે ગયા અને બોલ્યા-

''વત્સ! આટલા શોકાતૂર થવાથી કેવી રીતે કામ ચાલશે! સંસારમાં જે આવ્યું છે, એનું મરણ નિશ્ચિત છે. ઊઠો, પિતાજીના અંતિમ સંસ્કારની વ્યવસ્થા કરો.''

''તમે ઠીક કહો છો ઋષિવર.''

ભર્યા મનથી ભરતે મહારાજ દશરથના અંતિમ સંસ્કારોની વ્યવસ્થા કરી. રાજા દશરથના શબને સ્મશાન ઘાટ લઈ જઈને ચિતા પર રાખવામાં આવ્યું. ત્યારપછી ભરતે ચિતાને અગ્નિથી પ્રજ્વલિત કરી દીધી.

લગભગ એક પક્ષ વ્યતીત થઈ ગયો.

એક દિવસે બધા વિશિષ્ટ મંત્રી-ગણ ભરતની પાસે પહોંચ્યા અને બોલ્યા-

''રાજકુમાર! મહારાજની ઈચ્છા હતી કે, તમે જ રાજ્ય સંભાળો- તેથી જલ્દી સત્તા સંભાળીને દેશનું કલ્યાણ કરો.''

''રાજાના મૃત્યુ પછી હંમેશાં મોટો પુત્ર જ ગાદી પર બેસે છે- આ જ નિયમ છે અને એમાં જ વંશની મર્યાદા પણ છે. ક્ષમા કરો, હું સિંહાસન પર નથી બેસી શકતો. હું વન જઈને રામને પાછા લઈ આવીશ. તેઓ જ કોશલના સિંહાસન પર બેસવાના અધિકારી છે- એમને જ સત્તા સોંપવી જોઈએ. કૃપયા મારા જવાની વ્યવસ્થા કરો, હું ચતુરંગિણી સેનાની સાથે યથા-શીઘ્ર અહીંયાથી પ્રસ્થાન કરવા ઈચ્છું છું.''

દરબારીઓએ ભરતના આ વચન સાંભળ્યા, તો એમની પ્રસન્નતાની સીમા ના રહી. રામને પુનઃ પોતાની વચ્ચે મેળવવાની કલ્પનાથી એમનો બધો શોક જતો રહ્યો. બોલ્યા- ''તમારું કલ્યાણ થાય, ભરત.''

બસ, પછી શું હતું, આખા નગરમાં આનંદ છવાઈ ગયો. ભરતના જવાની વ્યવસ્થામાં બધા લાગી ગયા. જ્યાં-જ્યાંથી ભરતની સવારી પસાર થવાની હતી, એ માર્ગને સાફ કરવામાં આવવા લાગ્યા.

અગિયાર

ભરત રથ પર સવાર થઈ નિકળી પડ્યા.

એમની સાથે ના ફક્ત ચતુરંગિણી સેના હતી, બલ્કે સમસ્ત મંત્રી-ગણ, ત્રણેય માતાઓ અને અનેક નગર-નિવાસી પણ હતા. હાથી-ઘોડાઓથી સુસજ્જિત એમનો કાફલો ધૂળ ઉડાડતો-ઉડાડતો દક્ષિણ દિશાની તરફ ચાલી પડ્યો.

કાફલો ગંગા-તટ પર સ્થિત શ્રૃંગવેરપુર પહોંચ્યો, તો ત્યાં જ એમણે ડેરો નાખી દીધો.

નિષાદરાજ ગુહને જ્યારે સૂચના મળી કે ભરત વિશાળ સેનાની સાથે રામના અનુસંધાનમાં જઈ રહ્યા છે, તે ગભરાયા. નિષાદરાજે સમજ્યું- હોય ના હોય, એમના મિત્ર રામ પર વિપત્તિ આવી છે, ભરત એમને પોતાના રસ્તાથી હંમેશાં માટે હટાવવા માટે એમનાથી લડવા જઈ રહ્યા છે. ગુહે પોતાના માણસોથી કહ્યું-

''રામ પર હું જરા પણ વિપત્ત નિહીં આવવા દઉં- તેથી જલ્દીથી પોતાની ફૌજ તૈયાર કરો. પાંચસો નોકાઓમાં સશસ્ત્ર સૈનિક બેસાડીને આદેશની પ્રતીક્ષા કરો, બાકી સૈનિક જંગલમાં છુપાઈ જાય. જો ભરતના મનમાં રામ પ્રતિ કોઈ વિરોધ ના થયો, તો આપણે એમને ગંગાની પાર જવા દઈશું, નહીંતર એમને સેનાની સાથે અહીં જ ખતમ કરી દઈશું.''

એના પછી તેઓ ખાન-પાનની સામગ્રી લઈને ભરતથી મળવા ચાલી પડ્યા.

ગુહને દૂરથી આવતા જોઈને ભરત સુમંતથી બોલ્યા-

''અરે આ તો નિષાદરાજ છે- રામના પરમ હિતૈષી અને શુભચિંતક. જુઓ, પોતાના સાથીઓની સાથે અહીં જ ચાલી આવી રહ્યા છે- આપણાથી મળવા. એમને જરૂર ખબર હશે કે રામ કઈ દિશામાં વનની તરફ ગયા છે.''

નિષાદરાજ પાસે આવ્યા અને ઉપહાર વગેરે આપીને બોલ્યા-

''રાજકુમાર! તમારું સ્વાગત છે. આ રીતે અચાનક અહીં આવવાનું પ્રયોજન જાણી શકું છું?''

''હે નિષાદરાજ! તમારાથી શું છુપાવવાનું- તમે તો અમારા શુભચિંતક છો. હકીકતમાં હું રામથી મળવા ભારદ્વાજ-આશ્રમની તરફ જઈ રહ્યો છું. પરંતુ અહીંયાનો માર્ગ મારા માટે અજાણ છે. કૃપયા અમારી મદદ કરો.''

''તમે નિશ્ચિંત રહો, રાજકુમાર. મારા રહેતા તમને કોઈ કષ્ટ નહીં થાય. મારા માણસ અહીંયાના ચપ્પા-ચપ્પાથી પરિચિત છે- તેઓ તમને રસ્તો બતાવી દેશે.'' નિષાદરાજે કહ્યું- ''પરંતુ રામથી મળવા માટે જતાં સમયે આટલી ભારે સેના લઈ જવાનો શું અર્થ? કૃપયા મારી શંકા દૂર કરો.''

ભરત ધીમેથી બોલ્યા-

''ભીલરાજ! તમારી શંકા નિર્મૂળ છે. રામ તો મારા માટે પિતા સમાન છે. હું એમને અયોધ્યા પાછા લઈ જવા માટે જઈ રહ્યો છું. જુઓ, મારી સાથે મંત્રી પણ છે, રાજપુરુષ પણ છે અને માતાઓ પણ છે.''

નિષાદરાજની બધી શંકાઓ દૂર થઈ ગઈ. તે ખુશીથી બોલ્યા-

''વાહ ભરત, તમે મહાન છો. સત્તાને મોટા ભાઈ માટે આમ ઠુકરાવી દેવી ખરેખર ખૂબ મોટી વાત છે- તમારો ત્યાગ અતુલનીય છે-રહેતી દુનિયા સુધી તમારો યશ કાયમ રહેશે.''

★★

તે રાત ભરતે સેના-સહિત ગંગા તટ પર વ્યતીત કરી.

ભરતને રાતભર ઊંઘ ના આવી. રામના દુર્ભાગ્યની કલ્પનાથી એમની આંખો ખુલ્લી જ રહી ગઈ. એમણે નિષાદરાજ ગુહથી વ્યથિત સ્વરમાં કહ્યું-

''ભીલરાજ! ન જાણે રામની શું દશા હશે? સીતા વનમાં કેવી રીતે સૂતી હશે? લક્ષ્મણ કેમ હશે? શું ખાતા હશે, શું પીતા હશે?''

ગુહે ઇંગુદી વૃક્ષની તરફ સંકેત કરતાં કહ્યું-

''ત્યાં જ તૃણ-શૈય્યા પર સૂતા હતા- રામ તેમજ જાનકી. અને, લક્ષ્મણ ધનુષબાણ લઈને રાતભર એમની રક્ષા કરી રહ્યા હતા.''

ભરતની આંખો નમ થઈ ગઈ. એમણે માતાઓને તે સ્થાન બતાવ્યું, જ્યાં રામ સૂતા હતા. બોલ્યા-

''ઉફ, રામે મારા કારણે કેટલું કષ્ટ સહન કર્યું. નિષાદરાજ, જરા એ તો બતાવો, કે તેઓ શું ખાતા-પીતા હતા?''

''હું તો એમના માટે ખૂબ વધારે ખાદ્ય-સામગ્રી લાવ્યો હતો, પરંતુ એમણે સ્પર્શી પણ નહીં. કંદ-મૂળ ખાઈને એમણે ગુજારો કર્યો. એક રાત અહીંયા વિશ્રામ કરીને તેઓ જટાઓ બનાવીને ગંગા પાર ચાલ્યા ગયા.''

''આ બધું મારા કારણે જ તો થયું. ન જાણે માતાને શું સૂઝ્યું કે આટલું મોટું કાંડ કરી નાંખ્યું. રાજપ્રાસાદોમાં ઉછરેલા મારા ભાઈ તેમજ જનક-દુલારી આજે મારા કારણે વન-વનની ઠોકરો ખાઈ રહ્યા છે. આજથી હું પણ એમની જ જેમ આચરણ કરીશ- હુંપણ રાજસી ઠાઠ-બાઠનો ત્યાગ કરીશ. હું પ્રતિજ્ઞા કરું છું...આજથી હું જમીન પર સૂઈ જઈશ, કંદ-મૂળ ખાઈશ, જટા બનાવીશ. જેમ પણ થાય, રામને વનથી લાવીને સિંહાસન પર પ્રતિષ્ઠિત કરીશ. અને ખુદ ચૌદ વર્ષનો વનવાસ ભોગવીશ.''

★★

સવાર થઈ.

ભરતે નિષાદરાજથી કહ્યું-

''કૃપયા મારા ગંગા-પારજવાની વ્યવસ્થા કરી દો.''

''હમણાં લો.''

નિષાદરાજે સેંકડો નાની-મોટી નૌકાઓ પર ભરતની સૈના તેમજ સાથે આવેલા લોકોને એ પાર પહોંચાડી દીધા. ભરત તેમજ એમની માતાઓ, મંત્રીઓ તેમજ ગુરુજનોની સાથે મોટી નૌકામાં બેઠા. ગંગા તટ પર અજીબ કોલાહલ મચી ગયો.

★★

ગંગા પાર કરીને ભરતની યાત્રા પાછી શરૂ થઈ. આ વખતે તેઓ પગપાળા જ ચાલ્યા- કેમ કે રામ પણ અહીંયાથી પગપાળા જ ચિત્રકૂટ સુધી ગયા હતા.

એક દિવસે તેઓ ભારદ્વાજ મુનિના આશ્રમમાં જઈ પહોંચ્યા.

મુનિએ પૂછ્યું-

''ભરત! બધું ઠીક તો છે? અયોધ્યાનો રાજ્ય-ભાર છોડીને આટલી મોટી સેના લઈને કેવી રીતે આવવાનું થયું? ક્યાંક રામથી ટકરાવા તો નથી જઈ રહ્યા?''

ભરતે હાથ જોડીને કહ્યું-

''ના, મુનિવર! હું તો રામના ચરણોનો તુચ્છ સેવક છું. કૃપયા, મારા ઉપર કોઈ શક ના કરો. માતા કૈકેયીએ જે કંઈ કર્યું, એમાં મારી રજામંદી ન હતી. હું તો રામને પાછા લેવા જઈ રહ્યો છું. એમનાથી ક્ષમા માંગીને રાજ્ય સંભાળવાનું કહીશ.''

''તારો વિચાર ઉત્તમ છે, ભરત.'' મુનિવર બોલ્યા-''તેં પોતાના કુળના ગૌરવની રક્ષા કરી લીધી. સાંભળો વત્સ! આ સમયે રામ, સીતા તેમજ લક્ષ્મણ ચિત્રકૂટમાં રહે છે. આજની રાત અહીં જ વિશ્રામ કરો. કાલે સવારે ચિત્રકૂટની તરફ ચાલી નિકળજો.''

★★

રાજા દશરથના દુઃખદ નિધનના સમાચાર મહારાજ જનકની પાસે પણ પહોંચી ચુક્યા હતા.

જનકે તત્કાળ કેટલાંક દૂત અયોધ્યા મોકલ્યા, જેથી વાસ્તવિક સ્થિતિની જાણ ચાલે. દૂતોએ પાછા આવીને બતાવ્યું કે, અયોધ્યા તો સૂની પડી છે, ભરત, માતાઓ, મંત્રીઓ તેમજ ઋષિ-મુનિઓની સાથે ચિત્રકૂટની તરફ જઈ ચુક્યા છે, જ્યાં રામ વનવાસ ભોગવી રહ્યા છે.

આ સાંભળતા જ જનક પણ પોતાના પરિવાર સહિત ચિત્રકૂટની તરફ ચાલી પડ્યા- સાથે મંત્રી તથા રાજકર્મચારી પણ હતા.

ચિત્રકૂટની પાસે પહોંચીને ભરત તેમજ જનકે પોતાના પડાવ નાખી દીધા.

બાર

રામ સીતાને ચિત્રકૂટની શોભા બતાવી રહ્યા હતા. પાસે જ મહા-કોલાહલ સાંભળીને તેઓ ચોંક્યા. એમણે લક્ષ્મણથી કહ્યું-

''જુઓ ભાઈ, આ શોર કેવો છે? લાગી રહ્યું છે, કોઈ વિશાળ જનસમૂહ અહીં જ ચાલી આવી રહ્યો છે.''

લક્ષ્મણે એક વૃક્ષ પર ચઢીને જોયું, ભરત એક વિશાળ સેનાની સાથે અહીં જ આવી રહ્યા છે. બોલ્યા-

''ભાઈ! લાગે છે કે, ભરત રાજ્ય મેળવીને સંતુષ્ટ નથી. તેઓ સેના લઈને તમારાથી યુદ્ધ કરવા ઇચ્છે છે, જેથી તમને નિહત્થા પરાજિત કરીને નિશ્ચિંત થઈ જાય.''

રામ હસ્યા. બોલ્યા-

''તત્કાળ કોઈ નિષ્કર્ષ ના કાઢવો જોઈએ, લક્ષ્મણ. એમને પાસે આવવા દો.''

ભરત જેવાં જ રામથી મળ્યા, તો એમને ચરણો પર ફૂટી-ફૂટીને રોયા. એમણે પિતાની મૃત્યુના સમાચાર સંભળાવ્યા, તો રામ અત્યંત દુઃખી થયા.

ભરત બોલ્યા-

''મારે એવું રાજ-પાટ નથી જોઈતું, ભાઈ. એના પર તમારો અધિકાર છે. અયોધ્યા ચાલીને સિંહાસન સંભાળો.''

''એ મારાથી નહીં થાય, ભરત.'' રામ બોલ્યા- ''મેં પિતાના આદેશથી વનગમન કર્યું છે- એમના વચનથી વિપરીત કામ કરીને હું એમની આત્માને કષ્ટ પહોંચાડવા નથી ઇચ્છતો.''

ચિત્રકૂટમાં એ લોકોએ કેટલાય દિવસો સુધી ડેરો જમાવ્યો. રામે બધાનો યથાયોગ્ય આદર-સત્કાર કર્યો. ભરત જ નહીં, મહર્ષિ વશિષ્ઠ, સુમંત, જાબાલિ, મહારાજ જનક વગેરે બધાએ રામને અયોધ્યા ચાલીને રાજ્ય સંભાળવાનું કહ્યું, પણ રામ પોતાના પિતાના વચનને કેવી રીતે ખોટું પાડતાં- તેઓ પોતાના નિર્ણયથી ટસથી મસ ના થયા. રામ બોલ્યા-

''પિતાજી ભરતને જ રાજ્ય આપવાની વાત કહી ગયા છે,એ જ ઉચિત છે કે, ભરત એમની આજ્ઞાનું પાલન કરે. તેઓ અયોધ્યા ચાલ્યા જાય.''

ભરતે જ્યારે જોયું કે, રામ કોઈ પણ પ્રકારે નહીં માને, ત્યારે અત્યંત લાચારીથી બોલ્યા-

''હું અહીંયાથી ત્યારે જ જઈશ, જ્યારે તમે પોતાનું કોઈ ચિન્હ મને આપશો... એ જ ચિન્હ અયોધ્યામાં તમારું પ્રતિનિધિ થશે.''

રામે એક પળ સુધી થોડું વિચાર્યું, એ પછી પગોથી ખડાઊં ઉતારને ભરતને આપી દીધા.

રામની ચરણ પાદુકા લઈને બધા લોકો ચિત્રકૂટથી વિદાય થયા.

★★

મહારાજ જનક થોડા દિવસો સુધી અયોધ્યામાં રહ્યા, પછી બધાને સાંત્વના આપીને મિથિલા ચાલ્યા ગયા.

અયોધ્યામાં બધાએ ભરતને રાજ્ય-સિંહાસન પર આસીન થવાનો અનુરોધ કર્યો, પરંતુ ભરતે સિંહાસન પર ખુદ ન બેસીને રામની પાદુકાઓને પ્રતિષ્ઠિત કરી દીધી. એમણે પરિવારની જવાબદારી શત્રુઘ્નને સોંપી દીધી અને ખુદ રામની જેમ તપસ્વીઓનો વેશ ધારણ કરી લીધો. તેઓ ભૂમિ પર જ સૂતા અને રૂખું-સૂખું ખાતા. એમણે પણ જટા બનાવી લીધી.

★★

ભરતનું આ વ્રત ચૌદ વર્ષ સુધી સતત ચાલતું રહ્યું. એમનું પ્રણ હતું કે, રામ પાછા અયોધ્યા ન આવ્યા તો તેઓ અગ્નિમાં કૂદીને આત્મહત્યા કરી લેશે.''

ભરતના ચાલ્યા જવા પર રામ ઉદાસ થઈ ગયા. બધા લોકોથી ફરી મળીને એમનું ચિત્ત અશાંત થઈ ગયું હતું. એમની યાદોએ એમને એવા ઘેર્યા કે, ચિત્રકૂટમાં રહેવું દૂભર થઈ ગયું હતું. વિરાટ જન સમૂહના પડાવ, અને હાથી-ઘોડાઓના ક ારણે તે સ્થાન પ્રદૂષિત પણ થઈ ગયું હતું.

એમણે ચિત્રકૂટથી પોતાનો ડેરો ઉઠાવ્યો અને લક્ષ્મણ તેમજ સીતાની સાથે પહોંચ્યા ઋષિ અત્રિના આશ્રમ.

મહર્ષિ અત્રિ તેમજ એમની પત્ની અનુસૂયાએ અતિથિઓનો સાદર-સત્કાર કર્યો. અનુસૂયાએ સીતાને પત્ની-ધર્મ સમજાવ્યો અને ઉપદેશ આપ્યા.

બીજા દિવસે રામ આગળની યાત્રા માટે ઉદ્યત થયા, તો એમને વિદાય આપવા વનના અનેક ઋષિ-મુનિ આવી ગયા. એમણે કહ્યું-

‘‘રાજા દશરથ-નંદન! તમારા પરાક્રમ કોણ નથી જાણતું! આ વનોમાં અત્યંત ભયાવહ જીવ-જંતુ રહે છે, જે વનવાસી ઋષિ-મુનિઓને ખૂબ કષ્ટ આપે છે. અનેક રાક્ષસોએ નિરીહ લોકોને મારી નાંખ્યા છે. તેથી, તમારાથી નિવેદન છે કે, એમને સમાપ્ત કરીને અમારી રક્ષા કરો.’’

‘‘એવું જ થશે, તપસ્વીઓ.’’

આટલું કહીને રામ, સીતા તેમજ લક્ષ્મણની સાથે મહાવનમાં પ્રવેશ કરી ગયા.. જાણે સૂર્ય વાદળોની પાછળ છુપાઈ ગયો હોય.

અરણ્ય કાંડ

એક

દંડકારણ્યમાં અનેક મહા તેજસ્વી ઋષિ-મુનિ રહેતા હતા. એમના સ્વચ્છ આશ્રમોમાં હંમેશાં યજ્ઞ થતાં રહેતા હતા.

રામ-સીતા, લક્ષ્મણને વનમાં જોઈને એ જ્ઞાની તપસ્વીઓએ એમનું સ્વાગત કર્યું. બોલ્યા-

''તમને અમારી વચ્ચે વનમાં જોઈને અમે કૃતાર્થ થયા. તમે અયોધ્યામાં વિરાજો અથવા જંગલમાં- દરેક જગ્યાએ તમે રાજા છો. વનમાં રાક્ષસોના પ્રકોપથી અનેક નિર્દોષ ઋષિ-મુનિ જાનથી હાથ ધોઈ રહ્યા છે, કૃપયા અમારી રક્ષા કરો, એ જ રાજાનું કર્તવ્ય છે.''

રામ એમનાથી આશીર્વાદ પ્રાપ્ત કરીને આગળ વધ્યા.

ખરેખર, દંડકારણ્યમાં નરભક્ષી પશુઓ અને રાક્ષસોનો ભારે આતંક હતો.

રામ થોડા પગલાં આગળ વધ્યા જ હતા કે, એક ભયાવહ રાક્ષસ બૂમો પાડતો સામે પ્રગટ થયો. એનું શરીર હાથીની જેમ હતું, અને ચામડી હતી વાઘની જેમ. તે સીતા પર ઝપટતાં ગરજીને બોલ્યા-

''તમે લોકો કોણ છો? અહીંયો તો તપસ્વીઓનો વાસ છે, આવી જગ્યાએ બે નર એક સ્ત્રીને લઈને કેવી રીતે ફરી રહ્યા છે? તપસ્વીઓનો વેશ બનાવીને તમે લોકો તપોભૂમિને કલંકિત કરી રહ્યા છો. હું છું વિરાધ, આ વનમાં મારું રાજ્ય છે. હું માનવ ભક્ષી છું. રોજ અહીંયાના મુનિઓને ખાઉં છું. હા, આજે આ સુંદરીને મેળવીને તમને લોકોને છોડી દઈશ.''

બિચારી સીતા તો થર-થર કાંપવા લાગી.

રામે વાર ના કરી, પોતાનું ધનુષ તાણ્યું અને બાણથી એ અભિમાની રાક્ષસના બે ટુકડાં કરી દીધા. અંતિમ સમય નજીક જાણીને તે રામથી બોલ્યો-

''હે રામ! આજે તમારા હાથોથી મરીને મને શાંતિ મળી. તમારું શૌર્ય ઇન્દ્ર સમાન છે.''

★★

વિરાધ રાક્ષસનો વધ કરીને રામ મહર્ષિ શરભંગના આશ્રમમાં જઈ પહોંચ્યા. મહર્ષિ શરભંગ ખૂબ જ વૃદ્ધ હતા અને મૃત્યુના દિવસ ગણી રહ્યા હતા. રામને સીતા તેમજ લક્ષ્મણની સાથે આશ્રમમાં જોઈને બોલ્યા, ''તમે આવી ગયા રામ! હું તમારી પ્રતીક્ષામાં જ બેઠો હતો. આજે તમારા દર્શન મેળવીને હું ધન્ય થયો. હવે હું પરમધામ જઈશ- તમે મારી અંતિમ ક્રિયા કરી દેજો.''

આમ કહીને મહર્ષિ શરભંગ અગ્નિમાં પ્રવેશ કરી ગયા અને પરમધામ પહોંચી ગયા.

પછી વનના અન્ય ઋષિ-મુનિઓએ પણ રામથી એ જ પ્રાર્થના કરી કે, તેઓ વનના રાક્ષસોથી ખૂબ પરેશાન છે, રામ એમની રક્ષા કરે.

રામ બોલ્યા-

''તમે આદેશ આપો, મારે શું કરવાનું છે? હું તો પિતાની આજ્ઞાનું પાલન કરવા વનમાં આવ્યો છું. જો તમારા લોકોના કોઈ કામ આવી શક્યો, તો મને પ્રસન્નતા થશે. હું પ્રતિજ્ઞા કરું છું કે, વનના સમસ્ત રાક્ષસોને સમાપ્ત કરીને પોતાનો વનવાસ સાર્થક કરીશ. આશીર્વાદ આપો.''

અહીંયાથી ચાલીને તે લોકો સુતીક્ષ્ણ ઋષિના આશ્રમમાં આવ્યા, જેનો ચહેરો જટાઓથી પરિપૂર્ણ હતો. રામે એમના ચરણ-સ્પર્શ કરીને આશીર્વાદ પ્રાપ્ત કર્યા. ચાલતા સમયે સુતીક્ષ્ણ બોલ્યા-

''મુક્ત થઈને વનોમાં વિચરણ કરો, વત્સ! અહીંયાની શોભા નિરાળી છે. અહીંયા પગ-પગ પર મહાતપસ્વીઓના નિવાસ છે, એમના દર્શન કરીને પુણ્ય પ્રાપ્ત કરો.''

ત્યાંથી નિકળ્યા, તો માર્ગમાં સીતા બોલી-

''હે આર્યપુત્ર! તમે સશસ્ત્ર આ વનમાં નિકળ્યા છો. એ ઠીક છે કે એમાં જ ક્ષત્રિય-ધર્મ સમાયેલ છે. આમ તો તમારામાં બધા ગુણ છે, પણ રૌદ્રતા ક્યાંનો ગુણ છે? વનમાં જે રાક્ષસ રહે છે, એમણે તમારું શું બગાડ્યું છે, પછી એમની હત્યાઓ કરીને પાપના ભાગી કેમ બનો છો?

''તમે જે કંઈ કહ્યું છે, મારી ભલાઈ માટે જ.'' રામ બોલ્યા, ''પરંતુ મેં અથવા લક્ષ્મણે જે અસ્ત્ર ધારણ કર્યા છે, તે વ્યર્થ હત્યા કરવા માટે નથી. અહીંયાના ઋષિ-મુનિ રાક્ષસોના ઉપદ્રવથી પરેશાન છે. એમણે મારી મદદ માંગી છે, તેથી આ ક્ષત્રિયનું કર્તવ્ય છે કે તે અસ્ત્ર દ્વારા રાક્ષસોના ઉપદ્રવોને શાંત કરીને ઋષિ-મુનિઓના કષ્ટ દૂર કરે.''

આ રીતે વાતો કરતાં-કરતાં તેઓ અગસ્ત્ય મુનિના આશ્રમ ગયા. એમના દર્શન મેળવી તેઓ ફરી આગળની યાત્રા આરંભ કરવા ઇચ્છતા હતા.

★★

રામને વનવાસ ભોગવતા લગભગ દસ વર્ષ થઈ ગયા હતા. આ દરમિયાન તેઓ અનેક વનોમાં ગયા, અનેક ઋષિ-મુનિઓના દર્શન કર્યા, કેટલીય જગ્યાએ આશ્રમ બનાવીને રહ્યા, તેઓ જ્યાં પણ ગયા, એમની નજરો અગસ્તય મુનિને

શોધતી, પણ અગસ્ત્ય મુનિ ક્યાંય નજરે ના આવ્યા. ત્યારે તેઓ પુનઃ સુતીક્ષ્ણ ઋષિની પાસે આવ્યા અને એમનાથી અગસ્તય મુનિનું સરનામું પૂછ્યું.

''સાંભળો વત્સ!'' સુતીક્ષ્ણ ઋષિ બોલ્યા, ''અહીંયાથી દક્ષિણ દિશામાં સોળ કોસ દૂર એક વિશાળ પીપળનું વન છે, જે હંમેશાં હર્યું-ભર્યું રહે છે, જ્યાં હંમેશાં પક્ષીઓનો મધુર શોર ગૂંજે છે. ત્યાં રહે છે- અગસ્ત્ય મુનિના ભાઈ! થોડા દિવસ એમના જવનમાં પડાવ નાખજો, પછી વનના કિનારે-કિનારે ચાર કોસ અને દક્ષિણ દિશાની તરફ જજો-ત્યાં જ મળશે તમને અગસ્ત્ય મુનિ.''

★★

આ પ્રકારે રામ અગસ્તય મુનિથી જઈ મળ્યા.

અગસ્ત્ય મુનિ તો એમને જોતાં જ ગદ્ગદ થઈને બોલ્યા-

''મારા અહોભાગ્ય જે આજે તમે અહીંયા પધાર્યા. તમારી પ્રતીક્ષામાં જ તો અત્યાર સુધી મારા નેત્ર તરસી રહ્યા હતા. વત્સ, મારી પાસે કેટલાય અસ્ત્ર-શસ્ત્ર પડ્યા છે, જે દેવ-અસુર સંગ્રામકાળના છે, આજથી તે તમારા થયા. એમને મેળવીને તમે અપરાજેય થઈ જશો. સીતા તેમજ લક્ષ્મણને પણ પોતાના આશ્રમમાં જોઈને ખૂબ ખુશ છું- એમનો ત્યાગ અનુપમ છે.''

''ઋષિવર! તમારી અનુકંપાથી અમે ત્રણેય ઉપકૃત થયા.'' રામ બોલ્યા.

''તમે લોકો ઈચ્છો, તો પોતાનો ડેરો પણ અહીં જ જમાવી લો. તમારા અહીંયા રહેવાથી આ સ્થાન પવિત્ર થશે.'' અગસ્તય મુનિ બોલ્યા, ''આમ તો ક્યાંય એકાન્તમાં રહેવા ઈચ્છો, તો અહીંયાથી આઠ કોસની દૂરી પર પંચવટી છે, ખૂબ જ ભવ્ય વન છે. ગોદાવરી નદીના પાણીથી સિંચિત. ત્યાં રહીને તમને સારું લાગશે.''

રાતભર રામ, સીતા તેમજ લક્ષ્મણે ત્યાં જ નિવાસ કર્યો.

સવાર થતાં જ મુનિના આશીર્વાદ લઈને તેઓ પંચવટી ચાલી ગયા.

★★

હર્યા-ભર્યા માર્ગોથી થઈને રામ, સીતા તેમજ લક્ષ્મણ ચાલી જઈ રહ્યા હતા. અચાનક વચ્ચે વિશાળ શરીરવાળું એક પક્ષી આવી ઊભું થયું. લક્ષ્મણે સમજ્યું, કોઈ રાક્ષસ છે. બસ, ધનુષ તાણીને બોલ્યા- ''કોણ છે તૂં?''

પક્ષીએ હાથ જોડીને રામથી કહ્યું-

''જ્યારથી સાંભળ્યું છે કે, તમે દંડકારણ્યમાં પધાર્યા છો, ત્યારથી તમારા દર્શનો માટે ભટકી રહ્યો છું. હું જટાયુ છું,રામ! તમારા પિતાનો મિત્ર- તેથી મને પોતાનો મિત્ર જ સમજો. મને પણ તમારી સાથે રહેવાની અનુમતિ આપો- હું તમારી મદદ જ કરીશ.''

રામે એમની યાચના સ્વીકાર કરી લીધી. જટાયુને પોતાની સાથે લઈને પંચવટીનો માર્ગ પકડ્યો.

બે

પંચવટી ખરેખર ખૂબ જ રમણીય સ્થાન હતું.

રામને આ સ્થાન ખૂબ જ ગમ્યું. એમણે લક્ષ્મણથી કુટિયા બનાવવાનું કહ્યું. લક્ષ્મણે તત્કાળ સારી કુટિયા બનાવી દીધી.

રામ અને સીતા આ કુટિયાને જોઈને ખૂબ પ્રસન્ન થયા. ત્રણેયે હવન કરીને કુટિયામાં પ્રવેશ કર્યો.

હવે આ જ કુટિયા એમનું ઘર હતી. લક્ષ્મણ મોટા બાઈ તેમજ ભાભીની તન-મનથી સેવા કરવા લાગ્યા.

બે મહીના વીતી ગયા.

હેમન્તની ઋતુ હતી.

એક દિવસે બંને ભાઈ ગોદાવરી નદીથી સ્નાન કરીને પાછા ફર્યા. ત્યારે જ આશ્રમની પાસે એક રાક્ષસી આવી પહોંચી. તે બીજી કોઈ નહીં, રાક્ષસ-રાજ રાવણની બહેન હતી-સૂર્પણખા. એણે જેવા રામને જોયા તો એમના પર એકદમ મોહિત થઈ ગઈ. એને લાગ્યું, જાણે સાક્ષાત્ કામદેવ સામે ઊભા હોય. તે રામની પાસે જઈને બોલી-

''આ વનમાં તો રાક્ષસોનું રાજ્ય છે- તમે લોકો અહીંયા કેવી રીતે પહોંચી ગયા? વસ્ત્ર તો તપસ્વીઓ જેવાં છે, પછી સાથે એક સ્ત્રી લઈને કેમ ફરી રહ્યા છો? કોણ છો તમે?''

રામે ઉત્તર આપ્યો-

''હું રામ છું- કોશલ નરેશ મહારાજ દશરથનો પુત્ર. આ મારો નાનો ભાઈ છે લક્ષ્મણ અને જે સ્ત્રી છે, તે મારી પત્ની છે. હું પિતાની આજ્ઞાથી ચૌદ વર્ષનો વનવાસ ભોગવવા આવ્યો છું. હવે કૃપયા પોતાના વિશે પણ બતાવો. અહીંયા કયા પ્રયોજનથી ફરી રહી છો, શું નામ છે?''

''હું રતિ સમાન સુંદરી, મારું નામ છે સૂર્પણખા. હું તો હંમેશાં વનમાં વિચરું છું- મને કોઈ ડર નથી. ત્રિલોક-જયી લંકાનરેશ રાવણ મારા ભાઈ છે- બળશાળી કુંભકર્ણ તેમજ વિભીષણ મારા ભાઈ છે- એટલું જ કેમ, ખર અને દૂષણ પણ મારા ભાઈ છે, જેમની વીરતાની આગળ કોઈ ટકી નથી શકતું. તેઓ જ બંને પંચવટી ક્ષેત્રના માલિક છે. સાંભળો રામ, તમારી મનમોહિની સૂરત મને ગમી ગઈ છે. તમને જોઈને મારું હૃદય મારા વશમાં નથી રહ્યું. મેં તમને પતિના રૂપમાં સ્વીકાર કરી લીધા છે-તમે પણ મને વરણ કરો.''

રામે એક વાર ઉપરથી નીચે સુધી સૂર્પણખાને જોઈ. પછી બોલ્યા-

''પણ હું તો વિવાહિત છું. તમારું વરણ કેવી રીતે કરી શકું છું. હા, મારા ભાઈ લક્ષ્મણ પત્ની વિહીન છે, તેથી જો તે ઇચ્છે, તો તારું વરણ કરી શકે છે.''

સૂર્પણખા તો કામથી પીડિત હતી, તેથી રામ ના સહી, લક્ષ્મણ જ સહી. તે ઝટથી લક્ષ્મણની પાસે જઈને બોલી-

''તારી સુંદરતાએ મને મોહી લીધી છે. ને પત્નીના રૂપમાં સ્વીકાર કરી લો. આપણે આજીવન સુખથી રહીશું.''

લક્ષ્મણે વ્યંગ્યથી કહ્યું-

''ક્યાં તૂં લંકા પતિ રાવણની બહેન-એક રાજકન્યા! અને ક્યાં હું રામનો

અકિંચન સેવક! મારી પત્ની બનીશ, તો તારું સન્માન જતું રહેશે. તારા માટે રામની બત્ની બનવું જ ઉચિત છે.''

સૂર્પણખાને લક્ષ્મણની સલાહ પસંદ આવી ગઈ. એણે મ્હોં બનાવીને ક્ષુબ્ધ સ્વરમાં કહ્યું-

''રામ, તમારે મારાથી વિવાહ કરવા જ પડશે. કુરુપા સીતાને કારણે તમે મારું અપમાન નથી કરી શકતા. જો તમે મારી વાત ન માની, તો હું અત્યારે જ સીતાને મારીને ખાઉં છું. પછી તમારી સાથે વિવાહ રચાવીને વનમાં જ રહીશ.''

આમ કહીને સૂર્પણખા વિકરાળ રૂપ ધારણ કરીને સીતાની તરફ લપકી. ભલું આ લક્ષ્મણ કેવી રીતે સહન કરતા. રામનો આદેશ મેળવતાં જ, એમણે તલવાર કાઢી અને સૂર્પણખાના નાક-કાન કાપી નાંખ્યા.

સૂર્પણખાના હાલ પીડાના માર્યા ખરાબ થઈ ગયા. તે દર્દથી છટપટાતી ત્યાંથી ભાગી નિકળી- આખો માર્ગ છલકતાં લોહીથી લાલ થઈ ગયો. વનને ચીસોથી ગુંજાવતી તે સીધા પોતાના ભાઈ ખરની પાસે પહોંચી. ખરે બહેનની આ દુર્દશા જોઈ, તો ગુસ્સાથી કાંપતો બોલ્યો-

''તારી આ દશા! કોણે તારા નાક-કાન કાપવાની હિમ્મત કરી? મને એ પાપીનું ના મબતાવો, હું પોતાના બાણોથી એનું કાળજુ છલની કરી દઈશ.''

''ભાઈ!'' સૂર્પણખા રોતી-કલપતી બોલી, ''વનમાં કોશલ નરેશ દશરથના બે પુત્ર તપસ્વી વેશમાં આવ્યા છે- એમનું નામ છે-રામ અને લક્ષ્મણ. સાથી એક સુંદર સ્ત્રી પણ છે. બસ, મેં એમનાથી એ સ્ત્રીના વિષયમાં પૂછપરછ કરી, તો એમણે ખરાબ માનીને મારા નાક-કાન કાપી લીધા. ભાઈ, તમે એ નરાધમોને એની મજા ચખાવો, એમનું લોહી પૂને જ મને શાંતિ પ્રાપ્ત થશે.''

''એવું જ થશે, બહેન.''

આમ કહીને ખરે પોતાના મહાપરાક્રમી મહાડીલ-ડૌલવાળા ચૌદ રાક્ષસોને આદેશ આપ્યો કે, તેઓ તત્કાળ સીતા-સહિત રામ-લક્ષ્મણને મારી નાખે.

સૂર્પણખાની સાથે ચૌદ રાક્ષસ તોફાનની જેમ રામની કુટિયા પર આવી પહોંચ્યા.

પરંતુ રામની સામે તેઓ ટકી ના શક્યા. રામના ચૌદ બાણોએ એ રાક્ષસોને ધરાશાયી કરી દીધા.

ત્યારે ખર ખુદ રથ પર સવાર થઈને રામથી બાથ ભીડવા ચાલ્યો- સાથે ભાઈ દૂષણ તેમજ ચૌદ સહસ્ત્ર રાક્ષસોની સેના પણ લેતો ગયો. આખું વન એમના શોરથી ગૂંજી ઉઠ્યું- ધૂળ ઉડીને વાદળોની જેમ આકાશમાં છવાઈ ગઈ.

રામે આટલી વિશાળ સેના આવતા જોઈ, તો સમજી ગયા કે, આજે અહીંયા લોહીની નદી વહીને રહેશે. એમણે સીતાને લક્ષ્મણના સંરક્ષણમાં નજીકના પર્વતની ગુફામાં મોકલી દીધા અને સ્વયં ખર તેમજ દૂષણની સેનાનો મુકાબલો કરવા એકલા જ લાગી ગયા.

આશ્રમની નજીક પહોંચતા જ ખર તેમજ એની સેના રામ પર બાણ છોડવા લાગી. જેને રામે ચુપચાપ સહી લીધા- એમનું આખું શરીર રક્ત-રંજિત થઈ ગયું-પણ તેઓ જરા પણ વિચલિત ના થયા. પછી જ્યારે એમને ક્રોધ આવ્યો, તો એમણે તાબડતોડ બાણ છોડવાના શરૂ કરી દીધા- એમની ફુર્તીથી દેવતા પણ ચકિત રહી ગયા. જોતાં-જોતાં અગણિત રાક્ષસ જમીન પર આવી પડ્યા. પલક ઝપકતાં જ આખું ક્ષેત્ર રાક્ષસોની લાશોથી લદાઈ ગયું. હવે જે રાક્ષસ બચ્યા હતા, તે ભયભીત થઈને અહીં-તહીં ભાગી નિકળ્યા.

દૂષણે સેનાની આ દશા જોઈ, તો ખુદ રામ પર આક્રમણ કરવાનું નક્કી કર્યું. એણે તીખા બાણ રામની તરફ છોડી દીધા. દૂષણને જોતાં જ રામનો ક્રોધ વધી ગયો. એમણે દૂષણના ધનુષને જ તોડી નાંખ્યું- પછી ચાર બાણ એવા છોડ્યા કે, એના રથના ચારેય ઘોડા જમીન સૂંઘવા લાગ્યા. સારથીનું માથું પણ બાણથી ધડથી અલગ કરી દીધું. દૂષણથી રહેવાયું નહીં-તે એકદમ રામની પાસે જઈ લપક્યો વાર કરવા માટે. પણ રામની ફુર્તીનું શું કહેવું! એમણે તલવારના એક જ વારથી દૂષણના બંને હાથ કાપી નાંખ્યા- દૂષણ એક ચીસની સાથે જમીન પર આવી પડ્યો અને બેભાન થઈ ગયો.

બચેલા-કુચેલા સૈનિક રાક્ષસરાજ ખરના ભાઈના આ હાલ જોઈન રામ પર એક સાથે તૂટી પડ્યા- રામે એક સાથે જ એમને યમલોક પહોંચાડી દીધા.

યુદ્ધ-ભૂમિ લોહીથી લથપથ થઈ ગઈ હતી- જ્યાં-ત્યાં રાક્ષસોના શબોનો ઢગલો લાગી ગયો હતો-પળભરમાં જ વનનો તે ભાગ નરક-તુલ્ય થઈ ઉઠ્યો. આખી સેના દૂષણ-સહિત મારી ગઈ હતી- જીવિત બચ્યા હતા તો ફક્ત રાક્ષસરાજ ખર તેમજ સેનાપતિ ત્રિસિરા. ત્રિસિરાએ ખરથી કહ્યું-

''રાક્ષસરાજ! મને આજ્ઞા આપો, હું આ રામને જીવિત નહીં છોડું. નહીંતર હું પોતાનો જીવ આપી દઈશ.''

ખરને ભલો શું વાંધો! એણે સ્વીકૃતિ આપી દીધી. ત્રિસિરા રામને મારવા દોડ્યો- પણ સત્ય તો એ હતું કે, મોત એની રાહ જોઈ રહી હતી. રામના બાણોએ પહેલાં એના રથના સારથી, ઘોડા તેમજ રથ પર ઉડતી પતાકાને ધરાશાયી કર્યા પછી ત્રિસિરાને પણ યમલોકનો રસ્તો બતાવી દીધો.

હવે એકલો રહી ગયો હતો ખર. તે રામ પર ધુંઆધાર બાણ છોડવા લાગ્યો. રામે પણ પ્રત્યુત્તરમાં બાણ છોડ્યાં. પળભરમાં આખું આકાશ બાણોથી લદાઈ ગયું. આમ ખર જલ્દી ભાગવાવાળો ન હતો. થોડી ક્ષણ માટે તો દેવતા પણ ડરી ગયા કે, રામ એનો મુકાબલો કેવી રીતે કરશે. પરંતુ રામની પાસે હતા-અગસ્ત્ય મુનિના અસ્ત્ર. એમણે મુનિના ધનુષને ઉઠાવ્યું અને ખરના સારથી તેમજ ઘોડાઓને ખતમ કરી દીધા. ખર હાથમાં ગદા લઈને રામ પર ઝપટ્યો. પણ અગસ્ત્ય મુનિના ધનુષથી જે એક તીર નિકળ્યું, તો ખરનું વક્ષ-સ્થળ ચાક થઈ ગયું. એક કર્ણભેદી ચીસની સાથે તે જમીન પર હતો.

દેવતાઓએ રામની વીરતા જોઈ, તો પુષ્પ-વૃષ્ટિ કરી.

થોડી વારમાં જ લક્ષ્મણ સીતાને ગુફાથી લઈને આવી ગયા.

લોહીલૂહાણ યુદ્ધ-ક્ષેત્રમાં વિજયી રામને જોતાં જ સીતાએ એમને આલિંગનમાં લઈ લીધા.

ત્રણ

આ યુદ્ધમાં જે એક રાક્ષસ બચી ગયો હતો, એનું નામ હતું અકંપન. તે સીધો લંકાનરેશ રાવણની પાસે પહોંચ્યો અને પંચવટીમાં જે કશું થયું હતું, એનું સંપૂર્ણ વૃત્તાન્ત કહી સંભળાવ્યું.

રાવણના ક્રોધનું ઠેકાણું ના રહ્યું. તે ગરજીને બોલ્યો-

''કોણે મારા ભાઈ ખર તેમજ દૂષણને મારી નાંખ્યા? કોણે ત્રિસિરા સહિત ચૌદ સહસ્ત્ર રાક્ષસ મારી નાંખ્યા? કોણે મારા જન-સ્થાનને ઉજાડી નાંખ્યું? અકંપન, કોણે પોતાની મોતને લલકારી છે?''

''હે લંકેશ, આ રાજા દશરથ-નંદન રામનું કર્યું-ધર્યું છે, જેમના શૌર્યની કોઈ સીમા નથી. તેઓ તો ત્રણેય લોકોને જીતવામાં સમર્થ છે.'' અકંપને બતાવ્યું.

''ત્રણેય લોકોને જીતવામાં સમર્થ! અશક્ય!'' રાવણ ગરજીને બોલ્યો, ''ત્રણેય લોકોને તો ફક્ત હું જીતી શકું છું. શું એની મદદ કરવા દેવતા પણ આવ્યા હતા?''

''ના, રાક્ષસ-રાજ!'' અકંપન બોલ્યો, ''રામ નર્યા એકલા છે- એમની પાસે દિવ્ય શક્તિઓ છે. એમનો નાનો ભાઈ લક્ષ્મણ પણ પરાક્રમમાં ઓછો નથી. મેં રામને યુદ્ધ કરતાં જોયા છે. એમનાથી લડવું સહજ નથી. એમને તો તમે આખી સેનાની સાથે જઈને પણ યુદ્ધમાં હરાવીને મારી નથી શકતા. હા, એક ઉપાય છે.''

''કેવો ઉપાય?''

''રામની પત્ની સીતા અત્યંત રૂપવતી છે- એમના રૂપની આગળ તો અપ્સરાઓ પણ પાણી ભરે છે. રામ એમને ખૂબ પ્રેમ કરે છે. જો તમે સીતાને હરીને લાવો તો રામ એના વિયોગમાં ઘુંટાઈ-ઘુંટાઈને મરી જશે-તમારે તકલીફ ઉઠાવવાની જરૂર નહીં પડે.''

રાવણને ઉપાય ગમી ગયો. બદલો લેવાની આનાથી સારી રીત બીજી શું હોઈ શકે છે. તે પોતાના દિવ્ય-રથ પર સવાર થઈને આકાશમાર્ગથી સાગર પાર કરીને જઈ પહોંચ્યો મારીચ રાક્ષસની પાસે. આ એ જ મારીચ હતો, જેણે રામને ક્યારેક વિશ્વામિત્રના યજ્ઞની રક્ષા કરતાં સમયે એવું તીર માર્યું હતું કે, તે એના આઘાથી અહીંયા આવીને પડ્યો હતો. મારીચ રાવણનો મિત્ર હતો. એણે અચાનક રાવણના આવી ધમકવાનું કારણ પૂછ્યું.

''મિત્ર, શું બતાવું, રામે મારું જનસ્થાન ઉજાડી નાંખ્યું. મારા ભાઈઓને મારી નાંખ્યા- એમની ચૌદ સહસ્ત્ર સેના પણ ના બચી. હું રામને આ કરેલાની મજા ચખાવવા ઇચ્છું છું. હું એની પત્ની સીતાને હરીને લંકા લઈ જઈશ-એમાં

મને તારી મદદ જોઈએ.''

''આ ઠીક નથી, રાક્ષસરાજ!'' મારીચ થોડો વિચારીને બોલ્યો- ''એમં નાશ સિવાય બીજું કશું પ્રાપ્ત નહીં થાય. સીતાને હરવાનો એક જ અર્થ છે- મોતને આમંત્રણ આપવું. રામના ધનુષમાં જે શક્તિ છે, એને કોઈ સહન નથી કરી શકતું. યોગ્ય એ જ છે કે, તમે ચુપચાપ લંકા પાછા જાઓ.''

રાવણે જ્યારે જોયું કે, અહીંયા દાળ ઓગળવી મુશ્કેલ છે, તો લંકાનો માર્ગ પકડ્યો.

★★

એક દિવસ રાવણ પોતાના દરબારમાં વિરાજમાન હતો.

ત્યારે ત્યાં આવી પહોંચી સૂર્પણખા. આટલા મોટા કાંડ છતાં રાવણને ચુપચાપ સિંહાસન પર બેઠેલો જોઈને ચોંકી પડી. આવો વિશાળ ડીલ-ડોલવાળો રાવણ જેના શૌર્યથી પૃથ્વી કાંપી ઊઠી- જેણે ત્રણેય લોકોમાં પોતાની વિજય-પતાકા લહેરાવી દીધી હતી- જે વાસુકિ નાગરાજને જીતીને તક્ષકની પત્ની હરી લાવ્યો- જેણે કુબેરને પરાજિત કરીને પુષ્પક વિમાન છીનવી લીધું- જેનાથી ઈન્દ્ર પણ ભયભીત છે- તે પરાક્રમી ભાઈ મંત્રીઓની વચ્ચે ચમકતાં વસ્ત્રો તેમ ભૂષણોથી સજ્જ આલીશાન ઉચ્ચાસન પર વાતોમાં મસ્ત છે! શું ભાઈઓની મોતે જરા પણ વિચલિત નથી કર્યો? સૂર્પણખા નજીક આવીને ક્ષુબ્ધ થઈને બોલી-

''કમાલ છે, ભાઈ! તું અહીંયા કેવી રીતે અજાણ બનીને બેઠો છે, જ્યારે કે મારી નાક અને કાન કાપી લેવામાં આવ્યા- ખર અને દૂષણ જેવાં બે-બે ભાઈઓ માર્યા ગયા. ત્રિસિરા પણ ભારે સેના સહિત માર્યો ગયો, જન-સ્થાન તહેસ-નહેસ છે. આટલું બધું થઈ ગયું અને તને કશું ખબર નથી. મને તો મહેસૂસ થઈ રહ્યું છે, તારો કાળ આવી ગયો છે- જે રાજા સમય પર ના ચેતે, એનો અંત નિશ્ચિત છે. તું બેખબર થઈને ભોગ-વિલાસમાં લીન હોય, તો દેશની રક્ષા કેવી રીતે થશે? ના તારા મંત્રી યોગ્ય છે, ના ગુપ્તચર સતર્ક. કાલ સુધી વનના તપસ્વી તેમજ ઋષિ-મુનિ રાક્ષસના નામથી ડરતા હતા, આજે તેઓ નિડર થઈ ગયા છે. કાશ! તું જાણતો, રામે કેવો અનર્થ કર્યો થે, ત્યારે તું આમ બેખબર ના રહેતો.''

રાવણ હેબતાઈ ગયો. બોલ્યો-

''એવું ના કહો, બહેન! મને બધું જ ખબર છે. હું તો બસ તારી રાહ જોઈ રહ્યોહતો. મારી બહેનના નાક-કાન કાપવાવાળો અને મારા ભાઈઓને મારવાવાળો હવે જીવિત નહીં રહે- એને કોઈ દેવતા પણ બચાવી નથી શકતા. મેં પૂરી યોજના બનાવી લીધી છે. તારું જે અપમાન થયું છે, એના બદલામાં હું રામની સીતાને હરી લઈશ- પછી રામનું મરવું નિશ્ચિત છે... સીતા હંમેશાં માટે મહેલમાં આવી તારી દાસી થશે.''

આટલું કહીને રાવણે દરબાર સમાપ્ત કર્યો. તે મારીચની પાસે ફરીથી જઈ પહોંચ્યો. એણે મારીચને મિત્રતાની સોગંધ આપી. રાક્ષસ-જાતિની રક્ષાની યાદ અપાવી અને સીતાના અપહરણમાં મદદની યાચના કરી, પણ મારીચે પોતાનો

એ જ પહેલાંવાળો વિચાર દોહરાવી દીધો અને એ પણ કહ્યું કે, ''આટલા વિદ્વાન હોવા છતાં પણ તમે પર-સ્ત્રીને હરવાની વાત કરો છો. ક્યાંક એવું ન થાય કે, રામનો કહેર તને નષ્ટ કરી દે.''

ઈનકાર સાંભળવો રાવણના સ્વભાવમાં ન હતું. તે ક્રોધિત થઈને બોલ્યો-

''ઘણો સાંભળી લીધો તારો બકવાસ. હું જાણતો ન હતો કે, રાક્ષસ થઈને તૂં આવો કાયર નિકળીશ. સાંભળો, તારે મારી વાત અવશ્ય માનવી પડશે, નહીંતર રામ-લક્ષ્મણથી પહેલાં તું જ મારા હાથે માર્યો જઈશ. હું સીતાનું અવશ્ય અપહરણ કરીશ-હું જેવું કહું, તારે એવું જ કરવું પડશે.''

મારીચને પોતાનો જીવ વ્હાલો હતો, તેથી એણે રાવણની વાત ચુપચાપ માની લીધી.

ચાર

રાવણ મારીચને દણ્ડકારણ્ય લઈ ગયો અને બોલ્યો-

''તૂં સુવર્ણ-મૃગ બનીને વનમાં વિચરણ કર.''

મારીચે સુવર્ણ-મૃગનું રૂપ ધારણ કર્યું અને કૂદતો-ફાંદતો રામના આશ્રમની પાસે પહોંચ્યો.

ત્યારે જ સીતાની નજર એ મૃગ પર પડી- આટલું સુંદર, સુડોળ અને વ્હાલું મૃગ જોઈને સીતા એના પર મોહિત થઈ ગઈ. આ વનમાં જ્યાં હિંસક પશુઓની બોલબાલા હતી, એક હરણની મનમોહિની ક્રીડાઓએ સીતાને બરબસ મોહી લીધી.

સીતાએ રામને પોકારીને કહ્યું-

''સ્વામી જુઓ, કેટલું સુંદર મૃગ છે. લક્ષ્મણ, તમે પણ આવો.''

બંને ભાઈ સીતાની પાસે ગયા અને મૃગને જોયું. લક્ષ્મણને આવું અનોખું મૃગ જોઈને શંકા થઈ. બોલ્યા-

''લાગે છે, આપણને જાળમાં ફસાવવા માટે રાક્ષસોએ માયા રચી છે.''

સીતા લક્ષ્મણની વાત તરફ ધ્યાન આપ્યા વગર બોલી-

''સ્વામી આ મૃગે તો મને મોહી લીધી છે. હું એને પાળીશ. તમે એને પકડીને લાવો- એને આપણા મહેલોમાં લઈ જઈશું. આવું મૃગ જોઈને તો ત્યાંબધા ચકિત રહી જશે. જો આ જીવિત ન પકડાય, તો એને મારીને એની છાલા જ લઈ આવજો- કેટલી સોનેરી અને ચમકતી છાલા છે.''

પહેલાં તો રામે સીતાને સમજાવ્યા, પણ સીતા સુવર્ણ-મૃગ મેળવવા માટે કટિબદ્ધ હતી. રામ મનાઈ ના કરી શક્યા. લક્ષ્મણથી બોલ્યા-

''સાંભળો લક્ષ્મણ, સીતા આ મૃગ મેળવવા માટે ખૂબ લાલાયિત થઈ ઊઠી છે. હું એને પકડવા જઈ રહ્યો છું- પકડાયું નહીં, તો મારા હાથે માર્યું જશે. જો આ રાક્ષસ માયા થઈ, તો એને નષ્ટ કરવી આપણું કર્તવ્ય છે. તૂં અહીંયા રહીને સીતાની રક્ષા કરજે.''

રામે પોતાનું ધનુષ સંભાળ્યું અને મૃગની તરફ ચાલી પડ્યા.

માયાવી મૃગે એમને પોતાની તરફ આવતા જોયા તો ફલાંગો મારતું દૂર જઈ ભાગ્યું. રામે એનો પીછો ના છોડ્યો. મૃગ ડરીને ઘેરા વૃક્ષોની ઓટમાં જઈ છુપાયુ. રામે ધનુષ-બાણ તાણી લીધા અને મૃગનું નિશાન બાંધીને આગળ વધતાં રહ્યા. માયાવી મૃગ પળભરમાં એમને નજર આવતું અને પછી લુપ્ત થઈ જતુ. માયાવી મૃગ આ પ્રકારે રામને આશ્રમથી ખૂબ જ દૂર લઈ ગયું. અંતમાં રામે ગુસ્સાથી એના પર તીર છોડી દીધું, જે મૃગની છાતીમાં જઈને વિંધાઈ ગયું. બાણ લાગતાં જ મૃગ પોતાના અસલી રૂપમાં આવી ગયું. ધરતી પર છટપટાયેલો મારીચ રામના સ્વરમાં જોર-જોરથી 'હે સીતે, હે લક્ષ્મણ' પોકારીને મરી ગયો.

રામે આ હાલ જોયા, તો સમજી ગયા કે લક્ષ્મણનો વિચાર સાચો હતો- આ તો રાક્ષસોનું કોઈ કુચક્ર છે. તેઓ મૃત મારીચને ત્યાં જ છોડીને ગભરાયા તેમજ કુટિયાની તરફ દોડ્યાં.

★★

ત્યાં રામની પ્રતીક્ષામાં બેઠી સીતાએ જે 'હે સીતે, હે લક્ષ્મણ' સાંભળ્યો, તો સમજ્યું કે, રામ કોઈ સંકટમાં ફસાઈ ગયા છે. એમણે લક્ષ્મણથી કહ્યું કે તે જલ્દી જઈને ભાઈની મદદ કરે.

''કેવી મદદ, ભાભી!'' લક્ષ્મણ બોલ્યા, ''એમનું કોઈ કશું નથી બગાડી શકતું. પછી રામ મને તમારી રક્ષા માટે છોડી ગયા છે, તેથી હું એમનો આદેશ કેવી રીતે નકારી દઉં. ગભરાઓ નહીં, રામ આવતાં જ હશે.''

સીતાને આ ઉત્તર પસંદ ના આવ્યો. ક્ષુબ્ધ થીને બોલી-

''તમે કેવા ભાઈ છો! તમારા ભાઈ સંકટમાં ફસાયા તમને પોકારી રહ્યા છે અને તમે છો કે અહીં ઊભા છો. જો રામ જ ના રહ્યા, તો મારી રક્ષાનો શું અર્થ?''

''રામ રહેશે, ભાભી. એમને દેવ, યક્ષ અથવા રાક્ષસ પરાજિત નથી કરી શકતા. એમણે મોટા-મોટા રાક્ષસોને માર્યા છે. આ બધું રાક્ષસી માયા છે- તમે નિશ્ચિંત રહો.''

સીતાના હાલ ક્રોધથી ખરાબ થઈ ગયા. તે હોંઠ કચડાવીને બોલી-

''લક્ષ્મણ, તને કદાચ રામને સંકટમાં ફસાયેલા જોઈને ખુશી થઈ રહી છે, હું તારો મતલબ ખૂબ સમજું છું, પરંતુ યાદ રાખજે, તારી આ ઈચ્છા ક્યારેય પૂરી નહીં થાય. જોરામને કશું થઈ ગયું, તો હું પણ જીવિત નહીં બચું. મને હવે જાણ ચાલી કે તું અમારો હિતૈષી નથી.''

લક્ષ્મણ આકાશથી પડ્યા. સીતા એમના વિશે આવું પણ વિચારી શકે છે, આવી તો એમણે કલ્પના પણ કરી ન હતી. એમનું માથું ચકરાવા લાગ્યું, એમણે ખૂબ મુશ્કેલથી ખુદને પડવાથી બચાવ્યા અને બોલ્યા-

''ઉફ! આ શું કહી નાંખ્યું, જનક-નંદિની! તમને મેં હંમેશાં માતાના રૂપમાં જ માન્યા છે. હું તો ભાઈના આદેશ પર અહીં ઊભો છું. તમારે આવા કટુ-વચન ના કહેવા જોઈતા હતા. પણ લાગે છે, હોનીને તો કશું બીજું જ મંજૂર છે. ઠીક છે,

હું જાઉં છું. હે દેવતાઓ, તમે સાક્ષી રહેજો, હું સીતાના કહેવા પર જ જઈ રહ્યો છું.''

આમ કહીને લક્ષ્મણે પોતાના ધનુષ-બાણ સંભાળ્યા અને કુટિયાથી ચાલી નિકળ્યા. ચાલતા સમયે એમણે કુટિયાની ચારે તરફ તીરથી સીમા-રેખા અંકિત કરી દીધી અને સીતાથી બોલ્યા-

''આ રેખાથી બહાર ના નિકળો, નહીંતર અનર્થ થઈ જશે.''

★★

રાવણ નજીક જ છુપાઈને આ બધું જોઈ રહ્યો હતો.

લક્ષ્મણના આશ્રમથી દૂર થતાં જ રાવણએ સાધુનો વેશ ધારણ કર્યો અને આશ્રમમી ઘૂસવા માટે આગળ વધ્યો, પરંતુ લક્ષ્મણની સીમા-રેખા પાર ના કરી શક્યો, તેથી આશ્રમની પાસે પહોંચીને ગુહાર લગાવી-

''કોઈ છે, ભિક્ષા આપો.''

સીતાએ ભિક્ષુકની પોકાર સાંભળી, તો બે મુટ્ઠી ભિક્ષા લઈને બહાર નિકળી. એમણે સીમા-રેખાની અંદરથી જ ભિક્ષા આપવાની ઇચ્છી, પરંતુ રાવણ બોલ્યો-

''અમે બંધી ભિક્ષા નથી લેતા. સાધુથી ડર કેવો? જો ભિક્ષા આપવી જ હોય, તો બહાર આવીને આપો.''

સીતાએ પણ વિચાર્યું, ખરેખર સાધુથી ડર કેવો, તેતી તે સીમા-રેખાથી બહાર નિકળી પડી. એમના બહાર નિકળતા જ રાવણ વાસ્તવિક રૂપમાં પ્રગટ થઈ ગયો. સીતા ખરાબ રીતે ગભરાઈ, અને બોલી-

''અરે નરાધમ, તૂં કોણ છે?''

''હું લંકાપતિ રાવણ. તારા સૌંદર્યનો દીવાનો.''

આમ કહને રાવણે સીતાને ઊઠાવી લીધી. સીતા ખૂબ છટપટાઈ, બૂમો પાડી, પરંતુ એ બિયાબાનમાં એમની રક્ષા કરવાવાળું કોઈ ન હતું. રાવણે એમને રથ પર નાખ્યા અને આકાશ-માર્ગથી લંકાની તરફ ઉડી ચાલ્યો. રાવણ અટ્ટહાસ્ય કરતો-કરતો બોલી રહ્યો હતો-

''ત્યાં તું રાજ્ય કરીશ, સીતે. હું ત્રિલોક-જયી છું, પરંતુ તારા રૂપની સામે બધું જ હારી ચુક્યો છું- તું મારી સમસ્ત રાણીઓમાં સર્વોત્તમ છે- તને હું મહારાણી બનાવીશ- ત્યાં તારી સેવા કરવા માટે અસંખ્ય દાસીઓ હશે- તને કોઈ કષ્ટ નહીં થાય.

''કપટી, રામ તને ક્યારેય નહીં છોડે! નીચ તેં જે હરકત કરી છે, રામ એનો બદલો અવશ્ય લેશે- તૂં એમના હાથે અવશ્ય મરીશ.''

રાવણ જોરોથી 'હા હા હા' કરી ઊઠ્યો. એના અટ્ટહાસ્યથી દશેય દિશાઓ કાંપી ઊઠી. સીતા 'હા રામ! હા રામ!' કરીને વિલાપ કરવા લાગી. હવે એમને મહેસૂસ થયું કે, લક્ષ્મણને બલાત્ પોતાનાથી દૂર મોકલીને એમણે ઠીક ના કર્યું. તે જોર-જોરથી રોવા લાગી, એમના રુદનથી આખું વાતાવરણ ગૂંજી ઉઠ્યું. ત્યારે જ એમની નજર જટાયુ પર પડી. તે બોલી-

''હે જટાયુ, મારી રક્ષા કરો. રાવણ મારું હરણ કરીને લઈ જઈ રહ્યો છે. રામને આ ખબર અવશ્ય આપી દેજો.''

જટાયુના કાનોમાં સીતાના આ મર્મભેદી વચન પડી ગયા, તો તે ક્રોધિત થઈ ઊઠ્યો. એણે ચહેરો ઉઠાવીને રાવણથી કહ્યું-

''તૂં આટલો વિદ્વાન છે, પછી આવું નીચ કર્મ કરતાં તને શરમ નથી આવી રહી. આ રામની પત્ની છે, પર-નારી પર આવો અત્યાચાર કરવો તને શોભતો નથી. રાજા થઈને આ નીચ કર્મ! છિ! છોડી દો સીતાને. હું વૃદ્ધ અને અશક્ત જરૂર છું, પરંતુ જ્યાં સુધી મારા શરીરમાં પ્રાણ છે, હું સીતાની રક્ષા અવશ્ય કરીશ- ભલે માર્યો જાઉં.''

જટાયુનું વચ્ચે આમ કૂદી પડવું રાવણને ગમ્યું નહીં. જટાયુ સીતાને બચાવવા ઉડતો-ઉડતો વિમાનની પાસે આવ્યો- એણે રાવણ પર પ્રહાર કર્યો- આકાશમાં એ બંનેમાં ધમાસાણ યુદ્ધ છેડાઈ ગયું, પણ રાવણથી એનો શું મુકાબલો- તલવારના તીવ્ર પ્રહારોથી એના પંખ કપાઈ ગયા અને તે તડપતો જમીન પર આવી પડ્યો. એનું આખું શરીર ક્ષત-વિક્ષત થઈ ગયું હતું. બસ શ્વાસ બચેલા હતા.

ઉપર રાવણનું અટ્ટાહાસ્ય ગૂંજી રહ્યું હતું, જેમાં સીતાનો કરુણ વિલાપ ખોવાતો જઈ રહ્યો હતો.

સીતા રોતી જઈ રહી હતી અને શરીરના આભૂષણોને ઉતારતી એક-એક કરીને નીચે ફેંકતી જઈ રહી હતી.

રાવણનું વિમાન લંકાની તરફ ઉડી જઈ રહ્યું હતું.

★★

સીતાના કેટલાંક આભૂષણ કિષ્કિન્ધા પર્વત પર જઈ પડ્યાં.

કિષ્કિન્ધા પર્વત પર વાનરોનો નિવાસ હતો. આકાશથી પડતાં આભૂષણોને જોઈને વાનરોની નજરો ઉપર ઉઠી ગઈ- એક નારીને બિલખતાં જોઈને તેઓ હેરાન રહી ગયા.

પાંચ

રાવણનું વિમાન વન-પ્રાંતરો, નદી-નાળાઓ, પર્વતો અને સાગરને પાર કરતું-કરતું લંકા જઈ પહોંચ્યું.

રાવણ સીતાને સીધા પોતાના મહેલમાં લઈ ગયો. એણે ભયાનક ચહેરાવાળી ક્રૂર રાક્ષસીઓને બોલાવી અને આદેશ આપ્યો-

''સીતા આજથી અહીં જ રહેશે.એમના મહેલમાં મારી આજ્ઞા વગર કોઈ સ્ત્રી કે મર્દ પ્રવેશ નથી કરી શકતા. આ જે પણ વસ્ત્ર-આભૂષણ ઇચ્છે-હીરા, ઝવેરાત, તુરંત આપવામાં આવે, જે પણ ખાવાનું માંગે, તત્કાળ પ્રસ્તુત કરી દેવામાં આવે. યાદ રહે, જો કોઈએ એની સાથે અભદ્ર વ્યવહાર કર્યો કે કટુ વચન બોલ્યા, તો તે મારી જશે.''

સીતા ત્યાં જ કેદી થઈ ગઈ.

રાવણ મહેલથી બહાર નિકળ્યો અને વિશ્વસ્ત સેનાપતિઓથી બોલ્યો-

''દણ્ડકારણ્યમાં જનસ્થાન પર રામે ડેરો નાખી રાખ્યો છે. એમણે ત્યાં ખૂબ ઉત્પાત મચાવી રાખ્યો છે, એના પર નજર રાખો, જુઓ, તે શું કરે છે. એની પ્રત્યેક ગતિવિધિની મને ખબર આપતા રહો. યોગ્ય એ જ છે કે, રામ તેમજ લક્ષ્મણને મારી નાંખો.''

આટલું કહીને રાવણ ફરી સીતાની પાસે ચાલ્યો ગયો.

સીતા ભયાવહ રાક્ષસીઓથી ઘેરાયેલી શોક-સંતપ્ત બેઠી હતી. તે રોઈ રહી હતી.

રાવણ પાસે જઈને બોલ્યો-

''રોઈ કેમ રહી છો સીતા, મારું બધું જ તારું છે, આ રાજ-પાટ, ધન-દૌલત, દાસ-દાસીઓ બધું તારા પર ન્યૌછાવર છે. પટરાણી બનીને લંકા પર શાસન કરો-હું તારા સંકેતો પર જ કામ કરીશ. અહીંયા તને કોઈ કષ્ટ નહીં થાય. મારી સાથે હરો-ફરો. ત્યાં વનમાં શું રાખ્યું હતું! વનવાસનો કાળ સમાપ્ત થયો, હવે ત્રિલોકો પર રાજ્ય કરો.''

સીતાએ આંખો તરેર કરીને રાવણને જોયો, તે તેજ સ્વરમાં બોલી-

''નીચ રાવણ! સત્યવાદી અને પરાક્રમી રામ જ મારા આરાધ્ય છે, હું કોઈ પર-પુરુષની છાયા પણ પોતાના ઉપર નહીં પડવા દઉં. તૂં મારું હરણ કરીને લાવ્યો છે, એની સજા તને જરૂર મળશે. તારી પણ એ જ દશા થશે, જે ખર અને દૂષણની થઈ હતી. રામના બાણ તારા શરીરના ટુકડે-ટુકડાં કરી નાંખશે. તૂં મને મેળવવાની કલ્પના ત્યાગી દે, જો મને સ્પર્શવાનો પણ પ્રયત્ન કર્યો અથવા રામની નિંદા કરી, તો હું જીવ આપી દઈશ.''

રાવણને ક્રોધ તો ખૂબ જ આવ્યો, પણ ધીમેથી બોલ્યો-

''સાંભળો, હું ઈચ્છું, તો જોર-જબરદસ્તીથી બધું જ પ્રાપ્ત કરી શકું છું. પરંતુ ના, હું તને એક વર્ષનો સમય આપું છું, જો તેં મને સ્વીકાર કરી લીધો, તો ઠીક, નહીંતર તને જીવિત નહીં છોડું.''

''મને તારી ધમકીઓની પરવાહ નથી, કાયર.''

અપમાન અને ક્રોધથી રાવણનો ચહેરો લાલ થઈ ગયો. એણે વિકરાળ રાક્ષસીઓને આદેશ આપ્યો-

''આને અશોક-વાટિકામાં જઈને રાખો, એને દુઃખ આપીને એનું અભિમાન ખતમ કરી દો.''

આટલું કહીને રાવણ તેજ-તેજ પગલાંથી ચાલ્યો ગયો.

રાક્ષસીઓ સીતાને અશોક-વાટિકામાં લઈ ગઈ. અશોક-વાટિકા ખૂબ જ રમણીક ઉદ્યાન હતું. ચારે તરફ રંગ-બિરંગા પુષ્પ ખિલેલા હતા, ફળોથી લદાયેલા વૃક્ષ હતા, પક્ષીઓના મધુર સ્વર-રાગિણી ગૂંજી રહી હતી. પરંતુ સીતાનો શોક અશોક વાટિકામાં પહોંચીને પણ દૂર ના થયો.

૯ઃ

દણ્ડકારણ્યમાં રામ મૃગરૂપી મારીચનો વધ કરીને ઝડપથી આશ્રમની તરફ ચાલી આવી રહ્યા હતા.

રસ્તામાં લક્ષ્મણથી એમની મુલાકાત થઈ ગઈ. એમને આશ્ચર્ય થયું કે, લક્ષ્મણ સીતાને એકલા છોડીને કેવી રીતે ચાલ્યા આવ્યા. બોલ્યા-

''આ શું! તૂં અહીંયા? મારી આજ્ઞાનું ઉલ્લંઘન કેમ કર્યું? સીતાને એકલા છોડીને ચાલ્યો આવ્યો. લક્ષ્મણ, જો પ્રાણોથી વ્હાલી મારી સીતાને કશું થઈ ગયું, તો જીવિત નહીં રહું. સીતા કુટિયામાં ઠીક તો છે? લાગે છે- માયાવી રાક્ષસની આર્તનાદ સાંભળીને સીતાએ તને મારી શોધમાં મોકલ્યો છે. ઉફ રાક્ષસોએ દગો આપીન આપણાંથી બદલો લેવા ઇચ્છ્યો છે. ક્યાંક એવું ન થાય કે, ખર-દૂષણની મોતનો બદલો તેઓ સીતાને મારીને લે. હાય, મારા દુર્ભાગ્યની આજે કોઈ સીમા નથી. ચાલો લક્ષ્મણ, જલ્દી આશ્રની તરફ ચાલો.....''

ચિંતાતુર રામ લક્ષ્મણને સાથે લઈને કુટિયાની તરફ ભાગ્યા.

કુટિયામાં પહોંચ્યા તો, કુટિયા ખાલી હતી, સીતાનો દૂર-દૂર સુધી ક્યાંય પતો નહીં, પર્ણકુટી સીતા વગર શોભાવિહીન હતી.

રામનું માથું ચકરાવા લાગ્યું, આંખોની આગળ અંધારું છવાઈ ગયું. એમને કશું સમજમાં ના આવ્યું કે સીતા પળભરમાં ક્યાં લાપતા થઈ ગઈ-રાક્ષસોએ એમને મારી નાખી કે અપહરણ કરીને લઈ ગયા અથવા તેઓ ક્યાંક ફૂલ તોડવા કે નદી કિનારે ચાલી ગઈ. તેઓ વારંવાર કુટિયામાં જતા અને બહાર નિકળતા. સીતાની શોધમાં એમણે ચારે તરફ નજરો દોડાવી, પરંતુ સીતાનું ક્યાંય નામોનિશાન ન હતું. લાગતું હતું કે, આખું વાતાવરણ સીતાના વિયોગમાં શોકાકુળ થઈ ગયા છે.

રામની આંખો નમ થઈ ગઈ. પોતાની પ્રાણપ્યારી સીતાના વિયોગમાં તેઓ નિરાશ મન થઈ ગયા. વિરહ-વ્યથા એવી ઘનીભૂત હતી કે, એમને પોતાના પણ હોશ ના રહ્યા. તેઓ છોડ-વૃક્ષો, પાંદડાઓ વગેરેથી સીતા વિશે પૂછવા લાગ્યા, ફળ-ફૂલોથી કહેવા લાગ્યા કે, એમણે અહીંયાથી પરમ-સુંદરી જાનકીને જતા તો નથી જોયા.

લક્ષ્મણ એમની દશા જોઈને ખૂબ જ ગભરાયા. એમણે સાંત્વના આપી અને આગળ ચાલીને શોધવાની સલાહ આપી. રામે પોતાના દિલ પર પથ્થર રાખી લીધો. તેઓ લક્ષ્મણની સાથે સીતાની શોધમાં નિકળી પડ્યા. એમણે આખો પર્વત ખૂંદી કાઢ્યો, પર્વતની એક-એક શિલા, ગુફા તેમજ ચોટી તપાસી લીધા, રસ્તાના એક-એક ચપ્પા જોઈ લીધા, પરંતુ જાનકી ક્યાંય ના મળી. તેઓ લક્ષ્મણથી બોલ્યા-

''લક્ષ્મણ, હું તો નિરાશ થઈ ચાલ્યો. અહીંયા તો ચારે તરફ શોધ્યા, પરંતુ મારી પ્રાણેશ્વરી નજર ના આવી. હવે હું શું કરું?''

એમનું ધૈર્ય ખોવાઈ ગયું અને ઊંચા સ્વરમાં સીતે! સીતે! પોકારવા લાગ્યા. એમના વિલાપથી આખું વાતાવરણ ગૂંજી ઊઠ્યું.

લક્ષ્મણ ચિંતિત થઈ ઊઠ્યા. ભાઈને કેવી રીતે ધીરજ બંધાવે, આ એમને સમજમાં આવી રહ્યું ન હતું. રામને શંકા હતી કે, ક્યાંક સીતાને રાક્ષસોએ ખાઈ ના લીધી હોય. જો અયોધ્યા સુધી આ ખબર પહોંચી ગઈ, તો લોકો એમની હાંસી ઉડાવશે-કાયર બતાવશે. તેઓ લક્ષ્મણથી બોલ્યા-

''હવે હું કેવી રીતે લોકોને મ્હોં બતાવીશ- યોગ્ય એ જ છે કે તૂં પણ અયોધ્યા પાછો જા. ત્યાં બધાને સીતાના લુપ્ત થવાના અને મારા મરી જવાની સૂચના આપી દેજો- હવે હું જીવતો નહીં રહું. હું પાપી છું, ત્યારે જ તો એક પછી બીજું કષ્ટ મને આવીને ઘેરે છે. પહેલાં રાજ્ય હાથથી જતું રહ્યું, પછી વનવાસ મળ્યો, ઘરબાર, સગા-સંબંધી બધા છૂટી ગયા, પિતા પણ સ્વર્ગ સિધારી ગયા. બસ, એક વ્હાલી સીતા રહી ગઈ હતી, જેના પ્રેમના છાંયડામાં કષ્ટોની ખબર પણ ચાલતી ન હતી, તે પણ મને બેસહારા કરીને ન જાણે ક્યાં લુપ્ત થી ગઈ. ન જાણે બિચારી સીતાની દશા શું હશે- જરૂર રાક્ષસોથી ઘેરાઈને જોર-જોરથી રોઈ રહી હશે. હાય! કોઈ તો બતાવે મારી સીતા ક્યાં છે?''

લક્ષ્મણથી રહેવાયું નહીં. તેઓ રામના ચરણો પર પડીને બોલ્યા-

''આ તમને શું થઈ ગયું છે, ભાઈ! જો તમને કશું થઈ ગયું, તો વિચારો, માતાઓ, ભાઈઓ અને મારું શું થશે? દુઃખ તો આવતા-જતા રહે છે, કોણ છે એવું, જે દુઃખોથી બે-ચાર ન થયું હોય. તમે મારાથી મોટા છો, બુદ્ધિમાન છો, ભલું હું તમને શું સમજાવી શકું છું, છતાં પણ સારું તો એ જ છે કે, મનને સંયત કરો અને યત્નપૂર્વક સીતાની શોધ કરો.''

''તૂં ઠીક કહે છે, લક્ષ્મણ. ચાલો...''

રામે પોતાની નમ આંખો લૂછી, પીડિત હૃદયને સંયત કર્યું અને ધૈર્ય ધારણ કરીને જનસ્થાનની તરફ સીતાની શોધમાં ચાલી પડ્યા.

વનમાં સારી રીતે તપાસ કરતાં-કરતાં તેઓ આગળ વધતાં ચાલી જઈ રહ્યા હતા કે માર્ગમાં ઘાયલ જટાયુ મળ્યો. તે રામને જોઈને બેચેન થઈને બોલ્યો-

''રામ, તમે આવી ગયા, હું તમારી જ પ્રતીક્ષામાં અહીંયા પડેલો હતો. હે રામ, લંકાપતિ રાવણ જાનકીનું હરણ કરીને લઈ ગયો. મેં સીતાને છોડાવવાનો ખૂબ જ પ્રયત્ન કર્યો, પરંતુ રાવણથી મુકાબલો ના ક રી શક્યો, એણે મને ઘાયલ કરી દીધો. હું થોડી જ પળોનો મહેમાન છું, મરી જાઉં, તો મારા અંતિમ સંસ્કાર કરી દેજો.''

આટલું કહીને જટાયુએ દમ તોડી દીધો.

રામે વીર જટાયુનું અભિવાદન કર્યું અને યથાવિધિ અંતિમ સંસ્કાર કરી દીધા.

સાત

રામ-લક્ષ્મણ દક્ષિણ દિશા તરફ ચાલી પડ્યા.

ચાલતાં-ચાલતાં તેઓ એક એવી જગ્યાએ આવી ફસાયા, જ્યાંથી આગળ જવાનો કોઈ માર્ગ ન હતો- સામે ઘેરી ઝાડીઓનો સમૂહ હતો. પણ સીતાની શોધ જરૂરી હતી, તેથી બંને ભાઈ એ દુર્ગમ વનમાં પ્રવેશ કરી ગયા. આ પ્રકારે ઘેરા જંગલો-ક્રૌંચવન, મતંગાશ્રમ વન વગેરેમાં વિચરતાં-વિચરતાં તેઓ એક

ગુફાની પાસે જઈ પહોંચ્યા- ગુફાની સન્મુખ જ એક વિકરાળ રાક્ષસી નજરે પડી, જેના લાંબા-લાંબા દાંત હતા, પેટ લટકી રહ્યું હતુ, તે હાડકાં ચાવી રહી હતી. એણે જેવા રામ-લક્ષ્મણને જોયા, તો ખુશીથી અટ્ટાહાસ્ય કરી ઊઠી. એણે લક્ષ્મણને આલિંગનમાં લઈ લીધો અને બોલી-

''સાંભળો માનવ, હું છું અધોમુખી, તને મેળવીને મારી ખુશીનો પાર નથી. હવે તું આ જ વનમાં મારી સાથે રહીને મૌજથી જીવન વિતાવ.''

લક્ષ્મણ પહેલેથી જ પરેશાન હતા, રાક્ષસીની બકવાસે એમના હોશ ઉડાવી દીધા. એમણે એક ઝટકાથી તલવાર કાઢી અને રાક્ષસીના આખા શરીરને લોહીલુહાણ કરી દીધું. રાક્ષસી કાન-નાક અને સ્તન-વિહીન લોહીથી લથપથ ગુસ્સાથી ચીસો પાડતી ત્યાંથી ભાગી નિકળી.

★★

માર્ગની બાધાઓ-વિઘ્નોને દૂર કરતાં-કરતાં એ બંનેએ આગળ વધવાનું જારી રાખ્યું. વનમાં વધારે દૂર નિકળી આવ્યા હતા. ચારે તરફ ઘેરો અંધકાર ફેલાયેલો હતો. ત્યારે જ એક ભવ્ય અવાજ આવ્યો, જેની ગૂંજથી વાતાવરણ કાંપી ઊઠ્યું. બંને ભાઈ સચેત ઊભા થઈ ગયા, અંધારામાં એમને કોઈ આકૃતિ નજરે ના આવી. એમણે હાથમાં તલવાર લઈ લીધી અને સતર્કતાથી આગળ એ તરફ પગ વધાર્યા, જ્યાંથી ભયાવહ અવાજ આવ્યો હતો. થોડે દૂર એમણે વિચિત્ર આકૃતિવાળો રાક્ષસ જોયો, જેને ના માથું હતું, ના પગ-છાતી પર જ ચહેરો બનેલો હતો અને આંખો આગ ઓકી રહી હતી. ખભાઓથી બે મોટા-મોટા હાથ લટકી રહ્યા હતા. ખૂબ જ ભયાનક તેમજ ક્રૂર રાક્ષસ હતો તે. સામે જે જીવ-જંતુ પડી જતા, એને પકડીને ગટકી જતો હતો.

એ રાક્ષસે પોતાના હાથ વધારીને બંને ભાઈઓને પંજામાં જકડી લીધા. લક્ષ્મણ આ અચાનક હુમલાથી ગભરાઈ ગયા, પણ રામે પોતાનું સાહસ તેમજ ધાર્ય ના છોડ્યું, તલવારના એક જ વારથી એના બંને હાથ કાપી નાંખ્યા. રાક્ષસના ગળાથી ભયાનક ચીસ નિકળી અને તે તડપતો જમીન પર આવી પડ્યો. આખી ધરતી લોહીથી ન્હાઈ ઊઠી.

મરતાં-મરતાં રાક્ષસ બોલ્યો-

''હે રામ! હું કબન્ધ છું. ખૂબ જ પાપ કર્યા હતા, જે મને આ જન્મમાં આ ભયાનક રૂપ મળ્યું હતું. આજે તમારા હાથોથી શાપ-મુક્ત થવાનો અવસર મળ્યો છે. બસ, જેમ કે ઈન્દ્રએ કહ્યું હતું, તમે મારી ભુજાઓ અગ્નિને સમર્પિત કરી દો. મારા અંતિમ સંસ્કાર કરીને મને સદ્ગતિ પ્રદાન કરો.''

રામે રાક્ષસની અંતિમ ઈચ્છા પૂર્ણ કરી દીધી. અંતિમ સમયમાં કંબધે રામને બતાવ્યું-

''હે રામ! સાંભળો, તમને સીતાના ઉદ્ધારનો ઉપાય બતાવું છું. તમે નિશ્ચિત રહો, એક દિવસે તમને સીતા અવશ્ય મળશે. તમે અહીંયાથી સીધા ઋષ્યમૂક પર્વત ચાલ્યા જાઓ, ત્યાં પંપાપુર નામનું નગર છે, ત્યાં જ વાનર-રાજ સુગ્રીવ

પોતાના બહાદુર વાનરોની સાથે રહે છે. સુગ્રીવ ખૂબ જ યોગ્ય, વીર અને નીતિવાન છે- એની સેના રાવણની સેનાથી ભિડવામાં પૂરી રીતે સમર્થ છે. તમે એને મિત્ર બનાવીને એની મદદ પ્રાપ્ત કરો. એની પત્ની તેમજ એના રાજ્યને મોટા ભાઈ વાલિએ હડપી લીધું છે અને સુગ્રીવને ઘેરથી ભગાવી દીધો છે. સુગ્રીવ આ સમયે ખુદ તમારા જેવાં મિત્રની શોધમાં છે. તમે એની મદદ કરો, તે તમારી મદદ કરશે. એને રાક્ષસોના બધા ઠેકાણાઓ અને એમની બધી ચાલોનું પૂરેપૂરું જ્ઞાન છે.''

આ પ્રકારે કબંધ રામના હાથો સદ્‌ગતિ મેળવીને દિવ્ય લોક જઈ પહોંચ્યો- એની બધી કુરુપતા જતી રહી એ તે સુંદર થઈ ગયો.

રામે લક્ષ્મણની સાથે પંપાપુરનો માર્ગ પકડ્યો.

આઠ

રસ્તામાં એમને વૃદ્ધ ભીલની શબરીનો આશ્રમ મળ્યો, જે ખૂબ જ રમણીક જગ્યા પર બનેલો હતો.

શબરીએ રામનું સ્વાગત કર્યું અને સાદર પોતાની કુટિયામાં લઈ આવી. રામને આસન પર બેસાડીને તે એમની પૂજામાં લીન થઈ ગઈ. રામ શબરીની ભક્તિથી પ્રસન્ન થઈને બોલ્યા-

''શબરી, તમે મહાન છો, તમારું જીવન પુણ્યમય છે, તમારામાં ના ક્રોધ છે, ના લાલચ.''

શબરી રામ-અવતારથી સારી રીતે પરિચિત હતી, તે તો રામના આવવાની પ્રતીક્ષામાં દિવસો પસાર કરી રહી હતી. એની પાસે ખાવા માટે તો કશું ન હતું, તેથી ખૂબ પ્રેમથી એણે રામને બોર ખવડાવ્યા. કોઈ બોર ખાટ્ટો ના હોય આથી ચાખી-ચાખીને ફક્ત મીઠા બોર જ ખાવા માટે આપ્યા. રામ તો ભાવના ભૂખ્યા હતા, તેથી એમણે તે એઠા બોર પણ સસ્નેહ સ્વીકાર કરી લીધા.

શબરની તપસ્યા સફળ થઈ. તે બોલી-

''મારું જીવન સફળ થયું, પ્રભો! તમારા દર્શન મેળવીને હું ધન્ય થઈ. હવે મને શરીર ત્યાગવામાં કોઈ કષ્ટ નથી.''

આમ ક હીને શબરીએ આગમાં પ્રવેશ કરીને શરીરનો ત્યાગ કરી દીધો.

★★

રામની વ્યથા થોડી ઓછી થઈ ગઈ હતી. તે પમ્પા સરોવરની નજીક પહોંચ્યા, તો ત્યાંની સુંદરતાએ એમનું મન મોહી લીધું, તેઓ નવા ઉત્સાહનો અનુભવ કરવા લાગ્યા.

રામ લક્ષ્મણ સહિત પમ્પા સરોવરના કિનારેથી ચાલતા-ચાલતા સુગ્રીવથી મળવા આગળ વધ્યા.

ત્યારે વસંત ઋતુ હતી અને ચારે તરફ રંગબિરંગા ફૂલ ખિલેલા હતા, મંદ-મંદ હવાની લહેરખીઓથી વાતાવરણ ઝૂમી રહ્યું હતું.

કિષ્કિન્ધા કાંડ

એક

પમ્પાપુર પહોંચીને રામે એવી સુખદ પ્રાકૃતિક સુષમા જોઈ, તો સીતાની યાદોએ એમને વ્યાકુળ કરી દીધા. તેઓ વ્યથિત થઈને બોલ્યા-

''લક્ષ્મણ! જુઓ, પમ્પાની શોભા કેવી નિરાળી છે, એનું પાણી કેટલુ સાફ અને ચમકીલું છે, કમળના ફૂલ કેવાં રંગબિરંગી છે, ચારે તરફ હર્યુભર્યુ વન અને વચ્ચે પમ્પા સરોવર- મારી તો આંખો જ જોડાઈ ગઈ. હવા કેવી રીતે વૃક્ષોથી અઠખેલીઓ કરી રહી છે. પહાડો પર મોર-મોરનીઓનું મનભાવન નૃત્ય કેટલું ઉત્તેજક છે. કાશ, આજે પ્રાણપ્યારી સીતા સાથે હોત, તો કેટલી ખુશ થાત. મને ડર છે કે, ક્યાંક તે મારા વિરહમાં પોતાના પ્રાણ ના આપી દે. મન તો કરે છે કે, તે અહીંયા હોત, તો અમે બંને આજે ખૂબ વિહાર કરતા. હું કેવી રીતે પોતાના મનને સાંત્વના આપું.''

લક્ષ્મણ રામનો શોક સમજતા હતા. સીતા સમસ્ત સુખ-વૈભવ ત્યાગીને રામની અનુગામિની થઈને ઘનઘોર વનોમાં આવી ગઈ હતી, એમને જ ગુમાવીને રામનું દુ:ખી થવું સ્વાભાવિક હતું. તેઓ બોલ્યા-

''ભાઈ, આટલો શોક કરવાથી કેવી રીતે કામ ચાલશે. તમે જ જો ધીરજ ગુમાવી દેશો, તો સીતાની શોધ કેવી રીતે પૂરી થશે- નરાધમ રાવણનો વધ કેવી રીતે થશે? તમે નિશ્ચિંત રહો, સીતાને આપણે અવશ્ય શોધી કાઢીશું. બસ, ઉત્સાહ ના ગુમાવો...''

નાના ભાઈના આવા વચન સાંભળીને રામનો ઉત્સાહ ફરી જાગ્રત થયો. તેઓ નવા ઉત્સાહની સાથે પમ્પાને પાર કરીને ઋષ્યમૂક પર્વતની તરફ ચાલ્યા.

બે

ઋષ્યમૂક પર્વત પર રહેતા હતા- સુગ્રીવ, પોતાના બચેલા-કુચેલા વીર મંત્રી, વાનરો તેમજ પરમ વીર મંત્રી પ્રમુખ હનુમાનની સાથે.

સુગ્રીવને હંમેશાં પોતાના મોટા ભાઈ વાલિથી ડર લાગેલો રહેતો હતો, વાલિએ એની પત્ની અને રાજ્ય છીનવીને ઘેરથી કાઢી મૂક્યો હતો- હવે સુગ્રીવને ડર હતો- ક્યાંક આ તક મેળવી એનો જીવ પણ ન લઈ લે. ઋષ્યમૂક પર્વત પર વાલિ આવી શકતો ન હતો- છતાં પણ સુગ્રીવ એનાથી હંમેશાં શંકિત રહેતો હતો.

એ દિવસે સુગ્રીવે જોયું કે, બે પરમ તેજસ્વી અને બલિષ્ઠ ધનુર્ધારી અહીં જ ચાલી આવી રહ્યા છે. સુગ્રીવ ડરી ગયો કે આ બે અપરિચિત કોણ છે? ક્યાંક વાલિએ જ તો એને અહીં નથી મોકલ્યા- મને મારવા માટે. તે હનુમાનથી બોલ્યા-

''જુઓ તો આ કોણ આવી રહ્યા છે- ક્યાંક સુગ્રીવના ગુપ્તચર તો નથી? તમે એમની પાસે જઈને ચતુરાઈથી એ જાણવાનો પ્રયત્ન કરો કે, આ કોણ છે, અને અહીંયા કેમ આવી રહ્યા છે?''

સુગ્રીવનો આદેશ મળતાં જ હનુમાને બ્રાહ્મણ-ભિક્ષુકનું રૂપ ધારણ કર્યું અને પર્વતથી નીચે ઉતરી આવ્યા. રામની પાસે પહોંચીને તેઓ વિનીત ભાવથી બોલ્યા-

''રાજર્ષિઓ, તમે લોકો કોણ છો- માનવ કે દેવ? ક્યાંથી તમારું આગમન થયું- અમારી પૃથ્વી તમારા ચરણોથી પવિત્ર થઈ. હું સુગ્રીવનો દૂત છું, જે આ વિસ્તારના સ્વામી છે. એમણે તમારો પરિચય જાણવા ઇચ્છ્યો છે. મારું નામ હનુમાન છે. સુગ્રીવ પોતાના ભાઈથી પરેશાન થયેલો છે, અને ભાગીને અહીંયા આશ્રય લીધો છે. તે તમારી મિત્રતા ઇચ્છે છે.''

રામ લક્ષ્મણથી કહ્યું-

''હનુમાનની વાત સત્ય જ પ્રતીત થાય છે. તૂં જ એનાથી વાત કરો. આ સમજદાર અને ચતુર છે- વાત કરવાની રીત જાણે છે- વેદોના જાણકાર અને વ્યાકરણના જ્ઞાતા છે, ત્યારે જ શુદ્ધ અને સાફ ભાષા બોલે છે. એમના બોલવામાં કોઈ પેચ નથી. એમની વિનયશીલતાથી હું અત્યંત પ્રભાવિત થયો છું. જે રાજાનો દૂત આ કદર બુદ્ધિશાળી હોય, તે પોતાના કાર્યમાં અવશ્ય સિદ્ધ થશે.''

લક્ષ્મણે હનુમાનથી કહ્યું-

''હે પવનપુત્ર! સુગ્રીવના ગુણોથી ભલું કોણ અપરિચિત છે? અમે તો એનાથી જ મળવા અહીં આવ્યા છીએ. અમે ચક્રવર્તી નરેશ રાજા દશરથના પુત્ર છીએ- આ છે શ્રી રામ અને હું એમનો અનુજ લક્ષ્મણ. અમે ચૌદ વર્ષના વનવાસ ભોગવતા ભટકી રહ્યા છીએ. અમારી સાથે રામ-પ્રિયા સીતા પણ હતી. પરંતુ એમને પાતકી રાવણ હરણ કરીને લઈ ગયો છે. અમે સુગ્રીવની મદદથી રાવણની કેદથી સીતાને છોડાવવા ઇચ્છીએ છીએ. અમને સુગ્રીવની મિત્રતા સ્વીકાર છે.'' બોલતા-બોલતા લક્ષ્મણનો સ્વર અવરુદ્ધ થઈ ગયો.

હનુમાન દંગ રહી ગયા. બોલ્યા-

''તમારા લોકોના દર્શન મેળવીને અમે કૃતકૃત્ય થયા. સત્ય તો એ છે કે, મહાત્મા સુગ્રીવ પણ સંકટમાં ફસેયેલા છે, એમને પણ તમારી મદદ જોઈએ. તેથી તમારો સહયોગ અવશ્ય કરશે.''

આટલું કહીને હનુમાન રામ તેમજ લક્ષ્મણને સાથી લઈને ઋષ્યમૂક પર્વતની તરફ ચાલી પડ્યા.

★★

હનુમાને રામ તેમજ લક્ષ્મણને સુગ્રીવની સામે ઊભા કરી દીધા. બોલ્યા-

''વાનરરાજ! આ રાજા દશરથ નંદન શ્રીરામ તેમજ લક્ષ્મણ છે, જે તમારાથી જ મળવા અહીં આવી રહ્યા હતા. રામની પત્ની સીતાને રાક્ષસ રાવણ ઉડાવી

લઈ ગયો છે. આ તમારી મદદ ઈચ્છે છે.''

''તમને મારી પાસે મેળવીને હું ધન્ય થયો.'' સુગ્રીવ બોલ્યા, ''અમારું-તમારું દુ:ખ એક જ છે, તેથી આપણે એક-બીજાનો સહયોગ અવશ્ય કરવો જોઈએ. આવો, આપણે એક-બીજાથી હાથ મિલાવીને પ્રણ કરીએ કે, આપણે ક્યારેય અલગ નહીં થઈએ.''

રામે હાથ મિલાવીને સસ્નેહ સુગ્રીવને ગળે લગાવી લીધા. સુગ્રીવે રામ તેમજ લક્ષ્મણને આસન પર બેસાડી દીધા. થોડી વાર સુધી પ્રેમાલાપ થયો. પછી સુગ્રીવ બોલ્યા-

''હે રાઘવેન્દ્ર! વાલિએ મારી સાથે ઘોર અન્યાય કર્યો છે. મારી પત્ની તેમજ રાજ્ય છીનવીને મને અપમાનજનક જીવન જીવવા માટે બાધ્ય કરી દીધો છે. હવે તમે જ મારી વાલિથી રક્ષા કરી શકો છો.''

''સુગ્રીવ, નિશ્ચિંત રહો, મેં દોસ્તીનો હાથ વધાર્યો છે,તેથી તમારી મદદ જરૂર કરીશ. વાલિએ નાના ભાઈની પત્ની, જે કન્યાવત હોય છે, પોતાની પાસે રાખીને પાપ કર્યું છે. હું એને ક્યારેય માફ નહીં કરું. મારા તીખા બાણોથી તે અવશ્ય માર્યો જશે- પછી તમારી પત્ની તેમજ રાજ્ય તમારી પાસે હશે.''

''ધન્યવાદ રાઘવેન્દ્ર!'' સુગ્રીવ બોલ્યા, ''હનુમાન થી હું તમારી મનોવ્યથા જાણી ચુક્યો છું. તમે પણ નિશ્ચિંત રહો, આપણે અવશ્ય સીતાની શોધમાં સફળ થઈશું. રાવણ પોતાના કુકર્મમાં ફળીભૂત નહીં થાય...'' પછી થોડું વિચારીને બોલ્યા-

''હે રામ! થોડા દિવસ પહેલાં આકાશમાર્ગથી એક રાક્ષસ કોઈ નારીનું અપહરણ કરીને લઈ જઈ રહ્યો હતો. તે વારંવાર 'હે રામ' 'હે લક્ષ્મણ'ની ગુહાર લગાવી રહી હતી. નિ:સંદેહ તેઓ જ સીતા હશે. એમણે ઉપરથી કેટલાંક વસ્ત્રાભૂષણ પણ ફેંક્યા, જે મેં સંભાળીને રાખ્યા છે. જરા તમે ઓળખો, આ સીતાના તો નથી?''

આટલું કહીને સુગ્રીવે વસ્ત્રાભૂષણ રામની આગળ રાખી દીધા.

રામે જેવા આ વસ્ત્રાભૂષણોને જોયા, તો તત્કાળ ઓળખી ગયા કે, આ તો સીતાના જ છે. શોકના માર્યા એમની આંખો નમ થઈ ગઈ અને હૃદય બેસી ગયું. શ્વાસની ગતિ તેજ થઈ ગઈ. તેઓ રોતાં-રોતાં બોલ્યા-

''લક્ષ્મણ, જરા તું જ જો, આ વસ્ત્રાભૂષણ સીતાના જ છેને, કેમ કે આ સમયે તો મારું મગજ જરા પણ કામ નથી કરી રહ્યું.''

''ભાઈ'', લક્ષ્મણે જવાબ આપ્યો, ''ભલું હું કેવી રીતે ઓળખું? મેં તો ક્યારેય આંખો ઉઠાવીને એમનો ચહેરો જોયો જ નથી અને ના હાથ- તેથી હું શું જાણું કે તેઓ કેવાં વસ્ત્રાભૂષણ ધારણ કરતી હતી. હા, આ નૂપુર જરૂર ઓળખાય છે, કેમ કે રોજ એમના ચરણ સ્પર્શ કરતાં સમયે એના પર મારી નજર જરૂર જતી હતી.''

''તો બસ આ વસ્ત્રાભૂષણ સીતાના જ છે.'' રામ કાતર સ્વરમાં બોલ્યા, ''સુગ્રીવ, મને બતાવો, રાવણ એને કઈ દિશાથી લઈ ગયો? હું સીતાના અપમાનનો અવશ્ય બદલો લઈશ, પૃથ્વીથી રાક્ષસોનો સમૂળગો નાશ કર દઈશ.''

રામનો વિક્ષોભ જોઈને સુગ્રીવ મર્માહત થઈ ગયા. કાંપતા સ્વરે બોલ્યા-

''હે રામ! ધૈર્ય ધારણ કરો. સંકટ તો મનુષ્ય પર આવ્યા જ કરે છે, એમનો મુકાબલો ધૈર્ય અને બુદ્ધિથી કરવો જોઈએ. હું પ્રણ કરું છું કે, રાવણનો નાશ કરીને હું સીતાને એની કેદથી અવશ્ય મુક્ત કરાવીશ.''

સુગ્રીવના વચનોથી રામને આશ્વાસન મળ્યું. તેઓ બોલ્યા-

''તમારા જેવો મિત્ર મેળવીને હું ધન્ય થયો, સુગ્રીવ. તમારી મદદથી એક દિવસ અવશ્ય રાવણ માર્યો જશે અને સીતા મળી જશે. બદલામાં હું વાલિનો વધ કરીને તમારા પ્રાપ્ય તમને અપાવીશ.''

સુગ્રીવ તો એ જ ઇચ્છતો હતો, પરંતુ વાલિ મહા-પરાક્રમી હતો. તેથી એને સંદેહ થયો કે, રામ વાલિનો વધ પણ કરી શકશે કે નહીં. બોલ્યો-

''હે રામ! વાલિ અત્યંત ક્રૂર તેમજ બળવાન છે. એના કારનાઓની હું શું ચર્ચા કરું! એક વાર તો એણે શાલના સાત વૃક્ષોને એક જ તીરથી વીંધીને ઝકઝોર કરી નાંખ્યા હતા. તમે કેવી રીતે એનો મુકાબલો કરી શકશો?''

લક્ષ્મણને હસું આવ્યું, બોલ્યા-

''તો રામને પોતાની વીરતાના પ્રમાણ આપવા માટે શું કરવું પડશે?''

''જો રામ પણ એક પંક્તિમાં શાલના સાત વૃક્ષોને તીરથી વીંધે તો જાણું.''

''હમણાં લો, બન્ધુ.''

આમ કહીને રામે ધનુષ ઉઠાવ્યું અને પ્રત્યંચા ખેંચીને એક જ તીરથી સાત વૃક્ષોને પર્વતના શિખર-સહિત જમીન પર પાડી દીધા. ધનુષની ટંકાર એટલી તેજ હતી કે, આખો પર્વત ગૂંજી ઉઠ્યો.

સુગ્રીવે હાથ જોડી દીધા. ગદ્‌ગદ્‌ સ્વરે બોલ્યો-

''બસ, ભગવાન! મને વિશ્વાસ થઈ ગયો. આવો પરમ વીર તો ઇન્દ્રને પણ પરાજિત કરી શકે છે. હવે વાલિનો વધ નિશ્ચિત છે.''

''સાંભળો સુગ્રીવ.'' રામે યોજના બતાવી, ''વાલિનો વધ કરીને આપણે આજે કિષ્કિન્ધા ચાલીશું- સાથે તમે પણ ચાલજો. ત્યાં તમે વાલિને યુદ્ધ માટે લલકારજો. તક મળતાં જ હું તમારી મદદ માટે આવી પહોંચીશ.''

સુગ્રીવે માની લીધું.

રામની સાથે બધા કિષ્કિન્ધાની તરફ ચાલી પડ્યા.

★★

કિષ્કિન્ધાની પાસે જ તેઓ એક એવા સ્થળ પર પહોંચ્યા, જ્યાં વૃક્ષોનું ઘેરું ઝૂંડ હતું. રામ સાથે આવેલા લોકોની સાથે વૃક્ષોની ઓટમાં છુપાઈ ગયા અને સુગ્રીવથી બોલ્યા-

''તમેવાલિને યુદ્ધ માટે આમંત્રિત કરો- ડરવાની જરૂર નથી. વૃક્ષોની ઓટમાં હું તમારી મદદ માટે ઉપસ્થિત રહીશ.''

રામનું સાથે હોવાથી ભલો સુગ્રીવને શું ભય! તે ઉત્સાહથી જોર-જોરથી બૂમો પાડીને વાલિને યુદ્ધ માટે લલકારવા લાગ્યો. લાગ્યું, જાણે ગર્જના કરતો પ્રલય જ આવી ધમક્યો હોય.

વાલિએ સુગ્રીવને આમ બૂમો પાડતો સાંભળ્યો, તો એના ક્રોધનું ઠેકાણું ના રહ્યું. તે ધડધડાતો પોતાની વિશાળ ગુફા (મહેલ)થી બહાર નિકળ્યો અને આગલી જ ક્ષણે સુગ્રીવની સામે આવીને ઊભો થયો. પછી શું હતું, બંને ભાઈ બે ઉન્મુક્ત સાંઢોની જેમ એક-બીજાથી ભીડાઈ ગયા- બંનેએ એક-બીજા પર લાત-ઘૂંસાઓની અવિરામ વર્ષા ચાલૂ કરી દીધી.

રામે વૃક્ષની ઓટથી ધનુષ તાણી લીધું, જેથી ચુપકેથી વાલિનો વધ કરી દે, પરંતુ યુદ્ધ-રત બંને ભાઈઓને અલગ-અલગ ઓળખવા મુશ્કેલ થઈ ગયા, તેથી તેઓ તીર ના ચલાવી શક્યા.

એનું પરિણામ એ થયું કે, સુગ્રીવ થોડી જ વારમાં પરાસ્ત થઈ ગયો અને વાલિના વજ્ર પ્રહારોથી એના હાલ ખસ્તા થઈ ગયા. તે મેદાન છોડીને ઋષ્યમૂક પર્વતની તરફ ભાગી નિકળ્યો.

એની પાછળ રામ પણ ચાલી પડ્યા- સાથે આવેલા લક્ષ્મણ, હનુમાન, નીલ, નલ વગેરેએ ઋષ્યમૂક પર્વતનો માર્ગ પકડ્યો.

સુગ્રીવ શરમ તેમજ અપમાનથી માથું ઝુકાવીને એક જગ્યાએ બેઠો હતો. રામ પાસે પહોંચ્યા, તો તે જોર-જોરથી રોતો-રોતો બોલ્યો- ''વાહ, તમે મને સારો ફસાવી દીધો. શું આ જ હતી તમારી મદદની રીત? હું તો તમારા ભરોસે યુદ્ધમાં ભઈડાઈ ગયો- પણ તમે મને પિટાતો જોતા રહ્યા. ક્યાં ગઈ તમારી પ્રતિજ્ઞા?''

''બન્ધુ, રોષ ના કરો.'' રામ બોલ્યા, ''હકીકતમાં, તમે બંને બાઈઓનું ડીલડૌલ તેમજ રૂપ-રંગ એવો એક સમાન હતો કે, હું દગો ખાઈ ગયો. આવી હાલતમાં હુ ભલો પોતાના પ્રાણઘાતક તીર કેવી રીતે છોડતો- તે ક્યાંક તમને લાગી જતા તો! તેથી એક વાર પુનઃ વાલિથી યુદ્ધ કરો. હા, આ વખતે કોઈ નિશાન અવશ્ય લગાવી લેજો, જેથી હું તને ઓળખી શકું. લક્ષ્મણ, તમે ફૂલોની માળા સુગ્રીવના ગળામાં નાખી દો, પછી મને ઓળખવામાં કોઈ દગો નહીં થાય.

લક્ષ્મણે એવું જ કર્યું.

તેઓ બધા પુનઃ કિષ્કિન્ધાની તરફ ચાલી પડ્યા.

★★

સુગ્રીવ ત્યાં પહોંચ્યો, તો બમણાં ઉત્સાહથી વાલિને લલકાર્યો.

વાલિએ સુગ્રીવને ફરી લલકારતાં સાંભળ્યો, તો મહેલથી નિકળવા માટે ઉદ્યત થયો, પણ આ વખતે પટરાણી તારાએ એને રોકી લીધો. બોલી-

''આ ફરીથી આવ્યો છે, અવશ્ય પોતાના સાથીઓને લાવ્યો હશે. મેં અંગદથી સાંભળ્યું છે કે, રામ તેમજ લક્ષ્મણ પણ એની સાથે છે, જેમની શૌર્ય-ગાથાઓ ચારે તરફ ફેલાયેલી છે. મારી માનો તો ના જશો સુગ્રીવને ક્ષમા કરી દો. એનું પ્રાપ્ય એને આપીદો.''

વાલિએ તારાની એક ન સાંભળી. બોલ્યો-

''વાહ હું સુગ્રીવની ધમકીઓની આગળ મ્હોં છુપાવીને મહેલમાં બેઠો રહું? એવું મારાથી નહીં થાય. જાણું છું, રામ એના સાથી છે, પણ એમને મારાથી શું વેર! તેઓ અકારણે મારા પર આક્રમણ નહીં કરે, તેઓ ન્યાયપ્રિય છે. તૂં નિશ્ચિંત

રહે, હું સુગ્રીવને જાનથી નહી મારું, બસ એનું ઘમંડ ચૂર-ચૂર કરવાનું છે.''

આમ કહીને વાલિ બહાર નિકળ્યો અને સીધો જઈ પહોંચ્યો સુગ્રીવની સામે. સુગ્રીવ સજાગ થયો. વાલિએ મુષ્ટિ ખેંચી લીધી, તો સુગ્રીવ પણ ઘૂંસા ઉઠાવીને ભીડાઈ ગયો. પળભરમાં બંને પહાડોની જેમ ટકરાઈ ગયા. વાલિ નિઃસંદેહ ભારે પડી રહ્યો હતો. સુગ્રીવ ભાઈની નીચે દબાયેલો હાંફી રહ્યો હતો.

રામે મોડું કરવું યોગ્ય ના સમજ્યું. એમણે ધનુષ ઉઠાવ્યું અને તીર છોડી દીધું, જે વાલિના લક્ષસ્થળમાં જઈને વિંધાઈ ગયું. વાલિ આ આઘાત સહન ના કરી શક્યો અને ધરતી પર અચેત થઈને પડી ગયો.

રામ તેમજ લક્ષ્મણ મરણોન્મુખ વાલિની પાસે પહોંચ્યા.

વાલિએ એ તેજસ્વી રાજકુમારોને જોયા, તો બોલ્યો-

''હે રામ! મેં તો સાંભળ્યું હતું કે, તમે ખૂબ જ ન્યાયપ્રિય, પરાક્રમી, ધર્માત્મા, નીતિવાન, જ્ઞાનવાન, ધીર, મેઘાવી તેમજ પિતૃભક્ત છો, પરંતુ છુપાઈને મારા પર વાર કરવાનું શું ઔચિત્ય. આખરે તમે કયા વેરથી મારી પીઠ પાછળ વાર કર્યો? મેં તો ક્યારેય તમારા વિરુદ્ધ કોઈ આચરણ નથી કર્યું. મને એ વાતનું દુઃખ નથી કે, હું માર્યો ગયો અને મારો ભાઈ સુગ્રીવ સિંહાસન પર બેસશે- હા, એ દુઃખ અવશ્ય રહેશે કે, તમે મારી સાથે છળ-કપટ કર્યું. એક અસાવધાન વ્યક્તિનો છુપાઈને વધ કર્યો. શું હું એ માની લઉં કે તમે તપસ્વીઓનો વેશ ધારણ કરીને પાપ-કર્મ અપનાવી લીધું છે?''

રામ વાલિના કઠોર વચન સાંભળીને પળભર ચુપ રહ્યા. પછી ધીમેથી બોલ્યા-

''સાંભળો વાલિ, વ્યર્થ જ નારાજ ના થાઓ, એવું કહેવું નિરર્થક છે કે, હું તપસ્વીના વેશમાં પાપ-કર્મમાં લિપ્ત છું, બલ્કે ઈક્ષ્વાકુ કુળનો રાજકુમાર હું પાપને ધરતીથી સમાપ્ત કરવા આવ્યો છું. હું ચક્રવર્તી રાજા દશરથના આદેશથી વનમાં વિચરણ કરતો-કરતો અત્યાચારીઓ તેમજ વિધર્મિઓને દંડ આપવાનું કર્તવ્ય નિભાવી રહ્યો છું. તેં પોતાના નાના ભાઈની સાથે જે કર્યું છે, તે ઘોર અન્યાય છે. મેં આ જ અન્યાયનો તને દંડ આપ્યો છે. હવે પશ્ચાત્તાપ કરીને કોઈ લાભ નથી.''

''મને મરવાનો કોઈ પશ્ચાત્તાપ નથી પ્રભો!'' વાલિ કણસીને બોલ્યો, ''તમારી વાત સાચી છે, હું પોતાના દોષ સ્વીકારું છું. મને કોઈ ગમ નથી, ના તારાનું, ના રાજ્યનું અને ના તો સંબંધીઓનું. હા, અંગદથી દૂર થવાનું જરૂર ગમ છે. એને ખૂબ સ્નેહથી ઉછેર્યો છે. બિચારો, મને નહીં જુએ, તો ખૂબ દુઃખી થશે. હું મારા એકમાત્ર પુત્રને તમને સોંપું છું, સુગ્રીવની જેમ એની પણ રક્ષા કરો.''

આટલું કહીને વાલિએ અંતિમ હિચકી લીધી અને દમ તોડી દીધા.

ત્રણ

કિષ્કિન્ધાપુરીમાં આ સમાચાર આગની જેમ ફેલાઈ ગયા કે વાનર-રાજ વાલિ માર્યા ગયા.

અન્તઃપુરમાં આ સૂચના તારાને મળી, તો દુઃખના માર્યા એના હાલ ખરાબ થઈ ગયા. તે રોતી-કલપતી ત્યાં પહોંચી, જ્યાં વાલિનું શબ બડ્યું હતું. અંગદ કુમાર પણ પિતાને ગુમાવીને રોઈ રહ્યા હતા. સુગ્રીવે આ હાલ જોયા, તો એની આંખો પણ આંસુઓથી ભરાઈ ગઈ.

તારાના વિલાપથી આખું વાતાવરણ ગૂંજી ઉઠ્યું અને ત્યાં ઊભેલા લોકોનું હૃદય ભરાઈ આવ્યું. એણે રામથી કહ્યું-

''હે રામ! જે બાણથી મારા પતિને માર્યા છે, એ જ બાણથી મારો પણ જીવ લઈ લો. હવે જીવીને હું શું કરીશ....!''

''દેવી! વિલાપ કરવો વ્યર્થ છે. હોનીને ભલું કોણ ટાળી શકે છે- વિધિએ જે રચ્યું હતું, એ જ થયું. તારા પતિએ વીરગતિ પ્રાપ્ત કરી છે, તેથી સંતાપ ન કરો. અંગદ કુમાર જ યુવરાજ બનશે.''

તારા કશું ના બોલી. એની સિસકીઓથી વાતાવરણ ગૂંજી રહ્યું હતું.

સુગ્રીવ પસ્તાઈ રહ્યો હતો કે, એણે વ્યર્થ જ ભાઈની હત્યા કરાવી દીધી- એના દુઃખનો અંત ન હતો. રામ એની વ્યથા સમજી રહ્યા હતા. બોલ્યા-

''સુગ્રીવ! અંતિમ સંસ્કારની તૈયારી કરો. તમે જ ધીરજ ગુમાવી દેશો, તો તારા તેમજ અંગદને કોણ સંભાળશે?''

વાલિની અંત્યેષ્ટિ પછી સુગ્રીવને કિષ્કિન્ધાપુરીના સસન્માન રાજા બનાવવામાં આવ્યા અને અંગદને યુવરાજ.

★★

સુગ્રીવ રાજ્ય-કાર્ય હેતુ મહેલમાં જ રહેવા લાગ્યો. એનો સારો સમય પાછો આવ્યો.

ધીમે-ધીમે બધા વાલિનો વિયોગ ભૂલવા લાગ્યા- તારા પણ. સમયે બધાના ઘા ભરી દીધા.

રામ તેમજ લક્ષ્મણ પર્વતની ગુફામાં સમય પસાર કરી રહ્યા હતા. વર્ષાની ઋતુ હતી, નદી-નાળાઓમાં પાણી ઉફાન આવ્યું હતું, આગળ વધવાના માર્ગ અવરુદ્ધ થઈ ચુક્યા હતા, તેથી સીતાને શોધવાનું કામ અત્યારે રોકી દેવું પડ્યું હતું. પ્રસ્રવણ પર્વતની ગુફામાં અસહાય પડ્યાં-પડ્યાં રામનો સંતાપ પહેલાંથી વધારે વધી ગયો હતો, સીતાની યાદ વારંવાર એમને ઘેરીને વ્યાકુળ કરી દેતી. લક્ષ્મણે આવા સમય પર રામને સાંત્વના આપીને એમની ધીરજ જાળવી રાખી.

હનુમાન રામના વિયોગથી પીડિત હતા- રામનું કષ્ટ એમનાથી જોયું જવાતું ન હતું. રામ પ્રતિ એમા હૃદયમાં અસીમ શ્રદ્ધા તેમજ લાગણી હતી. સુગ્રીવ રાજ્ય મેળવીને નિશ્ચિત થઈ ગયો હતો. હનુમાનને શોધ હતી યોગ્ય તકની. સુગ્રીવને પોતાનું વચન યાદ અપાવીને રામની મદદ માટે પ્રેરિત કરવા ઇચ્છતા હતા. સુગ્રીવ બધું જ ભૂલીને ભોગ-વિલાસમાં લિપ્ત થઈ ગયા હતા. રાજ્યનું કામ કરતાં હતા મંત્રીગણ.

વર્ષા-ઋતુ સમાપ્ત થઈ ગઈ, તો વાતાવરણ ખિલી ઊઠ્યું. હનુમાને હવે સુગ્રીવને જઈ પકડવાનું નક્કી કર્યું. હનુમાને સુગ્રીવને કર્તવ્યની વિનયપૂર્વક યાદ અપાવી.

સુગ્રીવને પોતાની ભૂલનો અહેસાસ થયો. એણે એ જ સમયે મંત્રીઓ તેમજ વીરોને સીતાની શોધનો આદેશ આપ્યો અને અન્ત:પુરમાં જઈને રાગ-રંગમાં ડૂબી ગયો.

ત્યાં રામ વિચારી રહ્યા હતા કે, વર્ષા ઋતુ પછી સુગ્રીવ વચન અનુસાર સીતાની શોધમાં મદદ કરશે, પરંતુ તે હતો કે એણે અહીં મુખ પણ કર્યું ન હતું. રામને ખરાબ લાગવું સ્વાભાવિક હતું. એમણે લક્ષ્મણથી કહ્યું-

''લક્ષ્મણ, લાગે છે- પોતાનું કામ કાઢીને સુગ્રીવ ભૂલી ચૂક્યો છે કે, એણે આપણાથી શું વચન આપ્યું હતું. વર્ષા-ઋતુ વીતી ગઈ, શરદ ઋતુનું આગમન થઈ ગયું. મારો શોક વધતો જ જઈ રહ્યો છે, પણ વાનર સુગ્રીવને જરા પણ દયા નથી આવતી. હું પણ કેવો અભાગિયો છું. તૂં જ જરા દુષ્ટ સુગ્રીવની પાસે જઈને એને પોતાના વચન યાદ અપાવો. એનાથી કહી દેજો કે જો એણે વચન ભંગ કર્યું, તો બાણના એક જ વારથી એને પણ ત્યાં પહોંચાડી દઈશ, જ્યાં વાલિ ગયો છે.''

લક્ષ્મણ તો રામની આજ્ઞાની પ્રતીક્ષામાં જ હતા. તેઓ ક્રોધથી તમતમાયા અને પર્વતીય ગુફાથી નિકળ્યા અને કિષ્કિન્ધાપુરીની તરફ ચાલી પડ્યા. રસ્તાના બધા વિઘ્નો અને ઝાડી-ઝાંખરોને પાર કરીને તેઓ સુગ્રીવના અન્ત:પુરમાં પહોંચયા, જે અત્યંત જ ભવ્ય ગુફામાં હતો. સુગ્રીવના વિશાળ મહેલમાં વાદ્યો અને સંગીતની સ્વર-લહેરીઓ ગૂંજી રહી હતી. લક્ષ્મણને ગુસ્સામાં જોઈને વાનરોએ એમને ટોક્યા નહીં. તેઓ સીધા સુગ્રીવની પાસે જઈ પહોંચ્યા. અંગદ અને હનુમાને લક્ષ્મણને આ હાલમાં જોયા, તો એમનું માથું ઠનક્યું. સુગ્રીવ મદ્ય પીને અચેતાવસ્થામાં આસન પર બેઠો હતો અને સામે સુંદર નર્તકીઓ નૃત્યમાં મગ્ન હતી.

લક્ષ્મણે ધનુષની પ્રત્યંચા ચઢાવી, જેની ટંકારથી અન્ત:પુરમાં વિજળી-જેવી કડકી. બધા હોશમાં આવી ગયા- નર્તકીઓનું નૃત્ય રોકાઈ ગયું. સુગ્રીવે પોતાની સામે ક્રોધથી કાંપતા લક્ષ્મણને જોયા, તો બધો નશો જતો રહ્યો, તે ગભરાઈને તારાથી બોલ્યો-

''લક્ષ્મણ તો ખૂબ ગુસ્સામાં છે. જરા તૂં જ પ્રેમથી એમનાથી પૂછો કે, આટલા ગુસ્સામાં અહીં આવવાનું શું તાત્પર્ય?''

તારાએ પાસે જઈને કહ્યું-

''શું વાત છે લક્ષ્મણ, આટલા ક્રોધિત કેમ છો? કોઈએ તમારી આજ્ઞાનું ઉલ્લંઘન કર્યું છે અથવા અમારાથી કોઈ અનુચિત કાર્ય થયું છે? તમે એ ના વિચારો કે, સુગ્રીવ પોતાનું વચન ભૂલી ગયો છે! તે કૃતઘ્ન નથી, બસ, ફરીથી સુખ મેળવીને થોડી વાર માટે બધું જ ભૂલી ગયો હતો. વિશ્વાસ કરો, સુગ્રીવ રામનું કાર્ય અવશ્ય સિદ્ધ કરશે. એણે પહેલાં જ પોતાના મંત્રીઓ અને વીરોને મળવા માટે બોલાવ્યા છે, જેથી સીતાની શોધનો કાર્યક્રમ નિર્ધારિત કરી શકાય.''

લક્ષ્મણનો ક્રોધ જતો રહ્યો. તેઓ સુગ્રીવની પાસે ગયા અને ક્ષુબ્ધ સ્વરમાં કહ્યું-

''સુગ્રીવ, રામે તારા પર આટલો ઉપકાર કર્યો અને તૂં એમનો શોક ભૂલીને અહીંયા ભોગ-વિલાસમાં વ્યસ્ત છે. આ તો સરાસર કૃતઘ્નતા છે. સંસાર એનું જ

સન્માન કરે છે, જે કૃતજ્ઞ હોય છે, કૃતઘ્ન રાજાના પ્રાયશ્ચિતનું પણ કોઈ વિધાન નથી. તે નરક જ જાય છે.''

''હે રાજા દશરથ-નંદન! આટલા ક્રોધિત ના થાઓ. ભલું, હું રામનો ઉપકાર કેવી રીતે ભૂલી શકું છું. આ રાજ્ય, ભોગ-વિલાસ, તારા, પોતાની પત્ની રૂમા-બધું જ રામની દયાથી જ તો પ્રાપ્ત થયું છે. હું જલ્દી જ પોતાની વાનર-સેનાની સાથે રામની પાછળ-પાછળ ચાલીશ અને રાવણને મારવામાં એમની મદદ કરીશ. મને પોતાની ભૂલનો અહેસાસ છે, ક્ષમા પ્રાર્થી છું.''

લક્ષ્મણનું મન નિર્મળ થઈ ગયું. હસીને બોલ્યા-

''તમે મહાન છો, સુગ્રીવ. તમારી મિત્રતા મેળવીને રામ ધન્ય થયા, હવે વિલંબ ના કરો, શીઘ્ર રામની પાસે જઈને એમને સાંત્વના આપો.''

સુગ્રીવ તત્કાળ માની ગયો. એણે રાગ-રંગની સભા ભંગ કરી દીધી અને સમસ્ત વીરો-યોદ્ધાઓને બોલાવી લીધા. પછી તેઓ અન્તઃપુરવાસીઓથી વિદાય લઈને લક્ષ્મણ તેમજ વાનર વીરો-સહિત કિષ્કિન્ધાપુરીથી નિકળી પડ્યા.

લક્ષ્મણ તેમજ સુગ્રીવ એક પાલખીમાં બેઠા. વિશાળ કાફલો શંખ-નગારાં તેમજ શસ્ત્રોની ઝંકાર કરતો-કરતો આગળ વધી ચાલ્યો.

★★

રામની પાસે પહોંચીને સુગ્રીવે હાથ જોડી વિનંતી કરી-

''પ્રભો, હું બધી તૈયારીઓ કરીને આવ્યો છું- હવે સીતાની શોધનું કામ શરૂ થવામાં વિલંબ નહીં.''

રામ બધો સંતાપ ભૂલીને આગળ વધ્યા અને સુગ્રીવને આલિંગનમાં લઈ લીધો. બોલ્યા-

''તમે સમય પર ચેતી ગયા, એ શુભ છે. જે રાજા સમય પર સાવધાન થઈ જાય છે, તે જ રાજ્ય કરવા યોગ્ય છે. તારા જેવો મિત્ર મેળવીને હું કૃતાર્થ થયો. તારા સહયોગથી આપણે રાવણને અવશ્ય પરાભૂત કરીશું. અવસર આવી ગયો છે કે, તમે કશું કરીને બતાવો.''

સુગ્રીવે પોતાના બહાદુર યોદ્ધાઓથી કહ્યું-

''હે વીરો, સમય આવી ગયો છે કે, હવે તમે લોકો પોતાનું કૌશલ બતાવો. મારી લાજ તમારા લોકોના હાથોમાં છે- રામના ઉપકારનો બદલો તમે લોકો જ ચુકવી શકો છો. જાઓ, ચારે તરફ સીતાનું અનુસંધન કરો-પૃથ્વીના કોઈ ખૂણાને છોડતા નહીં- આકાશ, પાતાળ, સમુદ્ર, સ્થળ, વનો-જંગલો, નદીઓ-નાળાઓ અને વિભિન્ન દેશો તેમજ દ્વીપોમાં સીતાને શોધો. હું તમને એક માસનો સમય આપું છું, જો આની વચ્ચે તમે લોકો સીતાની તપાસ કરીને ના આવ્યા, તો તમારી ખેર નથી.''

પછી સુગ્રીવે હનુમાનની તરફ જોયું અને કહ્યું-

''હે વીર શિરોમણિ! તમારી તો દરેક જગ્યાએ પહોંચ છે- તમારા જેવો પરાક્રમી બીજો કોઈ નથી. તમે ચતુર છો, બુદ્ધિશાળી તેમજ નીતિવાન છો- મને તમારા પર પૂરો વિશ્વાસ છે- તેથી તમે સીતાની ખબર અવશ્ય લાવજો.''

રામને હનુમાનની યોગ્યતા પર પૂરો વિશ્વાસ હતો. રામે એક અંગૂઠી (વીંટી) હનુમાનને આપતા કહ્યું-

"સાંભળો કપિશ! આ અંગૂઠીમાં મારું નામ અંકિત છે. જો તને ક્યાંય સીતા મળી જાય, તો એને ઓળખવા માટે આ અંગૂઠી આપી દેજો. જેથી એને તારા પર કોઈ શક ના રહે. તને મારો દૂત જાણીને તે પોતાની વ્યથા ખુલીને કહી શકશે."

હનુમાને અંગૂઠી લઈ લીધી, પછી રામના ચરણ સ્પર્શ કરીને તેમજ સુગ્રીવથી વિદાય લઈને અન્ય વાનર-વીરોની સાથે સીતાની શોધમાં પ્રસ્થાન કરી ગયા.

★★

સુગ્રીવે ખૂબ કડકાઈથી વાનરોને એક મહીનાની અંદર જ સીતાની તપાસ લગાવવા માટે કહ્યું હતું, તેથી બધા પૃથ્વીની ચારે તરફ ફેલાઈ ગયા. હનુમાન, અંગદ, શતબલી, વિનય, સુષૈણ અને તારક વગેરે જીવ-જાનથી સીતાને શોધવા લાગ્યા. એમણે પૃથ્વીનો કોઈ ખૂણો બાકી ના છોડ્યો. દુર્ગમથી દુર્ગમ ક્ષેત્રોમાં ભટક્યાં, વન, પ્રાંતરો, નદી, પહાડો, ગામો, શહેરો, દ્વીપો, ગુફાઓ વગેરે બધા સ્થળો પર ગયા, પણ જનક-દુલારીનું ક્યાંય જાણ ના ચાલી શકી. કેટલાંક લોકો તો પાછા કિષ્કિન્ધા ચાલી ગયા હતા. બધાને વિશ્વાસ હતો કે, બળવાન હનુમાનના હોતા ચિન્તા કેવી! તેઓ સીતાને ક્યાંકથી ને ક્યાંકથી શોધી લેશે.

પ્રશ્ન ફક્ત સુગ્રીવના આદેશનો ન જ હતો, તેઓ બધા સાચ્ચા હૃદયથી રામની મદદ કરવા ઈચ્છતા હતા. વિશેષ કરીને હનુમાન ઈચ્છતા હતા કે, સીતાને શોધીને રામની વ્યથા દૂર કરે. તેઓ નિરાશ ના થયા અને આ વખતે દક્ષિણ દિશાની તરફ કૂચ કરી. હનુમાન, અંગદ તેમજ તારક એક સાથે વિન્ધ્યાચલની એક-એક કંદરાને શોધતા પર્વત પાર કરીને દક્ષિણવર્તી સમુદ્રતટ પર આવી પહોંચ્યા. હવે તેઓ શું કરે? સામે વિશાળ સમુદ્ર હતો, જેની ઉત્તાલ તરંગો ગરજી રહી હતી. કેવી રીતે સમુદ્રને પાર કરીને આગળ જાય? અત્યાર સુધીનો બધો પ્રયત્ન વ્યર્થ ગયો હતો-સીતા ક્યાંય ના મળી. શરમ તેમજ નિરાશાથી તેઓ નિરાશ થઈ ગયા. સુગ્રીવની પાસે પાછા કેવી રીતે જાય? કેવી રીતે રામને પોતાનો ચહેરો બતાવે. કોઈ બોલ્યું, "આપણાથી સારો તો જટાયુ હતો, જેણે રામ માટે પોતાનો જીવ આપી દીધો."

તેઓ બધા થાક્યા, ઉદાસ અને નિરાશ ત્યાં જ બેસીને વિચાર-વિમર્શ કરવા લાગ્યા. ત્યારે જ એમની નજર એક વૃદ્ધ ગિધની તરફ ચાલી ગઈ, જે ત્યાં જ રહેતો હતો. તે એ લોકોની વાત-ચીત સાંભળીને આવી ગયો. બોલ્યો-

"હે વાનરો! તમારા લોકોના મુખથી મેં મારા પ્રિય ભાઈ જટાયુનું નામ સાંભળ્યું, તો અહીંયા ચાલી આવ્યો. સાંભળો, જટાયુને રાવણે ખૂબ જ નિર્મમતાથી મારી નાખ્યો હતો, હું પોતાના ભાઈની મોતનો બદલો લેવા ઈચ્છતો હતો, પરંતુ ખૂબ જ વૃદ્ધ થઈ જવાને કારણે હું રાવણથી લડવામાં સર્વથા અસમર્થ છું. તમે લોકો રામના કામથી અહીંયા આવ્યા છો, હું તો બળહીનતા તેમજ વૃદ્ધાવસ્થાના કારણે એમને સહયોગ નહીં આપી શકું, પરંતુ વાણીથી તમને લોકોને અવશ્ય મદદ કરીશ. સાંભળો, રાવણ આ જ માર્ગથી એક રૂપવતી નારીને હરીને લઈ

ગયો હતો, જે વારંવાર ખૂબ કરુણાથી 'હે રામ' 'હે લક્ષ્મણ' પોકારી રહી હતી, નિઃસંદેહ રામની પત્ની સીતા હશે. તે બીજે ક્યાંય નહીં, લંકામાં જ છે, જે અહીંયાથી ચારસો કોસ દૂર સમુદ્રની પાર સ્થિત છે- ત્યાં જ રાક્ષસ-રાજ રાવણનું રાજ્ય છે. લંકા ખૂબ જ ભવ્ય નગર છે, જેને વિશ્વકર્માએ પોતના હાથોથી બનાવ્યું છે- ત્યાં ચારે તરફ સોનાના મહેલ છે- જે સૂર્યની રોશનીથી ચમકે છે. ત્યાં જ મનભાવન અશોક વાટિકા છે, જ્યાં રામની શોક-સંતપ્ત પતિવ્રતા ભાર્યા પોતાના દિવસ વ્યતીત કરી રહી છે. બસ, કોઈ પ્રકારે આ સમુદ્ર પાર કરો, સીતાની જાણ ચાલી જશે. પછી રામ એનો ઉદ્ધાર કરશે. વીર વાનરો! હવે મોડું ના કરો, ક્યાંક એવું ના થાય કે, રામના વિયોગમાં સીતા પોતાના પ્રાણોની આહુતિ જ આપી દે."

★★

સીતાની જાણ થઈ ચુકી હતી- હનુમાન તેમજ અંગદની પ્રસન્નતાની સીમા ના રહી. પરંતુ સામે દૂર-દૂર સુધી ફેલાયેલો વિશાળ તેમજ અસીમ સાગર હતો. સવાલ એ હતો કે, એને પાર કેવી રીતે કરવામાં આવે? આટલા મોટા સાગરને ઓળંગવો સામાન્ય વાત ન હતી-કોઈને પણ હિંમત ના થઈ કે, તે સાગરમાં કૂદી પડે. હનુમાન ચિંતામાં પડી ગયા કે લંકા કેવી રીતે પહોંચે? આટલી દૂર સુધી આવીને સીતાને મળ્યા વગર પાછા રામની પાસે જવાનો અર્થ છે- આખા પરિશ્રમ પર પાણી ફરી જવું.

બધા વાનર વીર ગહન વિચાર-વિમર્શમાં ડૂબી ગયા.

વાનરોની વચ્ચે હતો, એક વૃદ્ધ વડીલ રીંછ- જામવન્ત. તે હનુમાનથી બોલ્યો-

"હનુમાન, તૂં તો પરમ સાહસી છો, પછી આમ ચુપચાપ મ્હોં કેમ લટકાવીને બેઠો છે?" તારી અંદર જે બળ છે, તે સુગ્રીવથી ઓછું નથી- રામના આશીર્વાદ તને મળેલા છે. પવન-પુત્ર થઈને આમ નિસ્તેજ કેમ? તારી ગતિનો ભલું કોણ મુકાબલો કરી શકે છે. જરા પોતાના પરાક્રમને યાદ કરો અને એક જ છલાંગમાં સમુદ્રને પાર કરી જાઓ. તું અને અંગદ જ અમારા વાનરોની લાજ બચાવી શકો છો. હું તો વૃદ્ધ થઈ ગયો, નહીંતર પાર જવાનો પ્રયત્ન જરૂર કરતો. મોડું ના કરો વીર હનુમાન, જલ્દી સાગર પાર કરીને લંકા જાઓ- અમે તારી પ્રતીક્ષામાં અહીં જ રહીશું."

નિઃસંદેહ હનુમાન પરમ શક્તિશાળી હતા, પણ એની સાથે મુશ્કેલી એ હતી કે, તેઓ મોકા પર જ પોતાનું બળ ભૂલી જતા હતા- એવું એક શાપને કારણે હતું. જે એમને પોતાની બાળપણની ઉદંડતાને કારણે મળ્યો હતો. જામવન્ત દ્વારા પરાક્રમની યાદ અપાવવાથી નિરાશ હનુમાન ટટ્ટાર ઊભા થઈ ગયા. એમની બધી સુસ્તી તેમજ ચિંતા દૂર થઈ ગઈ. એમણે તાલ ઠોકી અને શ્વાસ ખેંચીને વક્ષસ્થળ ઉભારી લીધું. આંખોની સામે લંકાનો તટ ઉભરી આવ્યો.

જોતાં-જોતાં જ હનુમાનનો આકાર વૃહદ્ થઈ ગયો અને એમનામાં અસીમ બળ તેમજ તેજનો સમાવેશ થઈ ગયો.

સુન્દર કાંડ

એક

હનુમાન સાગરના કિનારે જઈ પહોંચ્યા અને મહેન્દ્ર પર્વતના એક શિલાખંડ પર ઊભા થઈ ગયા. એમણે સાથે આવેલા વાનર વીરોથી કહ્યું-

''બન્ધુઓ, હું આ એક સમુદ્ર તો શું, આવા અનંત સમુદ્રોનો ઓળંગી શકું છું. તમે લોકો ચિન્તા ના કરો, હું શ્રીરામના બાણની જેમ તીવ્ર ગતિથી ઉડતો-ઉડતો લંકા પહોંચીશ અને સીતાને શોધીને જ શ્વાસ લઈશ. રાવણને એવી મજા ચખાવીશ કે તે જિંદગીભર યાદ રાખશે.''

બધા વાનર ખુશીથી ઉછળી પડ્યાં.

હનુમાને બધાથી વિદાય લીધી અને એક ભવ્ય ઉછાળ ભરીને સમુદ્રની તરફ કૂદી પડ્યાં. ઉછળવાથી પગોનો દબાવ શિલાખંડ પર એટલો જોરોથી પડ્યો કે, તે નીચે ખસકી પડ્યો- મહેન્દ્ર પર્વત પર જે છોડ-વૃક્ષો હતો, એમના ફૂલ-પાંદડાં ખરીને નીચે પડી ગયા- શિલાઓથી પાણી ફૂટી પડ્યું. યત્ર-તત્ર પશુ-પક્ષી તેમજ જન્તુ નિકળીને ભયથી ભાગવા-દોડવા લાગ્યા.

હનુમાન ગરુડની ગતિથી આકાશમાં ઊડી ચાલ્યા. લાગતું હતું, જાણે તે આકાશને ગળતા ચાલી જઈ રહ્યા હતા અને નીચે સમુદ્રનું આસમાની પાણી એક જ શ્વાસમાં પી લેશે. ક્યારેક વાદળોની ઉપર ઉડતાં લુપ્ત થઈ જતા, તો ક્યારેક વાદળ ચીરીને પ્રગટ થઈ જતાં-જાણે ચમકકી રહેલો સૂર્ય વાદળોથી આંખ-મિચોલી રમી રહ્યો હોય. આંખો એમ ચમકી રહી હતી, જેમ પ્રજ્વલિત દાવાનળ. વાયુને ભેદ કરી જઈ રહેલા હનુમાનનું શરીર ભારે અવાજ પ્રસ્ફુટિત કરી રહ્યું હતું-લાગતું જાણે વર્ષાઋતુમાં વાદળ ગરજી રહ્યા હોય. નીચે નીલ જળ પર ઉડતાં-ઉડતાં હનુમાનની વિશાળ છાયા પડી રહી હતી, જાણે સાગર પર કોઈ જહાજ તરતું ચાલ્યું જઈ રહ્યું હોય.

ઊડતાં-ઊડતાં તેઓ ખૂબ દૂર નિકળી ગયા. એકાએક દૂર તટની ક્ષીણ રેખા-જેવું નજરે આવ્યું, જેના પર ઘેરા વૃક્ષોની કતાર ફેલાયેલી હતી. અનેક નદીઓ તટથી પડતી સમુદ્રમાં મળી રહી હતી. હનુમાન સમજી ગયા કે, આ લંકા છે-જ્યાં સોનાના મહેલ છે, સોનાની અટારીઓ છે, બધું જ સોનાનું છે.

★★

તટ નજીક આવ્યો, તો હનુમાન નીચે ઉતર્યા. એક પર્વતના શિખર પર ચઢીને એમણે સોનાની લંકાને જોઈ, જે ખરેખર ઇન્દ્રપુરીની સમાન સુશોભિત હતી. એમનો બધો થાક દૂર થઈ ગયો અને તેઓ ઝડપી પગલાંથી આગળ વધ્યા. એમનું લક્ષ્ય હતું રાવણનો મહેલ અને મહેલ-સ્થિત અશોક વાટિકા, જ્યાં કેદ હતી, રામ પ્રિયા સીતા.

તેઓ તટવર્તી પર્વતો અને વનોને પાર કરતાં-કરતાં, લંકાપુરીની નજીક પહોંચ્યા. ત્રિકૂટ પર્વત પર વસેલી લંકાપુરીની ચારે તરફ પાણીથી ભરેલી ઊંડી ખીણ હતી. નગરની શોભા અનુપમ હતી, ઊંચી-ઊંચી ઇમારતો આકાશને સ્પર્શી રહી હતી, ચારે તરફ સ્વર્ણાભા ફેલાયેલી હતી. મોટા-મોટા વિકરાળ રાક્ષસ યત્ર-તત્ર પહેરા પર ઊભા હતા.

પર્વત-શિલા પર ચિંતામગ્ન ઊભા હનુમાન એક પળ નિરાશ થઈને નીચે બેસી ગયા. નગરીમાં કેવી રીતે પ્રવેશ કરે, એ જ મુખ્ય સમસ્યા હતી. ક્યાંય પણ એવો ખૂણો ન હતો કે, જ્યાં વિકરાળ રાક્ષસોનો પહેરો ના હોય. લંકા શું હતી-ચારે તરફથી સુરક્ષિત અભેદ્ય કિલ્લો હતો. રાવણ જ્યારથી સીતાને હરીને લાવ્યો હતો, એણે નગરની સુરક્ષાના પ્રબંધ વધારે મજબૂત કરી દીધા હતા- અંદર કોઈ અજનબીનો પ્રવેશ કરી શકવો અશક્ય હતો.

હનુમાન જાણતા હતા કે સહજ માર્ગથી નગરમાં પ્રવેશ કરવો મુશ્કેલ છે, તેથી રાક્ષસ પહેરેદારોને દગો આપીને ચાલાકીથી જ સીતાની પાસે પહોંચી શકાય છે. પણ કેવી રીતે? કયા ઉપાયથી રાક્ષસોની આંખોમાં ધૂળ નાંખું? જરા-એવી ચૂક થઈ, તો રાક્ષસ જીવતો નહીં છોડે, જો માર્યો ગયો, તો બધી મહેનત વ્યર્થ ચાલી જશે, ના સીતાથી મળી શકીશ અને ના રામને કોઈ સંદેશ આપી શકીશ. રાક્ષસોની નજરોથી છુપાવું આથી પણ મુશ્કેલ હતું કે, હનુમાનની આકૃતિ એમનાથી નિતાન્ત ભિન્ન હતી - તે લંકામાં અજનબી લાગતા હતા.

''યોગ્ય એ જ છે કે, હું અહીંયા છુપાઈ જાઉં અને રાત થવાની પ્રતીક્ષા કરું.'' હનુમાને વિચાર્યું, ''રાત્રે જ્યારે ચારેય તરફ અંધકાર ફેલાઈ જશે, ત્યારે લંકાપુરીમાં ઘુસવાનો પ્રયત્ન કરીશ.''

એવો નિશ્ચય કરીને હનુમાન ઘેરા વૃક્ષોની ઓટમાં છુપાઈ ગયા. રાત થવા સુધી એમણે ત્યાં જ વિશ્રામ કરી લેવો યોગ્ય સમજ્યો.

★★

સાંજે સૂર્ય અસ્ત થવા લાગ્યો, તો હનુમાન ઊભા થઈ ગયા. એમણે પોતાનો આકાર નાનો કરી લીધો-મચ્છરની જેમ!

અંધકાર છવાતાં જ હનુમાને લંકાપુરીની અભેદ્ય દીવાલ ઓળંગી અને નગરમાં પ્રવેશકર્યો. આખું નગર પ્રકાશથી જગમગાઈ રહ્યું હતું- રસ્તાઓ પર ખૂબ રોનક

અને ચહેલપહેલ હતી- ક્યાંક રાક્ષસ દારૂ પીને મસ્ત થઈ રહ્યા હતા, તો ક્યાંક નાચગાન થઈ રહ્યું હતું. કેટલીય જગ્યાએ વેદાધ્યયન પણ થઈ રહ્યું હતું.

હનુમાન સીતાની શોધમાં અહીં-તહીં ભટકવા લાગ્યા. અનેક બાગ-બગીચાઓમાં સીતાને શોધી, પરંતુ સીતા ક્યાંય નજરે ના આવી. નગરનાં એક-એક ઘરમાં સીતાને શોધવા છતાં સીતાની ક્યાંય ભાળ ના ચાલી. અંતે એમણે રાવણના મહેલમાં જવાનું નક્કી કર્યું.

મહેલમાં હનુમાન એ પ્રકોષ્ઠમાં પહોંચ્યા, જે અત્યંત ભવ્ય અને અનુપમ હતો. તે સુવર્ણ-નિર્મિત તો હતો જ, થાંભલા અને સીડીઓ પણ રત્ન-જડિત હતી, સંગેમરમરી ફર્શ પર હાથી-દાંતની પચ્ચીકારી હતી, આખો પ્રકોષ્ઠ દિવ્ય-પ્રકાશથી જગમગાઈ રહ્યો હતો આવો પ્રશસ્ત પ્રકોષ્ઠ જોઈને હનુમાન તો વિસ્મયથી ઊભા જ રહી ગયા. પ્રકોષ્ઠની વચ્ચે વિસ્તૃત પલંગ પર રાક્ષસ-રાજ રાવણ મદ્યના નશામાં આંખો મીંચીને સૂતો હતો. પરમ સુંદર રાણીઓ સોળ-શ્રૃંગાર કરીને નશાથી ચૂર પોતાના હોશોહવાસ ગુમાવીને જ્યાં-ત્યાં પડી હતી- બેહોશીમાં એમના વસ્ત્ર વિખેરાઈ ગયા હતા, ગળાની માળાઓ ઉરોજો પર જ્યાં-ત્યાં ખસી ગઈ હતી- કેટલીય તો બેહોશીની હાલતમાં એક-બીજાના આલિંગનમાં બંધાયેલી પડી હતી.

હનુમાને આખો પ્રકોષ્ઠ સારી રીતે જોઈ લીધો પણ સીતાનું ક્યાંય નામોનિશાન પણ ન હતું, તેથી તેઓ બહાર નિકળી આવ્યા. હનુમાને મહેલનો એક-એક પ્રકોષ્ઠ તપાસી લીધો- રાવણના અનેક સગાં-સંબંધીઓના ભવન શોધી કાઢ્યા, પણ સીતા ના મળી. પછી તેઓ મહારાણી મંદોદરીના પ્રકોષ્ઠમાં ઘુસ્યા. તે પ્રકોષ્ઠ પણ અત્યંત ભવ્ય તેમજ સુસજ્જિત હતો. મંદોદરી પલંગ પર સૂઈ રહી હતી. ત્યાં જ રાવણ પણ પોતાની ક્રીડા-શાળાથી આવીને પડેલો હતો, જે વિશાળ પર્વત જેવો લાગી રહ્યો હતો.

પહેલાં તો એમણે મંદોદરીને જ સીતા સમજી લીધી, પરંતુ બીજી પળે જ એમણે ખુદને ધિક્કાર્યા કે પતિવ્રતા સીતાનું અહીંયા શું કામ! તેઓ નિરાશ થઈને મંદોદરીના શયનાગારથી બહાર નિકળ્યા. એમને બસ એક જ ચિંતા ખાઈ રહી હતી કે, જો સીતાને મળ્યા વગર તેઓ કિષ્કિન્ધાપુરી પાછા ફરી ગયા, તો રામને મ્હોં કેવી રીતે બતાવશે-સુગ્રીવ શું વિચારશે? ન જાણે બિચારી સીતા પોતાનાઓથી વિખૂટી પડીને લંકાપુરીમાં ક્યાં પડી ક્રન્દન કરી રહી હશે. જો રામે આ સાંભળ્યું કે, સીતા ક્યાંય ના મળી, તો નિઃસંદેહ તેઓ પ્રાણત્યાગ કરી દેશે. ના... ના... મારે હિંમત ના હારવી જોઈએ... સીતા અવશ્ય લંકામાં જ ક્યાંક છે... મારે ફરીથી એમની શોધ કરવી જોઈએ... તે અવશ્ય મળી જશે.. હું લંકામાં રહીને સીતાને શોધીને જ દમ લઈશ, નહીંતર પોતાનો જીવ આપી દઈશ, હું અસફળ નહીં પાછો જાઉં.''

આવો વિચાર કરીને હનુમાન દૃઢ નિશ્ચયની સાથે સીતાની શોધમાં સન્નદ્ધ થઈ ગયા.

બે

રાત વીતી ગઈ-નવી સવાર નવી આશાઓની સાથે આવી.

અંતે, એમની તપસ્યા રંગ લાવી- શ્રમ સાર્થક-શોધ સફળ થઈ.

હનુમાન શોધતા-શોધતા અશોક-વાટિકાની બાહ્ય દીવાલની પાસે પહોંચી જ ગયા. દીવાલો ખૂબ ઊંચી હતી. યોગ્ય તક જોઈને હનુમાન એક વૃક્ષ પર ચઢી ગયા અને દીવાલ કૂદીને અશોક-વાટિકામાં દાખલ થઈ ગયા. ક્ષણભર તો વાટિકાની શોભા જ જોતા રહ્યા- ચારે તરફ વૃક્ષોની કતાર હતી, રજત તેમજ સુવર્ણ નિર્મિત ચબૂતરા હતા, અસાધારણ પ્રકારના પક્ષીઓના સ્વરથી આખી વાટિકા ગુંજરિત થઈ રહી હતી, હરણ અહીં-તહીં ભાગી રહ્યા હતા, રંગ-બિરંગી ફૂલોથી વાટિકા મહેકી રહી હતી. નિઃસંદેહ અશોક-વાટિકા તો જાણે પોતાના નામને જ સાર્થક કરી રહી હતી- આ વનમાં પહોંચીને તો માનવ-માત્રનો શોક જ લુપ્ત થઈ જતા હતા. પરંતુ અહીં પર સીતા કેદ હતી, જેમનાં શોક તો શું દૂર થશે, બલ્કે વધી ગયા હતા- એક પતિવ્રતા નારી અપહૃત થઈને પર-પુરુષની કેદમાં કેવી રીતે શોક-રહિત હશે, જ્યારે કે એના પતિ રામ જેવા પુરુષોત્તમ હોય.

હનુમાને ચારે તરફ નજર ઘુમાવી- અત્યારે સીતા અશોક-વાટિકામાં ન હતી. હનુમાનને વિશ્વાસ હતો કે, સાંજ થતાં જ સીતા અવશ્ય વાટિકામાં પ્રવિષ્ટ થશે.

હનુમાન સીતાની પ્રતીક્ષામાં ઝાડની ઉપર છુપાઈને બેસી ગયા. એમની આઁખો સીતાની એક ઝલક મેળવવા માટે વ્યાકુળ હતી.

★★

હનુમાને એક ઝાડ નીચે ચબૂતરા પર કુમળાયેલી, ઉદાસ, મલિન, કૃશકાય રમણી જોઈ, એની ચારે તરફ રાક્ષસીઓ મુસ્તૈદીથી ઊભી હતી. લાગતું હતું કે, એણે કેટલાય દિવસોથી અન્નનો એક દાણો પણ મુખમાં નાખ્યો ન હતો, ચહેરા પર ચિન્તાની ઊંડી રેખાઓ અંકિત થઈ ગઈ હતી, નેત્ર લાલ હતા, જાણે કેટલાય દિવસોથી તે સૂતી ના હોય. શરીર પર ફાટેલા-જૂનાં-મેલાં કપડા હતા, આભૂષણોનું નામોનિશાન પણ ન હતું, વાળ સૂકાઈને વિખેરાઈ ગયા હતા- લાગતું હતું, એ સુંદરીને કોઈ ભારે શોક હતો, અને તે અશોક-વાટિકામાં જરા પણ ખુશ નથી. આખરે આ કોણ હોઈ શકે છે? આવી ભવ્ય લંકાની અશોક વાટિકામાં દુઃખથી અભિભૂત પણ કોઈ હોઈ શકે છે?

''હા, ફક્ત એક નારી- અને તે રામ-પ્રિયા સીતા.'' હનુમાને વિચાર્યું, ''નિઃસંદેહ આ સીતા જ હોઈ શકે છે- અન્ય કોઈ નહીં. આટલી સુંદર અને આટલી શોકાતૂર નારી આ રમણીક સ્થાનમાં સીતા સિવાય બીજી કોઈ નથી હોઈ શકતી. એના માટે તો રાજા દશરથ-નંદન શોક સન્તપ્ત છે. બંને એક-બીજાને ખૂબ પ્રેમ કરે છે-એમાં કોઈ શંકા નથી.''

સવાર થઈ ગઈ.

ચારે તરફ સૂર્યની રશ્મિઓ ફેલાવા લાગી. પક્ષી ચહેકવા લાગ્યા.

લંકામાં જાગરણ થઈ ગયું- ચારે તરફ વેદાદિ થવાના સ્વર ગૂંજી રહ્યા હતા- શંખ અને ઘંટ વાગી રહ્યા હતા.

ત્યારે જ અશોક વાટિકામાં રાવણે પ્રવેશ કર્યો. તે એકલો ન હતો-એની સાથે હતી ઈન્દ્રલોકની અપ્સરાઓ જેવી સુંદરીઓ.

હનુમાન સતર્ક થઈ ગયા અને ઝાડના પાંદડાઓની પાછળ બેસી ગયા. એમની તીખી નજરો રાવણની તરફ ઊઠેલી હતી, જે સીધા પગલાંઓથી સીતાની તરફ વધતો ચાલી આવી રહ્યો હતો.

સીતાએ જેવો રાવણને જોયો, તો તે ભયથી ધ્રૂજી ઊઠી. નફરથી એમનું આખું શરીર સળગવા લાગ્યું. એમણે લજ્જા અને ક્ષોભથી માથું ઝુકાવી લીધું. આંખોથી અનાયાસ અશ્રુ વહેવા લાગ્યા.

રાવણ સીતાની પાસે જઈને રોકાઈ ગયો. લાલસાભરી નજરોથી એક વાર સીતાને જોઈ, પછી હસીને બોલી પડ્યો-

'સુન્દરી! મને જોઈને પોતાનો ચહેરો કેમ છુપાવી લીધો? મારા રહેતા આટલો શોક કેમ? ઉફ, આ સુંદર શરીર આટલું દુઃખ સહન કરવા માટે નથી બન્યું. જુઓ તો, ના શરીર પર ઉજળાં રેશમી વસ્ત્ર છે અને ના આભૂષણ. તને આ હાલમાં જોઈને મને તો અફસોસ થાય છે. અરે પગલી, આ જવાની આમ જ બરબાદ કરવા માટે નથી. આ તો જીવનમાં ફક્ત એક વાર જ મળે છે, વારંવાર નહીં. સત્ય કહું છું, તારી સમાન સુંદર નારી ત્રણેય લોકોમાં કોઈ નહીં હોય. તૂં તો વ્યર્થ જ રામના શોકમાં ઓગળી જઈ રહી છે. ભૂલી જા રામને-મારી બની જા. હું તને પટરાણી બનાવીને રાખીશ. મહેલની બધી દાસીઓ-દાસ તારા હુકમના ગુલામ હશે- બાકી રાણીઓ પણ તારું પાણી ભરશે. બસ, એક વાર મારી બનવાનું સ્વીકાર કરી લે, પછી મારા જીતેલા ત્રણેય લોકોનો સમસ્ત વૈભવ તારી ઉપર સમર્પિત કરી દઈશ. મારો વૈભવ જો અને વનવાસી રામની ગરીબી જો. તે ભલું તને શું આપી શકે છે- એની પાસે છે જ શું-ના રાજ્ય, ના વૈભવ, ના સંપત્તિ, ના દાસ-દાસી. શું ખબર છે, તે જીવિત પણ છે કે મરી ચુક્યો છે! હવે તૂં રામને ક્યારેય નહીં જોઈ શકે. રામ પણ ક્યારેય તારી નજીક નહીં આવી શકે. યોગ્ય એ જ છે કે, મારી બનીને જિંદગીના વૈભવ દિલ ખોલીને ભોગવ."

સીતાનું હૃદય હાહાકાર થઈ ઊઠ્યું. અસીમ ઘૃણાથી એમણે મ્હોં ફેરવી લીધું. એમણે રાવણ અને ખુદની વચ્ચે એક તણખલું રાખી લીધું અને ધીમેથી બોલી-

''રાવણ, તેં તો બધી મર્યાદાઓનું ઉલ્લંઘન કરી દીધું. બેશર્મીની પણ કોઈ હદ હોય છે. સારું એ જ છે કે, મારાથી આવી કલુષિત વાતો ના કરીશ, બલ્કે પોતાની રાણીઓ પ્રતિઆ સદ્ભાવના જાળવી રાખ. અરે પાપી, હું પતિ-પરાયણ નારી છું. તૂં મને સ્પર્શ પણ નથી કરી શકતો- પ્રાપ્ત કરવી તો દૂરની વાત! ખબર નહીં, લંકામાં કોઈ એવું પ્રાણી છે કે નહીં- જે તને સન્માર્ગ પર ચાલવાની શિક્ષા આપી શકે. ભલે જ તેં ત્રણેય લોકોને જીતી લીધા હોય, વૈભવમાં તારાથી કોઈ

મુકાબલો કરવાવાળું ના હોય. પણ જે રાજાને નીતિ અને શીલનું જ્ઞાન ન હોય તે સરાસર નીચ તેમજ પાપી છે. મારા મનમાં રામ સિવાય કોઈ પર-પુરુષનો વિચાર પણ નથી આવી શકતો-તેઓ જ મારા સર્વસ્વ છે. જો તૂં ભલું ઇચ્છે છે, તો રામથી મારું મિલન કરાવી દે, પછી હુંતારા બધા પાપોને માફ કરી દઈશ. એવું નહીં કરે, તો રામના હાથે તારી મોત નિશ્ચિત છે."

રાવણના હાલ ક્રોધના માર્યા ખરાબ થી ગયા. આંખોથી આગની જ્વાળાઓ નિકળી પડી-ચહેરો વિકૃત થઈ ગયો. એણે દાંત પીસતાં કહ્યું-

"હૂં! તો મારી ભલમનસાહીનો આ સિલો આપ્યો તેં. મેં તો મધુરતાથી પ્રણય-નિવેદન કર્યું અને તેં સરાસર બરુખીથી એને ઠુકરાવી દીધું. સત્ય તો એ છે કે, મારું હૃદય તને ખરાબ રીતે ચાહે છે, આથી તને માફ કરી દઉં છું, નહીંતર હું આ જ સમયે તારો જીવ લઈ લેતો. સાંભળો સીતા, હું તને અંતિમ ચેતાવણી આપું છું. એક મહીનાની અંદર જો તૂં ખુદને મારી આગળ સમર્પિત નહીં કરે, તો હું તને રાક્ષસોની આગળ પિરસી દઈશ- તેઓ તને કાચી જ ચબાવી જશે. સમજી."

ત્યાં રાવણ દ્વારા હરીને લાવવામાં આવેલી બીજી કેટલીય સ્ત્રીઓ હતી, એમણે રાવણના જે કઠોર વચન સાંભળ્યા, તો એમની આંખો નમ થઈ આવી. સીતા પર રાવણના આ વચનોનો કોઈ પ્રભાવ ના પડ્યો. તે ગર્વથી બોલી-

"અરે પાપી, યાદ રાખ, તેં મર્યાદા પુરુષોત્તમ રામ જેવાં તેજસ્વીની પત્નીથી અનર્ગલ બકવાસ કર્યો છે, તૂં આ પાપથી બચી નથી શકતો. તેં મારી તરફ ખરાબ નજરો ઉઠાવી છે, તેથી એનું ફળ તને અવશ્ય મળશે. મારી સાથે ખરાબ વાતો કરતાં સમયે તારી જીભ કપાઈને પડી કેમ ના ગઈ. સાંભળ દુષ્ટ, તને પોતાની સેના, શક્તિ અને વૈભવ પર ખૂબ જ ઘમંડ છે, પણ તારા પરાક્રમ મને રામથી અલગ નથી કરી શકતા. તૂં કાયર છે, ત્યારે જ તો મને ચોરીથી ઊઠાવી લાવ્યો. હવે દૂર થઈ જા, મારી આંખોની સામેથી. હું ઇચ્છું તો આ જ સમયે તારી લંકાને ભસ્મ કરી દેતી, પરંતુ પોતાના પ્રભુ રામની આજ્ઞા વગર હું એવુ નથી કરી શકતી."

"તારો આ ઘમંડ!" રાવણ ક્રોધથી ગરજ્યો, "જોઈ લેજે, હું તારો આ ઘમંડ કેવી રીતે ચૂર-ચૂર કરું છું."

આટલું કહીને રાવણે રાક્ષસીઓથી કહ્યું-

"સાંભળો રાક્ષસીઓ, કોઈ પણ રીતે સીતાને કાબૂમાં કરો- જો આ મારા વશમાં ના આવવા ઇચ્છે, તો એની એવી દુર્ગતિ બનાવો કે લાચાર થઈને આ ખુદ જ મારી બની જવાની વિનંતી કરવા લાગે."

આમ કહીને રાવણ ત્યાંથી ચાલ્યો ગયો- સાથે હરીને લાવેલી સમસ્ત સુંદરીઓને પણ લેતો ગયો.

રાક્ષસીઓએ ચારે તરફથી સીતાને ઘેરી લીધી અને વિભિન્ન હથકંડાઓથી સીતાને ડરાવવા-ધમકાવવા લાગી. તેઓ સીતાથી કહેવા લાગી-

"અજીબ મૂરખ છે તૂં! ત્રણેય ભુવનોના સ્વામી ખુદ તારી સન્મુખ પ્રણયની

પ્રાર્થના કરી રહ્યાં છે અને તું છે કે સમજ્યા-વિચાર્યા વગર એને ઠુકરાવી દીધી! ભલું રામની પાસે એવું શું છે, જે તૂં એની દીવાની બનેલી છે? એક વાર તૂં રાવણની બની જા, પછી જોજે, તૂં પોતાના ભાગ્યની પ્રશંસા કરીશ.''

સીતા માથું ઝૂકાવીને અશ્રુ વહાવતી કરુણ સ્વરમાં બોલી-

''અરી રાક્ષસીઓ, કેમ આવા કટુ વચન કહો છો, જેમના સાંભળવા માત્રથી હું નરકમાં જઈ પડીશ! હું રામની છું અને આજન્મ એમની જ રહીશ-ભલે તેઓ રાજ્યવિહીન જ કેમ ના હોય.''

રાક્ષસીઓ સીતાની વાત પર કાન કેમ ધરતી! એમને તો રાવણે જે આદેશ આપ્યો, એનું જ પાલન કરવાનું હતું, તેથીતેઓ સીતાના આ ઉત્તરથી વધારે ક્રોધિત થઈ ઊઠી અને યાતના આપીને સીતાનું મન રાવણની તરફ વાળવાનો નિષ્ફળ પ્રયત્ન કરવા લાગી.

★★

અશોક-વાટિકામાં જે કશું થઈ રહ્યું હતું, એને વૃક્ષ પર બેઠેલા હનુમાન ધ્યાનથી જોઈ રહ્યા હતા. રાવણની હરકત પર એમને અપાર ક્રોધ પણ આવી રહ્યો હતો, તો સીતાની અસહાય સ્થિતિ પર અસીમ વેદના પણ. અજાણતામાં એમની આંખોથી આંસુઓની ધારા ટપટપ પડવા લાગી. તેઓ સીતાથી જલ્દીથી જલ્દી મળીને સાન્ત્વના આપવા ઈચ્છતા હતા- રામનો સંદેશ આપીને એમનો સમસ્ત શોક હરી લેવા ઈચ્છતા હતા. તેઓ મનોમન ભગવાનથી વિનંતી કરવા લાગ્યા. 'હે પ્રભુ! આ અબળાનું કષ્ટ મારાથી જોઈ નથી શકાતું, તમે જ એનું દુઃખ દૂર કરીને એની રક્ષા કરો, પાપી રાક્ષસોને ધરતીથી ઉઠાવી લો.'

રાક્ષસીઓ સીતાને સમજાવતાં-સમજાવતાં હારી ગઈ, તો થાકીને અલગ થઈ ગઈ. સીતાએ છુટકારાનો સ્વાસ લીધો અને પોતાના અશ્રુ લૂછી નાખ્યા. તે ચબૂતરાથી ઊઠી અને ધીમે-ધીમે ચાલતી-ચાલતી એ જ વૃક્ષની નીચે આવી બેઠી, જેના પર હનુમાન છુપાયેલા હતા. સીતા ઝાડના થડથી લાગીને ફૂટી-ફૂટીને રોઈ પડી અને રામને યાદ કરવા લાગી. જેમનાથી અલગ થઈને તે મુસીબતોથી ઘેરાઈ ગઈ હતી. આવી ભયાવહ જિંદગીથી તો યોગ્ય હતું કે, તે મરી જાય. પણ મોત પણ સમય વગર ક્યાં આવે છે. એમને આશ્ચર્ય તો એ વાતનું હતું કે, ક્યાં તો રામની ભાર્યા બનીને એમને મહેલોનું સુખ ભોગવવાનું હતું- ભલે જ મહેલોનું સુખ ના મળ્યું, વનવાસમાં જ એમને પિયાનો સાથ તો મળતો. પણ એવું ન થઈને તેઓ પાપી રાક્ષસ દ્વારા છળ-કપટથી અપહૃત કરી લેવામાં આવી. એમની હાલત એવી હતી, જાણે પાણી વગરની માછલીની- એમની હર પળ તડપતાં વીતી રહી હતી. તેઓ બોલી-

''હે ભગવાન! મને ઉઠાવી લે! ભલું આ પણ કોઈ જીવન છે! ન જાણે રામ ક્યાંછે, લક્ષ્મણને શું થઈ ગયું- કોઈ પણ મારી ખબર કેમ નથી લેતું. શું બધા મને ભૂલી ગયા અથવા તેઓ પણ નથી રહ્યા! ઉફ, મને તો કશું સમજમાં નથી આવી રહ્યું, હું શું કરું, કેવી રીતે પોતાના પ્રાણ આપી દઉં?''

ઝાડ પર બેઠેલા હનુમાન શોકાતૂર સીતાની પીડા સહન ના કરી શક્યા. એમને સંતોષ હતો કે, અંતે સીતાને શોધી જ લીધા- જેમની શોધમાં વાનર માર્યા-માર્યા ફરી રહ્યા હતા. બસ, હવે તો કોઈ પ્રકારે એમનું દુઃખ દૂર કરવું જોઈએ, એમની પીડા જોઈ નથી શકાતી. એમનો શોક દૂર ના કરવામાં આવ્યો, તો આ પોતાનો જીવ જ આપી દેશે. પણ રાક્ષસીઓનો સખ્ત પહેરો હતો, તેથી હનુમાન ઈચ્છીને પણ સીતાનું ધ્યાન પોતાની તરફ આકર્ષિત કરી શકતા ન હતા. સમય ઓછો હતો, રાત ખતમ થવાવાળી હતી, સવાર થવાથી પહેલાં જ હનુમાન અહીંયાનું કામ નિપટાવીને ભાગી જવા ઈચ્છતા હતા, નહીંતર પકડાઈ જવાનો ડર હતો. પકડાઈ ગયા, તો રામને સીતાના મળી જવાની અને એની વ્યથાની ખબર કોણ સંભળાવશે.

''મારે તક ના ગુમાવવી જોઈએ, જો આ સમયે હું કશું ના કરી શક્યો, તો પછી ક્યારેય સીતાથી વાત નહીં કરી શકું, જો એવું થયું, તો સીતા વધારે દિવસ સુધી જીવિત નહીં રહે.'' હનુમાને વિચાર્યું, ''મારે કોઈ પ્રકારે રાક્ષસીઓથી છુપાઈને સીતાથી સંવાદ કરવો જોઈએ. ધીમે-ધીમે બોલીશ તો રાક્ષસીઓ સાંભળી નહીં શકે.''

આમ વિચારીને હનુમાન નીચે ઝૂક્યા અને સીતાને સંબોધિત કરી મૃદુ-સ્વરમાં રામ અને એમના વંશના ગુણગાન કરીને બોલ્યા-

''હે સીતા માતા! હું રામનો દૂત છું. તેઓ લક્ષ્મણની સાથે તમને શોધતા-શોધતા વાનરરાજ સુગ્રીવની પાસે પહોંચ્યા છે. સુગ્રીવ એમના પરમ સહાયક છે. અમે એમની જ આજ્ઞાથી તમને શોધતા ફરી રહ્યા હતા. મને જટાયુના મોટા ભાઈ સંપાતિએ તમારું સરનામુ આપ્યું હતું અને હું અથાગ સમુદ્રને ઓળંગીને લંકાપુરી પહોંચ્યો છું. મેં તમને અશોક-વાટિકામાં જોતાં જ ઓળખી લીધા કે, તમે જ રામની ભાર્યા છો. શ્રીરામે તમારું પૂરેપૂરું વર્ણન મારાથી કરી દીધું હતું.''

આ વિકટ સ્થાનમાં, રાક્ષસીઓના પીડાદાયક સખ્ત પહેરામાં રાવણના આતંકને સહન કરીને સીતાએ જે આ મૃદુ વચન સાંભળ્યા, તો લાગ્યું જાણે કાનોમાં અમૃત ઘોળાઈ ગયું હોય. રામના વિયોગમાં તડપતી સીતાના આનંદનું ઠેકાણું ના રહ્યું. એમણે મોટી-મોટી આંખો ફેરવીને આવા વચન બોલવાવાળાને શોધ્યા, તે ક્યાંય નજર ના આવ્યો. ત્યારે એમની નજર વૃક્ષ પર બેઠેલા હનુમાન પર ચાલી ગઈ.

હનુમાને સીતાને પોતાની તરફ જોતા જોઈ, તો હાથ જોડીને એમનું અભિવાદન કર્યું, પછી નીચે કૂદી આવ્યા, ધીમેથી બોલ્યા-

''સાચું બતાવો, તમે જ જનક દુલારી રામ પ્રિયા સીતા છોને? મારી શંકા સાચી છે ને. મેં તમને રામની યાદમાં જોર-જોરથી રોતા જોયા છે.''

''તમારો સંદેહ સાચો છે, વાનર.'' સીતા બોલી, ''હું તેજસ્વી અને પરાક્રમી રામની સીતા છું. મને રાવણ અહીંયા જબરદસ્તી ઉઠાવી લાવ્યો છે અને મારી મરજીની વિરુદ્ધ મને પોતાની રાણી બનાવવા ઈચ્છે છે. જો રાવણ પોતાની કરણીમાં સફળ થઈ ગયો તો હું જીવ આપી દઈશ.''

''દેવી, શોક ત્યાગી દો.'' હનુમાન બોલ્યા, ''રામ સકુશળ છે અને તમારી કુશળતાની કામના કરે છે.''

સીતાની બધી ઉદાસી પળભરમાં દૂર થઈ ગઈ. રામનો સંવાદ સાંભળીને એમનો ચહેરો ખિલી ઊઠ્યો. તેઓ હસીને બોલી-

''ખરેખર, હું આજે મારી પ્રસન્નતા વ્યક્ત નથી કરી શકતી. એ ઠીક જ કહેવામાં આવ્યું છે કે, આશાનું દામન ક્યારેય ના છોડવું જોઈએ, મનોકામના ક્યારેય પણ પૂરી થઈ શકે છે.''

ત્યારે જ સીતાને સંદેહ થયો કે આ વાનર પણ ક્યાંક માયાવી તો નથી. પહેલાં પણ તેઓ માયાવી મૃગ દ્વારા દગો ખાઈ ચુકી હતી, રાવણે પણ માયાવી સાધુ બનીને એમની સાથે કપટ કર્યું હતું. શું ઠેકાણું કે આ વાનર પણ રાવણની માયા હોય, કદાચ એ જ વાનર બનીને મારા મનની ખબર લેવા આવ્યો હોય, તેથી તે નિરાશ થઈ બોલી-

''અરે રાવણ, તૂં આટલો વિદ્વાન છે, છતાં પણ ડગલે-પગલે નીચતાથી બાજ નથી આવતો. પહેલાં પણ તે વિભિન્ન રૂપોથી મારી સાથે છળ કર્યું છે અને આજે ફરી વાનરનું રૂપ ધારણ કરીને મને દગો આપવા ચાલ્યો આવ્યો છે. ચાલ્યો જા દુષ્ટ, કેમ મને કલુષિત કરવા પર તુલ્યો છે?''

હનુમાનનું હૃદય બેસી ગયું. તે અત્યંત વિનીત થઈને બોલ્યા-

''માતા, એવું ના કહો, મારા પર શંકા ન લાવો. હું નિઃસંદેહ રામનો દૂત છું. જલ્દી જ એમની શક્તિથી આ લંકા એક દિવસે બળીને ભસ્મ થશે. બિચારા રામ તમારા વિયોગમાં તડપી રહ્યા છે. એમણે જ મને તમારી શોધ-ખબર લેવા માટે મોકલ્યો છે. હરીને લઈ જતાં સમયે તમે જે આભૂષણ આકાશ માર્ગથી ફેંક્યા હતા, તે મેં જ ગ્રહણ કર્યા હતા. હું સાચું કહું છું, હું રાવણ નહીં, બલ્કે રામનો અકિંચન દાસ છું.''

એની સાથે એણે પોતાનો પરિચય આપ્યો અને એક વાર ફરી રામ-કથાના વખાણ કર્યા.

સીતાનું મન કહી રહ્યું હતું કે, આ વાનર અસત્યવાદી નથી હોઈ શકતો, પણ આ માયાપુરીમાં શું અશક્ય!

હનુમાન સીતાને સશંક જોઈને થોડા આગળ વધ્યા. એકાએક એમને રામની આપેલી અંગૂઠીની યાદ આવી. એમણે આંગળીથી મુદ્રિકા ઉતારીને સીતાને બતાવતા કહ્યું-

''હે માતા, આ જુઓ મુદ્રિકા. એના પર શ્રીરામનું નામ અંકિત છે. ચાલતા સમયે રામે આ મને આપી હતી, જેથી તમને બતાવીને વિશ્વાસ અપાવી શકું કે હું રામનો દૂત છું.''

સીતાએ અંગૂઠી શું જોઈ, સાક્ષાત્ રામના દર્શન કરી લીધા. હર્ષ અને આનંદથી સીતાનો હૃદય-મયૂર નાચી ઊઠ્યો. પળભરમાં જ સીતાના ચહેરાથી નિરાશાની છાયા દૂર થઈ ગઈ. પ્રસન્નતાના આવેગમાં ગાલ ગુલાબી થઈ ઊઠ્યા. હવે એમને હનુમાન પર કોઈ સંદેહ ના રહ્યો. હનુમાન આટલો શ્રમ કરીને, જોખમોથી

ઝઝૂમતા અહીંયા સુધી પહોંચ્યા હતા અને સીતાએ એમની નીયત પર શંકા કરી- આ સર્વથા અનુચિત હતું, તેથી તેઓ હનુમાનની પ્રશંસા કરતાં બોલી-

''હે પવન-પુત્ર, હવે મને પૂર્ણ વિશ્વાસ થઈ ગયો છે કે, તમને રામે જ મારી પાસે મોકલ્યા છે. તમારી બુદ્ધિ તેમજ ચતુરાઈની શું પ્રશંસા કરું- કોઈ સાહસી અને મેધાવી જ આવું કામ કરી શકે છે, જે તમે કરી બતાવ્યું છે. રામની કુશળતાથી ચિત્તને સંતોષ પ્રાપ્ત થયો, પણ એ તો બતાવો, રામ ક્રોધથી આખી દુનિયાને ભસ્મ કેમ નથી કરી દેતા? શું એમણે મને ભુલાવી દીધી? પોતાના પરાક્રમથી બધાને પરાભૂત કરવાવાળા રામે અત્યાર સુધી રાવણનો અંત કેમ નથી કર્યો? ક્યાંક એવું તો નથી કે મારાથી દૂર થઈને એમણે મને પ્રેમ કરવાનું છોડી દીધું છે? શું અયોધ્યા નરેશ ભરત પણ પોતાની ભારે સેનાની સાથે મારી રક્ષા કરવા નહીં આવે? આખરે ક્યારે રામ પોતાના શૌર્યથી પાપીઓનો નાશ કરશે? હે વાનરરાજ, તેઓ બદલાઈ તો નથી ગયા? એમનામાં એ સાહસ અને ધૈર્ય તો વિદ્યમાન છેને, જે પિતાના આદેશ પર રાજ્ય ત્યાગ કરીને વનમાં જતાં સમયે હતા.''

''હે માતા! રામ જરા પણ નથી બદલાયા. એમનું સાહસ, ધૈર્ય તેમજ પરાક્રમ એમ ને એમ જ છે. બસ, મારે એમની પાસે જઈને તમારી ખબર આપવા દો, પછીજુઓ તેઓ ક્રોધતી કેવી રીતે આ લંકાને ભસ્મ કરવા પહોંચી જશે. તમે નથી જાણતી, તમારા વિયોગમાં રામની દશા કેવી હૃદય-વિદારક થઈ ઊઠી છે. તેઓ તો હંમેશાં તમારા ધ્યાનમાં લીન રહે છે. એમને એ પણ હોશ નથી રહેતો કે, શરીરને માખી-મચ્છર જેવા કીટ કરડી રહ્યા છે.મને યાદ નથી આવતું કે, મેં ક્યારેય એમને શોક-રહિત જોયા હોય. એમના હોંઠો પર તો ફક્ત એક જ નામ રહે છે-હે સીતા! હે સીતા! સત્ય કહું છું, તમારા સિવાય તેઓ અન્ય કશું નથી વિચારતા, તમે જ એમના હૃદયમાં વસેલી છો.''

''આહ! તમે તો મારી સમસ્ત પીડા જ હરી લીધી, કપીશ!'' સીતા ગદ્ગદ્ સ્વરમાં બોલી. એમની આંખોથી ખુશીના અશ્રુ વહી નિકલ્યા. કાતર સ્વરમાં આગળ બોલી, ''રામ સર્વદા મારું જ ચિંતન કરે છે, આ તો ખુશીની વાત છે, પણ તેઓ શોક-સંતપ્ત રહે છે, આ તો અત્યંત ચિંતનીય વાત છે. હાય, હું શું કરું? રામથી કહો, તેઓ મને જલ્દી આવીને દર્શન આપે, નહીંતર હું પ્રાણ ત્યાગ કરીશ. રાવણ મહાદુષ્ટ છે, દસ મહીના સુધી મને મેળવવાના પ્રયત્નમાં અસફળ રહ્યા પછી હવે અંતિમ વાર એણે માત્ર મને એક માસની અવધિ આપી છે, આ વચ્ચે જો મેં એની રાણી બનવાની વાત સ્વીકાર ના કરી, તો તો તે મને મારી નાંખશે.''

''તમારા દુઃખથી તો મારું હૃદય ફાટી જઈ રહ્યું છે, બસ હવે અશ્રુ લૂછી લો, મારાથી તમારું દુઃખ નથી જોવાતું.'' હનુમાન બોલ્યા, ''રામ તમારી ખબર મેળવતા જ સેના સહિત તમને છોડાવવા પહોંચી જશે. આમ તો તમે આદેશ આપો, તો હું ખુદ એકલો જ તમને આ કેદથી મુક્ત કરી શકું છું. તમને પીઠ પર બેસાડીને આ જ સમયે સાગર પાર કરીને રામની પાસે પહોંચાડી દઉં. રાક્ષસ

મારું કશું પણ બગાડી નહીં શકે.''

સીતાએ લઘુ આકારના હનુમાનને ઉપરથી નીચે સુધી ધ્યાનથી જોયો. હેરાન થઈને બોલી-

''મેં માન્યું કે, તારામાં ખૂબ હિંમત છે, પરંતુ અસીમ સાગરને પણ તું ઓળંગી શકે છે, મને વિશ્વાસ નથી થતો.''

ભલું હનુમાનને આ વાત કેવી રીતે પચી જતી! એમણે તત્કાળ પોતાનો આકાર વધારી લીધો અને પળભરમાં તેઓ પહાડની સમાન થઈ ગયા. તેઓ હાથ જોડીને જાનકીથી બોલ્યા-

''તમે અનુમતિ આપો, તો હું પલક ઝબકતાં જ સમસ્ત લંકાપુરીને ઉઠાવીને સાગર ઓળંગી શકું છું. તમે તો વ્યર્થ જ સંદેહ કરો છો. ચાલો, જલ્દીથી મારી પીઠ પર સવાર થઈ જાઓ, હમણાં તમને રામની પાસે પહોંચાડી દઉં છું.''

''મને તારી વીરતા પર પૂર્ણ વિશ્વાસ થઈ ગયો, પવન-પુત્ર!'' સીતા બોલી, ''પરંતુ મારા માટે તારી પીઠ પર સવાર થવું ઉચિત નથી. હું પતિ સિવાય કોઈ પર-પુરુષને હાથ નથી લગાવી શકતી. હવે તો હું ત્યારે જ અહીંયાથી મુક્ત થવા ઈચ્છીશ, જ્યારે રામ ખુદ રાવણનો વધ કરીને મને અહીંયાથી લઈ જશે. રાવણે મારું હરણ કરીને મહાપાપ કર્યું છે, એની સજા એને મળવી જ જોઈએ.''

''તમારા વિચાર અત્યુત્તમ છે. ખરેખર તમે પતિવ્રતા નારી છો.'' હનુમાન બોલ્યા, ''હવે મને વિદાય કરો. હું જલ્દી રામની પાસે પહોંચીને તમારી સૂચના આપીશ. કૃપયા મને કોઈ નિશાની આપો, જેથી રામને વિશ્વાસ થઈ જાય કે, તમે મારાથી મળી હતી.''

સીતા એક પળ ચુપ રહી. પછી પોતાની ચૂડામણિ હનુમાનને સોંપતા બોલી-

''લો, મારી આ નિશાની રામને આપી દેજો. એને જોઈને રામ તુરંત સમજી જશે કે તમે મારાથી મળી ચુક્યા છો. એમનાથી કહેજો કે, સીતાના અપમાનનો બદલો જલ્દી આવીને લે. બસ.''

હનુમાન બોલ્યા-

''એવું જ થશે, હે માતા.''

પછી હનુમાન વિદાય થયા. ચાલતા સમયે એમની આંખોમાં અશ્રુની કેટલીક બૂંદો આવી ગઈ.

ત્રણ

લંકાથી નિકળવાથી પહેલાં હનુમાને વિચાર્યું- જરા લંકાની સામરિક સ્થિતિ પણ સમજી લેવી જોઈએ. રાવણની સેના, એની યુદ્ધ કરવાની રીત અને એના અસ્ત્ર-શસ્ત્રોનો ભંડાર જાણવો જોઈએ. બની શકે છે કે, સુગ્રીવ આ બધું જાણવા ઈચ્છે. આમ પણ શત્રુની શક્તિનો આભાસ પહેલેથી જ હોવાથી રામને અહીંયા મોર્ચો સંભાળવામાં વધારે સગવડ રહેશે. પણ રાવણની સામરિક સ્થિતિની જાણ કેવી રીતે લગાવવામાં આવે?

ખૂબ વિચાર્યા પછી હનુમાને નક્કી કર્યું- કેમ ના આ અનુપમ અશોક-વાટિકાને જ તહેસ-નહેસ કરી નાંખું, ત્યારે રાવણ મને પકડવા માટે જરૂર પોતાની સેના મોકલશે. બસ, ત્યારે હું જોઈ લઈશ રાવણની સેનાનો રંગ-ઢંગ. એમણે સીતાથી અશોક-વાટિકાના ફળ-ફૂલ ખાવાની અનુમતિ ઇચ્છી અને પોતાના કામમાં લાગી ગયા.

પછી શું હતું! હનુમાને એ જ સમયે પોતાનો વિધ્વંસ આરંભ કરી દીધો. વાટિકાના મોટા-મોટા વૃક્ષોને ખંખેરીને ભૂમિસાત કરી દીધા, રંગ-બિરંગી ફૂલોના સમસ્ત છોડોને ઉખાડીને ફેંકી દીધા, ચારે તરફ ડાળીઓ અને પાંદડાં વિખેરાઈ ગયા, પાણીના ભવ્ય સરોવરોને તોડી-ફોડી નાંખ્યા, પળભરમાં જ તે વાટિકા, જેની સુંદરતા ઇન્દ્રપુરીના બગીચાઓની સુંદરતાને પણ શરમાવતી હતી, એકદમ તબાહ તેમજ બરબાદ થઈ ગઈ. વાટિકામાં હંમેશાં મધુર સ્વરમાં ચહેકવાવાળા પક્ષી ઉડી ગયા- આખી વાટિકા શ્રીવિહીન થઈને વિખેરાઈ ગઈ.

હનુમાન જાણી જોઈને વાટિકાના મુખ્ય દ્વાર પર ઊભા થઈ ગયા, જેથી રાવણની રાક્ષસ-સેના એમને પકડવા માટે આવે અને તેઓ એમનાથે બે-બે હાથ કરી શકે.

★★

અશોક-વાટિકામાં જે વિધ્વંસ-લીલા મચી હતી, એના ભયાવહ શોરથી રાક્ષસીઓ સતર્ક થઈ ગઈ. એમણે જે સમસ્ત વાટિકાની આ દુર્દશા જોઈ તો એમની આંખોથી ઊંઘ ભાગી ગઈ. મુખ્ય દ્વાર પર વિચિત્ર આકૃતિવાળા પ્રાણીને જોઈને તેઓ ચીસો પાડતી-પાડતી રાવણની પાસે પહોંચી અને બોલી-

''હે રાજન્! અશોક-વાટિકામાં એક વાનર ઘૂસી આવ્યો છે, એણે આખી વાટિકા બરબાદ કરી નાંખી છે. હર્યાભર્યા વૃક્ષ, ફૂલોના છોડ, સરોવરોના તટ, સુંદર ઇમારતો તોડી-ફોડીને આ સમયે તે મુખ્ય દ્વાર પર ઊભો છે, અને રાજન થોડી વાર પહેલાં એ જ વાનર સીતાથી વાત કરી રહ્યો હતો. આવો વિશાળ વાનર અમે ક્યારેય નથી જોયો. જલ્દીથી કશું કરો, નહીં તો તે કહેર મચાવી નાંખશે.''

રાવણના હાલ તો ક્રોધના માર્યા ખરાબ થઈ ગયા.આંખો લાલ અંગારા થઈ ગઈ અને ચહેરો ક્રોધથી ભિંચાઈ ગયો. એણે એ જ સમયે પોતાના સૈનિકોને આદેશ આપ્યો-

''જાઓ, વાનરને પકડીને લાવો, બચી ના શકે.''

સૈનિક પોતાના હાથોમાં અસ્ત્ર-શસ્ત્ર માટે અશોક-વાટિકાની તરફ ભાગ્યા.

અશોક-વાટિકાની મુખ્ય દીવાલના તોરણ પર નિશ્ચિંતથી હનુમાન બેઠા હતા. રાક્ષસ-સૈનિકોને જોઈને એમણે પોતાની પૂંછ સાપની જેમ લહેરાવીને એમની તરફ છોડી દીધી અને જોરોથી ગરજી ઊઠ્યાં. સૈનિકોએ ભાલાઓ, બરછીઓ, મુગદરો અને પથ્થરોથી હનુમાન પર આક્રમણ કરી દીધું. હનુમાન પણ પાછળ હટવાવાળા ક્યાં હતા! એમણે એક ઉછાળ ભરી અને સૈનિકોની ઉપર પડીને એમને દાંતો તેમજ નખોથી નોંચ-ખસોટ કરીને લોહીલુહાણ કરવા લાગ્યા, લાત-ઘૂંસા અલગથી ચલાવવા લાગ્યા. રાક્ષસોથી મુકાબલો સરળ ન હતો, પણ

હનુમાને એમના દાંત ખાટ્ટા કરી દીધા. રાક્ષસ-સૈનિક ખૂબ વાર સુધી એમને કાબૂમાં કરવાનો પ્રયત્ન કરતાં રહ્યા, પછી પોતાના પ્રયત્નમાં અસફળ થઈને તેઓ જીવ બચાવીને રાવણની પાસે ભાગ્યા.

રાવણે સૈનિકોને ખૂબ ફટકાર આપી અને જમ્બુમાલીને આજ્ઞા આપી કે તે વાનરને પકડી લાવે.

પ્રહસ્ત-પુત્ર જમ્બુમાલી એક જ ધનુર્ધારી હતો-બળમાં અનુપમ. જમ્બુમાલી પોતાના અસ્ત્ર-શસ્ત્ર લઈને સૈનિક-ટુકડીની સાથે હનુમાનની સાથે યુદ્ધ કરવા ચાલ્યો. એક એકલા હનુમાને જમ્બુમાલીના બાણો તેમજ એના સૈનિકોને ખૂબ જામીને મુકાબલો કર્યો. પરિણામ એ નિકળ્યું કે, જમ્બુમાલી માર્યો ગયો.

આ સૂચના સાંભળીને રાવણનું આખું શરીર ક્રોધથી કાંપવા લાગ્યું. એણે એક મોટી સૈનિક ટુકડી હનુમાનની પાસે મોકલી- સાથે સાત મંત્રી-પુત્ર સેનાપતિ પણ ગયા. મહાકોલાહલ મચાવતી તે સેના વાટિકા પહોંચી, તો હનુમાને મુખ્ય દ્વાના વિશાળ તોરણને ઝકઝોરી નાખ્યું- જેના ભીષણ ધમાકાથી આખી સેનાની સ્થિતિ બગડી ગઈ. મંત્રીપુત્ર તેમજ સેનાપતિઓએ સ્થિતિ સંભાળવાનો ખૂબ પ્રયત્ન કર્યો, પરંતુ તેઓ પણ હનુમાનના હાથે માર્યા ગયા.

આ પ્રકારે હનુમાને બીજા પણ કેટલાય લોકોનો મુકાબલો કર્યો, પરંતુ હનુમાનને પરાજિત કરવા મુશ્કેલ થઈ ગયા. આની વચ્ચે જ હનુમાને રાવણની સૈન્ય શક્તિ, એમના લડવા-ભિડવાનો ઢંગ તેમજ એમના અસ્ત્રો-શસ્ત્રોની સારી જાણકારી પ્રાપ્ત કરી લીધી. આ ભિડંતમાં રાવણ-પુત્ર અક્ષયકુમાર પણ માર્યો ગયો.

હવે તો રાવણથી સહન કરવું મુશ્કેલ થઈ ગયું. એણે પોતાના બીજા પુત્ર મેઘનાદથી ગરજીને કહ્યું-

''જાઓ, જઈને એ વાનરને મારી નાંખો. તારી પાસે બ્રહ્માસ્ત્ર પણ છે, ભલું તારો મુકાબલો કોણ કરી શકે છે. તારા શૌર્યની આગળ તો દેવતાઓએ પણ ઘૂંટણો ટેકવી દીધા હતા.જલ્દી કરો, એ દુષ્ટ વાનરને એના કરેલાની સજા આપો.''

પર્વતાકાર મેઘનાદ હુંકાર ભરીને અશોક-વાટિકાની તરફ ચાલી પડ્યો. ખરેખર, એની શક્તિની આ હાલત હતી કે, ચાલતો હતો તો એના પગોની ધમકથી પૃથ્વી ધ્રૂજી ઊઠતી હતી- એની ગરજથી દશેય દિશાઓ ગૂંજી ઊઠતી હતી.

પરંતુ હનુમાન એનાથી પણ ના ડર્યા. તેઓ મેઘનાદની ગરજના જવાબમાં ખુદ ગરજી ઊઠ્યાં. મઘનાદે ક્રોધથી એમના પર ભારે અસ્ત્ર-શસ્ત્ર તેમજ બાણ અજમાવ્યા, જેમને હનુમાન કૂદી-ઓળંગીને તેમજ પેંતરા બદલીને બચાવી લેતા. ત્યારે મેઘનાદે બ્રહ્માસ્ત્રથી હનુમાનને બાંધી લીધા અને તત્કાળ રાવણની સમક્ષ લઈ જઈને પ્રસ્તુત કરી દીધા.

★★

રાવણનું વ્યક્તિત્વ જોઈને હનુમાન ખૂબ પ્રભાવિત થયા. આવો સુગઠિત દેહ, વિશાળ સ્કંધ, મોટી-મોટી તીખી આંખો, ભવ્ય ચહેરો, મુખમંડળ પર ભવ્ય

તેજ! આવો ધૈર્યવાન, બળશાલી અને આકર્ષક રાજા પણ આટલો ક્રૂર, અન્યાયી, અત્યાચારી તેમજ દુરાચારી હોઈ શકે છે, હનુમાનને તો વિશ્વાસ ના થયો.

રાવણ એમને જોતાં જ ગરજીને બોલ્યો-

''અરે વાનર, તું કોણ છે અને કોણે તને મોકલ્યો છે? તેં અશોક-વાટિકામાં સીતાથી કેમ વાત કરી? આખરે અશોક-વાટિકાને તહેસ-નહેસ કરવાનું પ્રયોજન! તેં મારા સૈનિકોને કેમ મારી નાંખ્યા? મંત્રી પ્રહસ્ત, જરા તું જ એનાથી પૂછો.''

પ્રહસ્ત હનુમાનની તરફ વળ્યો-

''જવાબ દો. આ કારસ્તાનીનું શું કારણ છે? તેં જે કંઈ કર્યું છે, એના બદલામાં તૂં મૃત્યુદંડનો અધિકારી છો. જો તેં બધું જ સાચે-સાચું બતાવી દીધું, તો અમે તને માફ કરી દઈશું.''

હનુમાને સાહસથી ઉત્તર આપ્યો-

''હે લંકેશ! હું કિષ્કિન્ધાના રાજા સુગ્રીવનો દૂત છું. એમણે જ મને તમારી પાસે મોકલ્યો છે. એમણે સંદેશો મોકલ્યો છે કે, આટલા વિદ્વાન અને નીતિવાન હોવા છતાં પણ તમે પર-નારીનું અપહણ કરીને ઉચિત નથી કર્યું, આ તો અત્યંત નિકૃષ્ટ કર્મ છે અને એવું કરીને તમે પોતાની મોતને ખુદ આમંત્રિત કર્યા છે. રામની વાત તો અત્યારે જવા દો, તમે લક્ષ્મણના તીવ્ર બાણોને પણ સહન નહીં કરી શકો. તેથી યોગ્ય એ જ છે કે, તમે સીતાથી ક્ષમા માંગીને એમને મુક્ત કરી દો, નહીંતર જેમ ઇન્દ્રનો પુત્ર જયંત સીતાના કારણે મુસીબતમાં ફસાઈ ગયો હતો, તેવી જ રીતે તમે પણ મુસીબતમાં ફસાઈ જશો. રામનું હૃદય વિશાળ છે, સત્યપથ પર ચાલશો તો તેઓ તમને ક્ષમા કરી દેશે. હું ચેતાવણી આપું છું કે, સીતાને છોડી દો, નહીં તો તમારી પણ એ જ દશા થશે, જે ખર અને દૂષણ વગેરેની થઈ ચુકી છે.''

રાવણ ક્રોધના માર્યો થર-થર કાંપી ઊઠ્યો. એક વાનરની એ હિમ્મત કે, જેનું નામ સાંભળીને લોકોની બોલતી બંધ થઈ જાય છે, એની જ સામે આટલા મોટા બોલ. હોંઠ ભીંસીને બોલ્યો-

''અરે વાનર! શું તે નથી સાંભળ્યું કે, મારો મુકાબલો કોઈ નથી કરી શકતો- પછી આટલો દમ કેમ? આશ્ચર્ય છે કે, સુગ્રીવે તારા જેવા મૂર્ખ પ્રાણીને દૂત બનાવીને મારી પાસે મોકલ્યો છે. કદાચ સુગ્રીવને પણ મારા શૌર્ય વિશે પૂરી જાણકારી નથી. મારું અપમાન કરવાવાળો આ ધરતી પર જીવતો નથી રહી શકતો. હું તારા રામ, લક્ષ્મણ અને સુગ્રીવને એક દિવસે જરૂર આ અપમાનની મજા ચખાવીશ. હવે તૂં પણ તૈયાર થઈ જાઓ, પોતાના કારનામાની સજા મેળવવા માટે.'' આમ કહીને રાવણે પોતાના માણસોને આદેશ આપ્યો ''લઈ જાઓ આ વાનરને, એના શરીરના ટુકડે-ટુકડાં કરીને ફેંકી દો.''

ત્યાં જ બેઠો હતો વિભીષણ- રાવણનો નાનો ભાઈ- અત્યંત ધાર્મિક વૃત્તિનો, નીતિવાન, દયાળુ તેમજ રામ-ભક્ત. તે રાવણથી વિનીત સ્વરમાં બોલ્યો-

''રાજન્! આ વાનરે પહેલેથી જ બતાવી દીધું છે કે, તે રાજા સુગ્રીવનો દૂત

છે, તેથી દૂતને મારવો રાજનીતિના નિયમાનુસાર અધર્મ છે. એનાથી તો ચારે તરફ તમારી બદનામી જ થશે. વાનરે જે કંઈ કહ્યું છે, તે તો એના રાજાનું કથન છે, એનું પોતાનું નહીં.''

રાવણે એક ક્ષણ થોડું વિચાર્યું, પછી બોલ્યો-

''તૂં ઠીક કહે છે, વિભીષણ! ઠીક છે, હું એનો જીવ નહીં લઉં, પરંતુ એને પોતાના કરેલાની સજા અવશ્ય આપીશ. સાંભળો સૈનિકો, આ વાનરની પૂંછમાં તેલ લાગેલું રૂ બાંધીને આગ લગાવી દો. જ્યારે આ બળેલી પૂંછ લઈને કિષ્કિન્ધા પહોંચશે તો એની દુર્દશા જોઈને બાકી વાનર ખૂબ હસશે, ત્યારે આ વાનર આજીવન પોતાના કુકૃત્યને યાદ કરીને પસ્તાયા કરશે.''

આદેશ સાંભળતા જ સૈનિકોએ હનુમાનની પૂંછ પકડી અને એના પર રૂ લપેટીને સારી રીતે તેલ લગાવી દીધું- પછી એને આગથી પ્રજ્વલિત કરી દીધી. પૂંછ ધૂ-ધૂ કરીને બળવા લાગી.

હનુમાન પોતાનું આ અપમાન સહન ના કરી શક્યા. ક્રોધ અને ક્ષોભથી એમનો તન-બદન સળગી ઊઠ્યું. એમણે બળી રહેલી પૂંછડીને લહેરાવીને સૈનિકો પર એટલા તગડાં પ્રહાક કર્યા કે, તેઓ જમીન પર આવી પડે. પળભરમાં પહેલાં જે લોકો એના પર વ્યંગ્યથી હસી રહ્યા હતા, તે આતંકથી સહેમી ઊઠ્યા. કેટલાય સૈનિકોએ આગળ વધીને હનુમાનને મજબૂતીથી પકડી લીધા અને મહેલથી બહાર સામાન્ય રસ્તાઓ પર લઈ આવ્યા. સરેઆમ એમને ફેરવવામાં આવવા લાગ્યા. આગળ-આગળ બળતી પૂંછની સાથે હનુમાન હતા, તો એની પાછળ ઢોલ-મંજીરા વગાડી રહેલા રાક્ષસ-રાજકર્મચારી, જે હનુમાનનો દોષ બધાને સંભળાવતા જઈ રહ્યા હતા. આખા રસ્તાઓ પર ભારે ભીડ જમા થઈ ગઈ. લોકો કુતૂહલથી એ વાનરને જોઈ રહ્યા હતા- લોકો એના પર પથ્થર ફેંકી રહ્યા હતા.

હનુમાન માટે આ બધું સહન કરવું અસહનીય હતું- તે વીર હતા અને આવા હથકંડાઓથી એમનું આગ-બબૂલા થઈ જવું સ્વાભાવિક હતું. એમણે મનોમન નક્કી કરી લીધું કે, આ અપમાનનો બદલો જરૂર લઈશ. પછી શું હતું! એમણે એવો ભવ્ય ઝટકો માર્યો કે એમને પકડેલા સમસ્ત રાક્ષસ સૈનિક દૂર ફેંકાઈ ગયા, પછી એક જ છલાંગમાં હનુમાન ઉછળીને એક ઊંચી પ્રાચીર પર જઈ ચઢ્યાં. એમણે એક લોખંડની શલાકાથી સમસ્ત રાક્ષસ સૈનિકોને મારી-મારીને જમીન પર સુવડાવી દીધા.

આટલાથી જ હનુમાનને સંતોષ ના થયો, જે લંકામાં એમની પૂંછને સળગાવવામાં આવી હતી, એ લંકાને સળગાવવી હજુ બાકી હતી. તેઓ એક ભવનથી કૂદતાં-કૂદતાં બીજા ભવન પર જઈ પહોંચતા- સાથે જ પોતાની બળતી પૂંછથી એ ભવનને આગ લગાવવાનું ના ચૂકતા- આ પ્રકારે લંકાની તમામ ભવ્ય ઈમારતો આગમાં ધૂં-ધૂં કરીને બળવા લાગી. એમણે મંત્રીવર પ્રહસ્તના મહેલને પણ ના છોડ્યા. એક જડ લગનથી રાવણના મહાપ્રતાપીઓ-યથા, કુંભકર્ણ, જંબુમાલી, નારાંતક વગેરેના મહેલ પણ આગની જ્વાળામાં ભસ્મ કરી દીધા. એમણે રાવણના વિશાળ ભવનને પણ ના છોડ્યું- એને પણ આગના હવાલે કરી દીધું. આખી લંકા મહા-અગ્નિમાં બળવા લાગી- ચારે તરફ ઊંચી-ઊંચી

જ્વાળાઓ ઊઠી રહી હતી, ચિનગારીઓ ફૂટી રહી હતી, હાહાકાર મચી ગયો. સોનાની લંકા થોડી જ વારમાં આગમાં દહેકવા લાગી- મોટા-મોટા પ્રાસાદ સરસરાતા જમીન પર પડવા લાગ્યા. લોકો પોતાનો જીવ બચાવવા અહીં-તહીં ભાગી રહ્યા હતા.

અને ઉપર ઘનઘોર અટ્ટહાસ્ય કરતાં-કરતાં હનુમાન વિચરી રહ્યા હતા-લંકાની આગ એમના દિલને ઠંડક પહોંચાડી રહી હતી.

હવે લોકોએ જાણ્યું હતુંકે, તે વાનર કોઈ મામૂલી ન હતો, બલ્કે સાક્ષાત્ અગ્નિ દેવતા જ હતો. બળતા-મરતા રાક્ષસ 'બચાવો-બચાવો'ની ભૂમો પાડતા પોત-પોતાના પ્રિયજનોને શોધી રહ્યા હતા.

હનુમાનને ચિંતા થઈ કે, આ અગ્નિકાંડમાં સીતાનું તો કોઈ અહિત નથી થયું, તેથી તેઓ એક વાર પુનઃ અશોક-વાટિકા પહોંચ્યા. સીતા સુરક્ષિત હતી અને એક વૃક્ષની નીચે વિચારોમાં ડૂબેલી બેઠી હતી.

હનુમાન સીતાની પાસે પહોંચ્યા અને હાથ જોડીને બોલ્યા-

''હે જાનકી! પ્રસન્નતા થઈ કે તમે સુરક્ષિત છો. હવે મને આજ્ઞા આપો, અને શોક-વિહીન રહીન રામના આગમનની રાહ જુઓ- તેઓ જલ્દી જ સુગ્રીવની વિશાળ વાનર-સેનાની સાથે તમને છોડાવવા આવશે.''

આટલું કહીને હનુમાને સીતાને નમન કર્યા અને લંકાથી પ્રસ્થાન કરવા માટે બહાર નિકળ્યા.

સાગર પાર કરતાં સમયે એમણે પોતાની પૂંછની આગ ઓલવી દીધી.

ચાર

પેલે પાર સાગર-તટ પર બધા હનુમાનની ઉત્સુકતાથી પ્રતીક્ષા કરી રહ્યા હતા. હનુમાનને આકાશ-માર્ગથી આવતા જોઈને જામવંતે ખુશીથી કહ્યું-

''લાગે છે હનુમાન પોતાના અભિયાનમાં સફળ થઈન પાછા ફરી રહ્યા છે.''

હનુમાન તટ પર ઉતર્યા તો સમસ્ત વાનર-વીરોએ ફૂલ-માળાઓથી એમનું ભવ્ય સ્વાગત કર્યું- આખું વાતાવરણ હનુમાનની જય-જયકારથી ગૂંજી ઊઠ્યું. હનુમાને લંકામાં ઘટિત આખા કાંડનું સવિસ્તાર વર્ણન કહી સંભળાવ્યું- જામવંત તેમજ અંગદની ખુશીનું ઠેકાણું ના રહ્યું. સીતા લંકામાં જ હતી- આ સૂચનાથી બધા વાનર ઝૂમી ઊઠ્યાં.

હનુમાન સહિત બધા વાનરોએ કિષ્કિન્ધાપુરીની તરફ પ્રસ્થાન કર્યું. માર્ગમાં મધુવન પડ્યું, જ્યાં રહેતા હતા સુગ્રીવના મામા દધિમુખ. અંગદે વાનરો સહિત ત્યાં વિશ્રામ કર્યો, પછી આગળની યાત્રા તરફ ચાલી પડ્યા, જ્યાં રામ એમની પ્રતીક્ષામાં વ્યાકુળ હતા.

કિષ્કિન્ધાપુરીમાં આવીને હનુમાન સુગ્રીવની સાથે રામની પાસે પ્રસ્ત્રવણ પર્વત પહોંચ્યા. હનુમાને આખું વૃત્તાંત સંભળાવીને રામને સીતાની ચૂડામણિ આપી અને આગળ કહ્યું-

''પ્રભુ! હું વિશાળ સાગરને ઓળંગીને લંકા પહોંચ્યો અને ત્યાં શોક-સંતપ્ત સીતાના દર્શન મેળવીને કૃતાર્થ થયો. હવે શું બતાવું સીતાની દશા! બિચારી ક્રૂર રાક્ષસીઓથી સર્વદા ઘેરાયેલી તમારી જ યાદોના સહારે દિવસો પસાર કરી રહી છે. રાવણના આતંકથી ભયભીત સીતા પોતાના સતીત્વ-રક્ષા માટે કૃત સંકલ્પ છે, પરંતુ રોજ-રોજના અપમાનથી એમના હાલ ખરાબ છે. રાવણે સીતાને એક મહીનાનો સમય આપ્યો છે, પછી તે પોતાની કરણી પર ઉતરી આવશે. સીતાએ કહ્યું છે કે, આની વચ્ચે તમે એમની રક્ષા ના કરી, તો તેઓ પોતાનો જીવ આપી દેશે. હું એમને વિશ્વાસ અપાવીને આવ્યો છું કે, તમે યથાશીઘ્ર લંકા પહોંચીને એમને રાવણની કેદથી મુક્ત કરાવશો.''

રામ સીતાની દુર્દશા સાંભળીને કણસી ઊઠ્યાં- એમની આંખોથી અશ્રુ છલકાઈ પડ્યા. તેઓ એકટસે સીતાની ચૂડામણિને જોતાં રહ્યા, પછી સુગ્રીવની તરફ જોયું અને બોલ્યા-

'બન્ધુ સુગ્રીવ, સીતાની મણિ જોઈને મારું હૃદય રોઈ રહ્યું છે. આ એ જ મણિ છે, જે રાજા જનકે લગ્નના અવસર પર સીતાને આપી હતી. સીતા હંમેશાં એને અલકોંમાં લગાવીને રહેતી હતી. કાશ, આજે સીતાને પણ સામે જોઈ શકતો. મને ભય છે કે, સીતા પોતાનો જીવ ના આપી દે. જો સીતા એક મહીના સુધી પણ જીવિત ના રહી, તો હું અવશ્ય જ એમને રાવણની કેદથી છોડાવી લઈશ. હું સીતા વગર જીવિત નહીં રહી શકું. સુગ્રીવ, હવે હું એક પળ પણ અહીંયા પોતાનો સમય બરબાદ કરવા નથી ઇચ્છતો, હું જલ્દી જ લંકા જવા ઇચ્છું છું. તેથી તમે યથાશીઘ્ર પોતાની તૈયારીઓ કરી દો, સેનાને કૂચ કરવાનો આદેશ આપો. હું આખી લંકાને ધૂળમાં મિલાવી દઈશ અને પોતાના બાણોથી રાવણને વંશ સહિત મોતને હવાલે કરી દઈશ.''

પછી ખૂબ વાર સુધી તેઓ હનુમાનથી લંકા વિશે પૂછપરછ કરતાં રહ્યા.

લંકા કાંડ

એક

સુગ્રીવે વાર ના કરી. એણે એ જ સમયે પોતાના મુખ્ય વાનરોને બોલાવ્યા અને કહ્યું-

''જે અવસરની પ્રતીક્ષા હતી, તે આવી પહોંચ્યો. લંકા ચાલવાની તૈયારી કરો- રાવણથી યુદ્ધ કરવાનો સમય આવી પહોંચ્યો છે- રાવણનો વધ કરીને સીતાને આપણે પાછા લાવીશું.''

ક્ષણભરમાં આખી કિષ્કિન્ધાપુરીમાં આ ખબર ફેલાઈ ગઈ. સમસ્ત વાનર-વીર પોત-પોતાની ગુફાઓથી ઉછળતાં-કૂદતાં બહાર નિકળી પડ્યા. આખી પહાડી વાનર-વીરોથી ભરાઈ ગઈ- ચારે તરફ એમના અવાજો ગૂંજવા લાગ્યા- તે નિર્જન પહાડી-સ્થળ સૈનિક-ગતિવિધિઓથી મુખરિત થઈ ઊઠ્યા. બધા લંકા ચાલવા માટે એકદમ પ્રસ્તુત હતા.

સુગ્રીવે રામથી નિવેદન કર્યું-

''ચાલો પ્રભુ, અમારું માર્ગ-નિર્દેશન કરો.''

રામ વિલંબ કરવા ઇચ્છતા ન હતા.

પછી તેઓ આગળ-આગળ ચાલી પડ્યા અને એમની પાછળ-પાછળ સુગ્રીવ, હનુમાન, અંગદ, જામવન્ત વગેરે સંપૂર્ણ વાનર-સેના ચાલી પડી-બધા ઉત્સાહમાં હતા. એમનું લક્ષ્ય હતું- સુદૂર દક્ષિણી સમુદ્ર-તટ, જ્યાંથી એમણે લંકા પહોંચવાનું હતું.

આખો રસ્તા પર રામની જય-જયકાર કરતાં-કરતાં વાનર-સેના દૂરથી એમ લાગતી હતી, જાણે ગગન પર કાળા-ડરામણા મેઘ ગરજતાં-વરસતાં ચાલ્યા જઈ રહ્યા હોય. તેઓ અનવરત પોતાના લક્ષ્યની તરફ અગ્રેસર થતાં ચાલ્યા જઈ રહ્યા હતા- ના માર્ગમાં ક્યાંય રોકાવાનું નામ, ના આળસનું કામ, ના રાત-દિવસનો વિચાર- બસ, આગળ વધતાં રહેવું જ એમનું એક માત્ર કામ રહી ગયું હતું. જેથી યથાશીઘ્ર લંકા પહોંચીને રાવણને યમલોક પહોંચાડીને સીતાને મુક્ત કરી શકાય.

અને એક દિવસે તેઓ બધા રામ-સહિત સાગર-તટ પર આવી પહોંચ્યા. સામે ગરજી રહ્યો હતો-વિશાળ સાગર. બધા સાગર-તટ પર આવીને રોકાઈ ગયા. હવે સમસ્યા હતી, સાગરને કેવી રીતે પાર કરવામાં આવે?

સુગ્રીવે સાગરની ઉત્તાલ તરંગો તેમજ એના અસીમ વિસ્તારને જોઈને ચિંતિત સ્વરમાં રામથી કહ્યું-

''આ બાધાને પાર કરવાનો કોઈ ઉપાય બતાવો, પ્રભુ!''

રામે કહ્યું-

''બન્ધુ, અત્યારે તો સાગર-તટ પર પડાવ નાખી દો. પોતાના સૈનિકોથી કહો, તેઓ સતર્ક રહે. ગુપ્તચરોને પણ આદેશ આપી દો કે શત્રુઓની ગતિવિધિઓ પર નજર રાખો. મને સંદેહ છે કે, રાવણના ગુપ્તચર એને આપણી તટ પર ઉપસ્થિતિની સૂચના અવશ્યા આપી દેશે. હવે આપણે પૂરી રીતે સાવધાન રહેવાની જરૂર છે. સાગર પાર કરવાની કોઈને કોઈ વિધિ નિકળી જ આવશે.''

આદેશાનુસાર સૈનિકોએ ત્યાં જ ડેરો નાખી દીધો.

રાત થઈ ગઈ હતી. ચારે તરફ સન્નાટો હતો. ફક્ત નજીક જ સમુદ્રની તરંગોની ગરજતી અવાજ મૌનને વચ્ચે-વચ્ચે તોડી નાખતી હતી.

ઉપર આકાશમાં તારા વિહંસી રહ્યા હતા.

બે

રાવણના ક્રોધનો અંત ન હતો.

એક અદના-એવા વાનરે એની ભવ્ય લંકાને આગમાં તહેસ-નહેસ કરી નાંખી હતી અને પછી બચીને ભાગી નિકળ્યો હતો- આ એવી વાત હતી, જેને રાવણ સહન કરી શકતો ન હતો. ક્ષોભ અને અપમાનથી એનું આખું શરીર તપી ગયું હતું, ઉપરથી લજ્જા અને ગ્લાનિની કસકે એના લોહીની ગતિ તીવ્ર થઈ ઊઠી હતી.

એણે દરબારમાં પોતાના બધા પ્રમુખ મંત્રીઓ તેમજ સૈન્ય-અધિકારીઓને બોલાવડાવ્યા અને કહ્યું-

''એ વાનરે લંકામાં જે કાંડ કર્યું, એનાથી તમે સારી-રીતે પરિચિત છો. તે અશોક-વાટિકામાં જઈને સીતાથી મળ્યા, આપણી વ્હાલી લંકાને બાળીને ખાક કરી નાંખી, મોટા-મોટા વીરોના છક્કા છોડાવી દીધા-અને પછી આ બધું કરીને અહીંયાથી ભાગી નિકળ્યો. હવે ખબર ચાલી છે કે, સાગર પાર સુગ્રીવની સેના ડેરો નાખીને પડી છે-લંકા પર હુમલો કરવાની હિંમત છે. એ વાનરને મેં સમજ્યો હતો અદના, પણ તે તો લંકા પર ચઢાઈ કરવાની સીમા પર આવી પહોંચ્યો. હવે આ વાનરોથી કોણ પાર મેળવે! મેં દાનવો, ગંધર્વો, દેવતાઓ, મનુષ્યો વગેરેને પોતાના શૌર્યથી પરાભૂત કર્યા છે, પણ આ વાનરોથી કેવી રીતે ટક્કર લેવામાં આવે, એ મારાથી સમજમાં નથી આવતું. એક જ વાનરે જ્યારે લંકાની આ દુર્દશા કરી નાંખી, તો આટલા વાનરોનો મુકાબલો કઈ વિધિથી કરવામાં આવે.

પ્રશિક્ષિત સેનાથી તો બાથ ભીડી શકાય છે, પરંતુ કુટિલ યુદ્ધમાં આપણને ખૂબ અસુવિધા થશે. મેં તમને લોકોને આ જ વિષય પર વિચાર કરવા માટે બોલાવ્યા છે. હવે તમે લોકો બતાવો, કે રામથી લંકામાં કેવી રીતે મુકાબલો કરવામાં આવે? સીતાને હું હરગિજ મુક્ત નથી કરી શકતો.''

રાક્ષસ-મંત્રીઓ તેમજ પ્રમુખ સૈન્ય-અધિકારીઓએ વધારે વાર સુધી આ ગંભીર મુદ્દા પર વિચાર-વિમર્થ ના કર્યો. તેઓ જલ્દીથી બોલ્યા-

'રાજન્! તમે તો વ્યર્થ જ આટલી ચિંતા કરો છો. રામની વાનર-સેનાથી શું ડરવાનું! તમારા રહેતા કોઈ પણ અહીંયા પર જીવિત નથી બચી શકતો. તમારા શૌર્યથી કોણ અપરિચિત છે? કોણ નથી જાણતું કે, ત્રણેય લોકોના દેવતાઓ, નાગો, દાનવો વગેરેને તમે લોખંડના ચણા ચબાવી દીધા છે- કુબેરનું પુષ્પક વિમાન પણ તમે છીનવી લીધું. ઈન્દ્ર સુધી તમારાથી હાર માની બેઠા છે. હનુમાનની તમે ખૂબ કહી, હકીકતમાં, આ એની વીરતાનો કમાલ ન હતો, તે તો બસ આપણી અસાવધાનીવશ આવી હરકત કરીને ચાલ્યો ગયો. આ વાનર આપણી સેનાની આગળ એક ક્ષણ પણ ટકી નહીં શકતા. તમે નિશ્ચિંત રહો. આપણા સૈનિક રામને પાઠ ભણાવવામાં પૂરી રીતે સમર્થ છે.''

''મને ખુશી છે કે, તમે લોકો વાનર-સેના અને રામને કુચળવામાં પૂરી રીતે સમર્થ છે. હું રામને યથાશીઘ્ર યમલોક પહોંચાડીને સીતાને પટરાણી બનાવવા ઈચ્છું છું. આમ તો હું ઈચ્છું તો કોઈ પણ દિવસે સીતાને જબરદસ્તી પોતાની અંકશાયિની બનાવી શકું છું, પરંતુ એવું કરવાથી મારું જ અહિત થઈ જશે.'' રાવણ બોલ્યો.

''અહિત?'' રાવણના દરબારી વિસ્મયથી બોલ્યા, ''કેવું અહિત, રાજન્?''

''સાંભળો, ખૂબ જૂની વાત છે, એક દિવસે મેં પુંજિકસ્થલી નામની અપ્સરાને જબરદસ્તી પોતાની અંકશાયિની બનાવી હતી. એ સમયે તે અપ્સરા બ્રહ્મલોક જઈ રહી હતી, જેવી મેં એને જોઈ તો મારું દિલ એના પર આવી ગયું. જબરદસ્તી અંકશાયિની બનાવી તો લીધી પરંતુ એનું પરિણામ એ થયું કે, એણે બ્રહ્માની પાસે જઈને મારી ફરિયાદ કરી દીધી. બસ, બ્રહ્માએ ગુસ્સાથી એ શ્રાપ આપી દીધો કે, જો હું ભવિષ્યમાં કોઈને જબરદસ્તી અંકશાયિની બનાવીશ, તો મારું માથું સો ટુકડાંમાં વિભક્ત થઈ જશે. આથી હું અત્યાર સુધી સીતાને પ્રાપ્ત નથી કરી શક્યો. તમે લોકો જલ્દી જ વાનર-સેનાથી ટક્કર લેવાની તૈયારીઓ કરો, હું રામને સમાપ્ત કરીને સીતાથી લગ્ન કરીશ.''

''એવું જ થશે, રાજન!'' દરબારીઓએ ઉચ્ચ સ્વરમાં કહ્યું.

ત્યાં જ બેઠો હતો વિભીષણ. તે ચુપચાપ રાવણ તેમજ દરબારીઓનો પ્રલાભ સાંભળી રહ્યો હતો. રહેવાયું નહીં, તો હાથ જોડીને રાવણથી બોલ્યો-

''હે લંકેશ! હું તો કહીશ, જે કંઈ કરો, સમજી-વિચારીને કરો. એક જ વાનરે લંકાની જે દુર્ગતિ બનાવી દીધી, એનાથી પાઠ પ્રાપ્ત કરો અને સીતાને પાછી મોકલી દો. નહીંતર રામની વાનર-સેના લંકાને તહેસ-નહે કરી નાંખશે.''

વિભીષણની સલાહ પર કોઈએ કાન ન ધર્યા. દરબારી તો મ્હોં બિચકાવીને હસ્યા, જ્યારે રાવણે સૈન્ય અધિકારીઓથી કહ્યું-

‘‘જાઓ, યુદ્ધની તૈયારીઓ કરો. યુદ્ધમાં રામ મારા બાણોથી જીવિત નહીં બચી શકે.’’

આટલું કહીને તે ઊઠ્યો અને સુરાપાન કરવા તેમજ રંગરેલિયા મનાવવા માટે અંતઃપુરની તરફ રવાના થઈ ગયો.

★★

બીજા દિવસે પુનઃયુદ્ધ વિશે વિચાર-વિમર્શ કરવા માટે દરબાર લાગ્યો.

રાવણ એક સુવર્ણનિર્મિત રથ પર સવાર લંકાના રાજપથોથી પસાર થતો-થતો દરબારમાં પહોંચ્યો.

આખો દરબાર યુદ્ધના ઉન્માદથી ઉત્તેજિત હતો.

વિભીષણે એક વાર ફરી પોતાના ભાઈને સમજાવવા ઈચ્છ્યો-

‘‘તમે એક સીતા માટે વ્યર્થ જ આખી લંકાને યુદ્ધની જ્વાળામાં ધકેલી રહ્યા છો. મારી માનો, સીતાને મેળવવાનો વિચાર ત્યાગી દો- એમની ચાહ તમારા માટે મોતનું ફરમાન છે. રામના તીખા બાણ મોત બનીને રાક્ષસોને સમાપ્ત કરી નાંખશે.’’

‘‘આ તમે શું કહી રહ્યા છો, વિભીષણ.’’ મંત્રી પ્રહસ્તે કહ્યું, ‘‘ભલું યુદ્ધમાં આપણને કોણ પરાજિત કરી શકશે- દેવતા, દાનવ, ગંધર્વ, માનવ બધા તો આપણાથી યુદ્ધમાં પરાસ્ત થઈ ચુક્યા છે, પછી રામથી કેવો ડર?’’

‘‘રામ જેવા નીતિવાનથી ડરવું યોગ્ય જ છે.’’ વિભીષણ બોલ્યો, ‘‘રામથી જીતવું સહજ નથી, રામના શૌર્યને કોણ નથી જાણતું! હે લંકેશ! આ દરબારીઓની વાત ના સાંભળો, આ તમને અનુચિત સલાહ આપી રહ્યા છે. લંકાની સુરક્ષા માટે સીતા રામને સોંપી દો.

મેઘનાદ પોતાના આસન પર કસમસાયો. તે પણ પોતાના પિતા રાવણની જેમ જ દંભી હતો. એણે ઉપેક્ષાથી કહ્યું-

‘‘તમારા જેવો કાયર અમારા કુળમાં કોઈ પેદા નથી થયો. પોતાના ભીરુ વિચાર પોતાની પાસે જ રાખો, અમે રામથી અવશ્ય ટક્કર લઈશું.’’

‘‘મેઘનાદ! તું હજુ બાળક છે, સમજમાં કાચો છે, તું મારા મ્હોં ના લાગીશ.’’

વિભીષણે કહ્યું, ‘‘દૂરદર્શિતા એમાં જ છે કે, અણમોલ ઉપહારોની સાથે સીતા રામને સુપુર્દ કરી દો- રામ આપણને ક્ષમા કરશે.’’

રાવણનો ગુસ્સો સાતમા આકાશ પર જઈ ચઢ્યો. તે ક્રોધિત સ્વરમાં બોલ્યો-

‘‘ધિક્કાર છે તને. પુલસ્ત્ય-વંશમાં આવો નિર્વીર્ય રાક્ષસ પેદા થયો. આશ્ચર્ય, મારી સામે જ શત્રુની બડાઈ કરતાં તને શરમ ના આવી. સત્ય જ કહેવામાં આવ્યું છે કે, સાપની સાથે રહી લો, શત્રુ પર વિશ્વાસ કરી લો, પરંતુ શત્રુના હિતૈષીથી સાવધાન રહો- એનો માર્યો પાણી પણ નથી માંગતો. તું નિઃસંદેહ અમારું અહિત

ઇચ્છે છે અને ઉપરથી સહાનુભૂતિ દર્શાવે છે. તૂં મનોમન મારાથી ઇર્ષ્યા કરે છે, કેમ કે મારા બળ તેમજ ઐશ્વર્યનો કોઈ મુકાબલો નથી. જો તૂં મારો ભાઈ ના હોત, તો હું આ વાતોને બદલામાં તારી જીભ કપાવી દેતો. આ સરાસર તારો રાષ્ટ્રદોહ છે. આવા દ્રોહીઓનું મારા રાજ્યમાં કોઈ સ્થાન નથી. નિકળી જાઓ અહીંયાથી અને ફરી ક્યારેય પોતાનો ચહેરો ના બતાવતો.''

અપમાનથી વિભીષણનો ચહેરો રક્તવર્ણ થઈ ઊઠ્યો. તે તત્કાળ પોતાના આસનથી ઊઠ્યો, સાથે એના સમર્થક ચાર મંત્રી પણ ઊભા થઈ ગયા. એણે રાવણથી કહ્યું-

''રાવણ! તમે લંકા-નરેશ છો અને મારા મોટા ભાઈ છો, તેથી હું તમારાથી શું કહું, કટુવચન કહીને હું મારો ધર્મ બગાડવા નથી ઇચ્છતો. તમે રાજ્યથી નિકળી જવાનો આદેશ આપ્યો છે, તમારો આદેશ સર-આંખો પર. હું જઈ ર્હયો છું, હવે ક્યારેય પાછો ફરીને નહીં આવું. સત્ય કહેવામાં આવ્યું છે, અંતિમ સમયમાં બુદ્ધિ ભ્રષ્ટ થઈ જાય છે, આથી તમને ખબર નથી કે શું ઉચિત છે, શું અનુચિત. ભગવાન તમારી રક્ષા કરે તેમજ સદ્‌બુદ્ધિ આપે.''

આમ કહીને વિભીષણ પોતાના ચાર મંત્રીઓ સહિત દરબારથી બહાર નિકળી ગયો. તે જાણતો હતો કે, રાવણ અધર્મ પર છે, તેથી તે સાગર પાર કરીને સીધો ત્યાં પહોંચ્યો, જ્યાં રામ પોતાની સેના-સહિત ડેરો નાખેલી હતી.

ત્રણ

વિભીષણ સુગ્રીવથી મળ્યો અને બોલ્યો-

''મારું નામ વિભીષણ છે- લંકા-નરેશ રાવણનો નાનો ભાઈ છે. હું રામનો શુભચિંતક છું અને સીતાની વ્યથાથી પીડિત છું. હું જાણું છું, રાવણે સીતાને હરીને પાપ કર્યું છે અને જ્યારે મેં એને અધર્મના રસ્તાથી વિરત થવા માટે કહ્યું, તો એણે અપમાનિત કરીને મને રાજ્ય-નિષ્કાષિત કરી દીધો. હું બધાનો ત્યાગ કરીને રામની પાસે આવ્યો છું, કૃપયા મને એમનાથી મળાવી દો.''

સુગ્રીવે ઉપરથી નીચે સુધી વિભીષણને જોયો-શું ખબર, આ કોઈ રાવણની ચાલ ના હોય, તેથી તે વિભીષણને ત્યાં જ છોડીને રામથી જઈને બોલ્યો-

''હે રામ! રાવણનો નાનો ભાઈ વિભીષણ તમારાથી મળવા આવ્યો છે, તમારો શું આદેશ છે?''

''તમે જ આ યુદ્ધના નિયામક છો, જેવું તમે ઇચ્છો, તેવું કરો.'' રામે જવાબ આપ્યો.

''પ્રભુ, હું તો એ જ જાણું છું કે, રાક્ષસોનો કોઈ ભરોસો નહીં, તેઓ એક ધૂર્ત જ હોય છે. એ જ સત્ય છે કે, રાવણનો ભાઈ છે, પણ શું ભરોસો, તે આપણું અહિત કરવા આવ્યો હોય. દુશ્મન પર સહજ જ વિશ્વાસ કરી લેવો નુકસાનકારક છે.''

અન્ય વાનર-વીરોએ પણ સુગ્રીવથી પોતાની સહમતિ જાહેર કરી, પણ હનુમાને કહ્યું-

''વિભીષણ દુશ્મન છે કે મિત્ર, એની જાણતો એની ચાલ-ઢાલ અને બોલ-ચાલથી જ સહજ લગાવી શકાય છે. આમ બીજાઓના મનોભાવોને સમજવા મુશ્કેલ હોય છે, પણ મને તો વિભીષણની વાણી સાંભળીને એના પર સંદેહ કરવાનું મન નથી કરતું. વિભીષણના ચહેરા પર જે ઓજ છે, જે નિડરતા તેમજ વિશ્વાસ છે, તે કોઈ કપટીને ચહેરા પર નથી હોઈ શકતું. મને નથી લાગતું કે, આ આપણું અહિત કરવાના વિચારથી અહીં આવ્યો છે. નિશ્ચય જ રાવણને સન્માર્ગ પર ચાલવાનું કહેવાના અપરાધમાં રાવણે એને લંકાથી નિકાળીને બહાર કર્યો છે. હવે તે તમારી શરણમાં છે. તમે વાલિને મારીને સુગ્રીવને રાજ્ય-પાટ અપાવ્યું, કદાચ વિભીષણ પર રાવણનો નાશ કરાવીને લંકામાં સુરાજ્ય કાયમ કરવા ઈચ્છે છે.''

રામને હનુમાનની વાતમાં સચ્ચાઈ નજરે આવી. તેથી બોલ્યા-

''ઠીક છે, વિભીષણને મારી પાસે મોકલી દેવામાં આવે. શરણાગતને શરણ આપવો જ ન્યાય-સંગત છે.''

સુગ્રીવે એ જ સમયે વિભીષણને રામથી મિલાવી દીધા.

વિભીષણે રામનું અભિવાદન કર્યું, પછી વિનીત સ્વરમાં બોલ્યા-

''હે દશરથ-નંદન! હું ખૂબ જ વિશ્વાસથી પોતાના સ્વજનોનો ત્યાગ કરીને તમારી પાસે આવ્યો છું. હવે તમે જ મારી મદદ કરી શકો છો.''

''બોલો વિભીષણ.'' રામ બોલ્યા, ''તૂં અમારાથી શું ઈચ્છે છે?''

''અધર્મીઓનો વિનાશ પ્રભુ.'' વિભીષણ બોલ્યા, ''રાવણ બ્રહ્માથી અમરતાનું વરદાન મેળવીને દંભી થઈ ગયો છે-ત્રણેય લોકોમાં કોઈ એવું નથી, જે એનો આ દંભ ભંગ કરી શકે. રાવણની શક્તિ અસીમ છે.રાવણનો ભાઈ કુંભકર્ણ, પુત્ર મેઘનાદ તેમજ અકંપન, સેનાપતિ તેમજ મંત્રી પ્રહસ્ત વગેરે પણ અત્યંત બળશાળી રાક્ષસ છે.''

''મને રાવણની શક્તિનું પૂરું જ્ઞાન છે, વિભીષણ.'' રામ બોલ્યા, ''પરંતુ એણે સીતાનું અપહરણ કરીને જે પાપ કર્યું છે, એનો બદલો અવશ્ય લઈશ. હું પ્રતિજ્ઞા કરું છું કે, મારા બાણથી તે બચી નહીં શકે- ભલે જ પાતાળમાં જઈને છુપાય કે બ્રહ્માની શરણ લે.''

''હું જાણું છું કે, તમે એમાં પૂર્ણ સમર્થ છો.'' વિભીષણ બોલ્યો, ''આ કાર્યમાં જે કંઈ થઈ શકશે, હું તમારી મદદ અવશ્ય કરીશ, ભલે જ મારો જીવ કેમ ચાલ્યો ન જાય.''

રામે આગળ વધીને પ્રસન્નતાથી વિભીષણને આલિંગનમાં લઈ લીધો. તેઓ લક્ષ્મણથી બોલ્યા-

''સાંભળો લક્ષ્મણ. વાનર-સેનામાં ઘોષિત કરી દો કે લંકાના આગામી નરેશ વિભીષણ થયા. હવે જાઓ, સાગર-જળ લાવો, જેથી વિભીષણનો અભિષેક કરવામાં આવે.''

લક્ષ્મણ એ જ સમયે શિબિરની બહાર નિકળી ગયા.

ચાર

કૂચ કરવા માટે વાનર-સેના તૈયાર હતી. બસ, બાધા હતી, તો વિશાળ સાગરનો અસીમ વિસ્તાર.

સુગ્રીવના દળમાં બે અભિયન્તા હતા- નલ અને નીલ. સુગ્રીવે એ બંનેને બોલાવીને કહ્યું-

''તમે બંનેએ શિલ્પ-કલામાં મોટા-મોટા કામ કર્યા છે- તમારી ખ્યાતિ વિશ્વકર્માથી ઓછી નથી. તેથી જલ્દીથી સાગર પર પુલનું નિર્માણ કરો જેથી સેના એ પાર જઈ શકે.''

નલ અને નીલે એ જ સમયે સમસ્ત વાનરોને એકત્ર કર્યા અને રામની જય-જયકાર કરતાં વનોની તરફ ચાલ્યા ગયા. એમણે આનન-ફાનનમાં સેંકડો મોટા-મોટા વૃક્ષો કાપી નાખ્યા અને એમને ઘસેડીને સાગર તટ પર જમા કરી દીધા- પુલ બનાવવા માટે મોટી-મોટી પર્વત શિલાઓ પણ અહીં-તહીંથી લાવીને જમા કરવામાં આવી. જોતાં-જોતાં જ સાગર તટ પર વૃક્ષો તેમજ પર્વત-શિલાઓનો ઊંચો ઢેર બની ગયો. વાનરોએ શિલાખંડ ઉઠાવી-ઉઠાવીને સાગરમાં ફેંકવાનું શરૂ કરી દીધું.

શિલા-ખંડોના પ્રહારથી સાગરનું પાણી ઉપરથી ઉછળવા લાગ્યું. સાગર-દેવના હાલ ગુસ્સાથી માર્યા ખરાબ થઈ ગયા. એણે તમામ વૃક્ષ તેમજ શિલા-ખંડ ઉદરસ્થ કરી લીધા, જેમને વાનરોએ સાગરમાં ફેંક્યા હતા. વાનરોએ કેટલીય વાર વનથી વૃક્ષ તેમજ પહાડોથી શિલા-ખંડ લાવીને સાગરના હવાલે કર્યા, પણ તેઓ સાગરમાં જઈને ન જાણે ક્યાં વિલીન થઈ જતા-પુલ બનતા પણ તો કેવી રીતે?

એના પર રામે સાગરને પોતાની જિદ છોડવાનું કહ્યું, સાગરે ચુપચાપ સ્વીકાર કરી લીધો. હવે રામનું નામ લઈને નલ તેમજ નીલે વાનર-સેનાની સાથે સાગર પર પુલ બાંધવાનું કામ નવેસરથી શરૂ કરી દીધું. આશ્ચર્ય છે કે, હવે શિલા-ખંડ પાણી પર ટકી જતા. વાનરોના ઉત્સાહનું ઠેકાણું ના રહ્યું. થોડા જ દિવસોમાં સો યોજન લાંબો પુલ બનાવીને તૈયાર થઈ ગયો. દેવતાઓ અને ગંધર્વોએ આ દશ્ય જોયું, તો એમનામાં હર્ષની લહેર દોડી ગઈ, એમણે ઉપરથી ફૂલ વરસાવ્યા. વચ્ચે સમુદ્રમાં સપાટ લાંબો વિશાળ પુલ એવો લાગી રહ્યો હતો, જાણે કોઈ સુઘઢ સુહાગણની માંગ.

પુલ તૈયાર થઈ ગયો- સુગ્રીવની સેના રામના નેતૃત્વમાં લંકાની તરફ અભિમુખ થઈ. સેનાની ઉછળ-કૂદ અને મહા-કોલાહલથી સાગરનો ગરજતો સ્વર પણ મંદ પડી ગયો.

સાગરની પેલે પાર પહોંચીને રામે પોતાની શિબિર નાખી દીધી.

પાંચ

રાવણને ગુપ્તચરોએ સૂચના આપી કે, રામ સેના સહિત લંકાની સીમા સુધી પહોંચી ગયા છે, તો તે સહેમી ગયો. એને વિશ્વાસ ન હતો કે, પુલ બનાવીને કોઈ આટલી સરળતાથી સાગરને પાર કરી લેશે.

રાવણે સારણ તેમજ શુકને દરબારમાં બોલાવ્યા, જે એના ચતુર મંત્રી હતા. રાવણેએ બંનેથી કહ્યું-

''સાંભળો, રામે તે ચમત્કાર કરી બતાવ્યો છે, જે અવિશ્વસનીય છે. નિઃસંદેહ લંકાની ઉપર સંકટના વાદળ ઘેરાઈ આવ્યા છે. હવે તમે વાનર-સેનામાં વાનરોના રૂપમાં ઘુસી જાઓ અને તપાસ લાગવો કે એમની સૈન્ય-શક્તિ કેટલી છે?''

શુક તેમજ સારણ વાનરોનો વેશ બનાવીને તત્કાળ વાનર-સેનામાં જઈ પહોંચ્યા પરંતુ વિભીષણની તેજ નજરોથી તેઓ બચી ના શક્યા. વિભીષણે એમને પકડીને રામની સામે રજૂ કરી દીધા, બોલ્યા-

''આમને મેં ગુપ્તચરી કરતાં પકડ્યા છે. આ રાવણ પક્ષના લોકો છે.''

શુક તેમજ સારણ હવે પસ્તાયા. એમને પોતાની મત હવે સાક્ષાત્ નજરે આવવા લાગી. ડરના માર્યા ધ્રૂજતા-ધ્રૂજતા બોલ્યા-

''પ્રભુ વિભીષણ સાચું કહે છે, અમે રાવણના ગુપ્તચર છીએ અને તમારી સૈન્ય-શક્તિની તપાસ કરવા આવ્યા હતા.''

રામ હસ્યા. એમને સારું લાગ્યું કે, ગુપ્તચરોએ એમનાથી કશું છુપાવ્યું નહીં. તેથી બોલ્યા-

''તો જોઈ લીધી અમારી સૈન્ય શક્તિ?'' જો હજુ ના જોઈ હોય, તો મન ભરીને જોઈ લો. અમારાથી ડરવાની જરૂર નથી, અમે નિહત્થા દૂતો પરવાર નથી કરતા. લંકા પહોંચો તો રાવણથી કહી દેજો કે અરે મૂર્ખ, કાલે નવો દિવસ થતાં જ રામ રાક્ષસોને બાણોથી ધરાશાયી કરીને લંકાને ધૂળમાં મિલાવી દેશે એ તું જોતો રહી જઈશ. હવે જાઓ.''

શુક અને સારણ પોતાના જીવની ખેર મનાવતા અને રામની જય-જયકાર કરતાં લંકાની તરફ ભાગ્યા. એમણે રાવણથી આવીને એ જ કહ્યું, જે રામે એમનાથી કહ્યું હતું.

રાવણ આગ-બૂબલો થઈ ગયો. પગ પટકતા બોલ્યો-

''મને રામ ધમકી આપે છે! ઠીક છે, કાલે જ્યારે મારા ધનુષથી સાંપની જેમ લહેરાતા મારા બાણ એની સેનાને ખતમ કરી દેશે, ત્યારે એને મારી શક્તિનું જ્ઞાન થશે. કશું પણ થઈ જાય, હું સીતાને નહીં છોડું.''

આટલું કહીને કેટલાંક અન્ય ગુપ્તચરોને રામની છાવણીની તરફ મોકલ્યા. તે ગુપ્તચર થોડા વધારે જ ચતુર નિકળ્યા. એમણે રામની સૈન્ય-શક્તિની સારી રીતે જાણકારી પ્રાપ્ત કરી લીધી અને રાવણથી આવીને બતાવ્યું કે દુશ્મનોને દુર્બલ સમજવા ભારે ભૂલ છે. રામની સેનામાં એકથી એક બળવાન વાનર તેમજ રીંછ છે. હનુમાન, જામવન્ત, અંગદ, સુમુખ, દુમુખ, નલ-નીલ તેમજ સુગ્રીવની શક્તિ અવર્ણનીય છે. રામ તો સાક્ષાત્ મૃત્યુના દૂત છે. લક્ષ્મણ પણ ઓછા નથી. સુબેલ પર્વત પર એમની છાવણીમાં યુદ્ધની તૈયારીઓ પૂરા જોરો પર છે.

રાવણ ચિંતામાં પડી ગયો. એની બધાથી મોટી ચિંતા તો એ હતી કે, જ્યારે સીતાને જાણ ચાલશે કે રામ પૂરી તૈયારીની સાથે એને છોડાવવા લંકા આવી પહોંચ્યો છે, તો તે વધારે અકડાશે, પછી તો એને પ્રાપ્ત કરવી અત્યંત કઠિન થઈ જશે. ત્યારે શું કરવું જોઈએ?

ખૂબ જ સમજી-વિચારીને પછી એણે વિદ્યુજ્જિહ્વને બોલાવ્યો, જે ખૂબ જ કુશળ તેમજ માયાવી કારીગર હતો. એણે આદેશ આપ્યો કે અવિલમ્બ રામ તેમજ લક્ષ્મણનું માયાવી કાપેલું માથું બનાવીને લાવો.

થોડી વારમાં એ ચતુર શિલ્પીએ રામ તેમજ લક્ષ્મણનું રક્ત-રંજિત માયાવી છિન્ન-મસ્તક બનાવીને રજૂ કરી દીધું. રાવણ બંને મસ્તકોને લઈને સીધો સીતાની પાસે પહોંચ્યો.

સીતા દરરોજની જેમ અશોક-વાટિકામાં ચિન્તામગ્ન બેઠી હતી.

★★

રાવણે છિન-મસ્તકોને બાણની નોંક પર રાખીને સીતાની આંખોની સામે લહેરાવી દીધા, પછી વ્યંગ્યથી બોલ્યો-

''હવે કોના ભરોસે તું મને ઠુકરાવીશ? જેના પર તને વિશ્વાસ હતો, તે તો યુદ્ધ-ભૂમિમાં આજે માર્યા ગયા.''

''ના-ના, આ સત્ય નથી હોઈ શકતું.'' સીતા સિહરી ઊઠી.એમની આંખોથી અશ્રુની બૂંદો ઝર-ઝર છલકાવા લાગી.

રાવણ અટ્ટાહાસ્ય કરતો બોલ્યો-

''હું જૂઠ્ઠું નથી બોલતો. સાંભળ, રામ મને મારવા સુગ્રીવની સેનાની સાથે લંકા આવી પહોંચ્યો હતો. સુબેલ પર્વત પર એણે સેના-સહિત ડેરો નાખી રાખ્યો હતો, બિચારી વાનર-સેના આટલો લાંબો માર્ગ કાપીને આવી હતી કે થાકના માર્યા દિગ્મૂઢ પડી હતી. રાત થઈ ચુકી હતી, ત્યારે મારી સેનાએ દુર્ધર્ષ સેનાપતિ પ્રહસ્તના નેતૃત્વમાં રામ પર હુમલો કરી દીધો. ભલું મારી સેનાથી કોણ મુકાબલો કરતો! રાતના અંધારામાં જ પ્રહસ્તે આખી સેનાને મારી-કાપી નાંખી અને પછી પહોંચ્યો રામ તેમજ લક્ષ્મણની શિવિરમાં. તેઓ બંને સૂઈ રહ્યા હતા. બસ, એમને સૂઈ રહેલા જ પ્રહસ્તે એમના માથા કાપી નાંખ્યા. વિભીષણ પણ માર્યો ગયો. હવે વ્યર્થ જ તું મારાથી દૂર રહે છે. રામનું ધ્યાન છોડ અને મારી પટરાણી બનીને સુખ ભોગવ.''

રામ તેમજ લક્ષ્મણના માયાવી છિન-ભિન્ન મસ્તક એ કદર વાસ્તિવક પ્રતીત થઈ રહ્યાં હતા કે, સીતાને સંદેહની ગુંજાયશ ના રહી. રાવણે જે યુદ્ધનું વિવરણ સંભળાવ્યું હતું, એનાથી તો એમનો બાકી બચેલો સંદેહ પણ જતો રહ્યો. હવે તો તેઓ ફૂટી-ફૂટીને રોઈ પડી. એમણે કાપેલું રક્ત-રંજિત માથું ઉઠાવી લીધું અને હૃદયવિદારક સ્વરમાં પોતાના દુર્ભાગ્યને કોસવા લાગી. એમને કેટલીક જૂની મધુર યાદો સ્મરણ થઈ આવી અને એમનો શોક બમણો થઈ ગયો. પતિ વગર સાધ્વી સ્ત્રીનું જીવન પણ કેવું જીવન! પોતાના વૈધવ્યથી તે તડપી ઉઠી. એમને સૌથી મોટું દુઃખ તો એ જ હતું કે, પતિની મૃત્યુ એમના જ કારણે થઈ હતી. ના રામ એમને છોડાવવા આવતા અને ના આમ માર્યા જતા. એમણે રાવણથી સિસકતાં કહ્યું-

''હવે હું જીવીને શું કરીશ! મને પણ મારી નાંખો. હું પણ પતિની પાસે જવા ઇચ્છું છું.''

રાવણ સીતાની તડપ જોઈને મનોમન ખુશ થઈ રહ્યો હતો. એને લાગ્યું, હવે કામ બની જશે.

ત્યારે જ એક રાક્ષસે આવીને સૂચના આપી-

''રાજન્! મંત્રીવર પ્રહસ્ત તમારા દર્શનાર્થે પધાર્યા છે.''

રાવણ સીતાથી બોલ્યો-

''આ સમયે તો હું જઈ રહ્યો છું, ફરી પાછો આવીશ, ત્યાં સુધી મારા પ્રસ્તાવ પર વિચાર કરી લેજે.''

આટલું કહીને રાવણ ત્યાંથી ચાલ્યો ગયો.

સીતા શોકાધિક્યથી મૂર્છિત થઈ ગઈ.

ત્યારે જ ચમત્કાર થયો. એના જતાં જ સીતાની નજીક રાખેલા રામ તેમજ લક્ષ્મણના રક્ત-રંજિત છિન્ન મસ્તક પણ એકાએક વિલુપ્ત થઈ ગયા.

વિભીષણની પત્નીથી સીતાનું દુઃખ ના જોવાયું. અશોક-વાટિકાથી રાવણના જતાં જ તે સીતાની પાસે પહોંચી. એણે સીતાને સચેત કરી તેમજ સહાનુભૂતિપૂર્વક બોલી-

''હે જનક-દુલારી! ભાનમાં આવો. રાવણની વાતોથી દુઃખી થવાની જરૂર નથી. તે તો એક કપટી તેમજ ધૂર્ત છે. એણે રામ તેમજ લક્ષ્મણના જે છિન્ન મસ્તક બતાવ્યા, તે માયાવી હતા, ત્યારે જ તો રાવણના જતાં જ ગાયબ થઈ ગયા. યુદ્ધનું વિવરણ પણ અવાસ્તવિક હતું. રામ અને લક્ષ્મણ જીવિત છે. સત્ય તો એ છે કે, રામના આતંકથી રાવણ ભયભીત છે. તે દિવસ દૂર નથી, જ્યારે રાવણ રામના હાથે માર્યો જશે અને તૂં આ નારકીય યંત્રણાથી મુક્ત થઈ જઈશ. શું તૂં સાંભળી રહી છો, રાવણની સેના યુદ્ધની તૈયારી કરી રહી છે, ઘોડેસવારો, રથો તેમજ હાથીઓના સ્વર ગૂંજી રહ્યા છે. જો રામ માર્યા ગયા હોત, તો ભલું રાક્ષસ-સેના યુદ્ધની તૈયારીઓ કેમ કરતી? હકીકત એ છે કે, યુદ્ધ હજુ શરૂ થવાવાળું છે અને તૂં જલ્દી જ રામને પોતાની સામે જોઈશ.''

વિભીષણની પત્નીની વાતો સાંભળીને સીતાની બધી ચિંતા જતી રહી.

છ:

આગલા દિવસે રામે સુબેલ-પર્વતના શિખર પર ચઢીને વાનર-વીરોની સાથે લંકાનું વિહંગમ નિરીક્ષણ કર્યું. પછી અંગદથી બોલ્યા-

''વાલિના વીર પુત્ર અંગદ! તૂં વાક્પટુ ચતુર તેમજ શક્તિશાળી છો, તેથી તૂં જ અમારા દૂત બનીને રાવણની પાસે જા અને એનાથી કહો કે, સીતાને દગાથી હરવાનો બદલો લેવા હું આવી પહોંચ્યો છું. જો તે જલ્દી જ સીતા મને નહીં સોંપી દે, તો હું આખી લંકાને બરબાદ કરી નાંખીશ.''

★★

અંગદ એ જ સમયે રાવણના દરબારમાં પહોંચ્યો.

રાવણ પોતાના દરબારીઓની સાથે દરબારમાં ઉપસ્થિત હતો.

અંગદે રાવણની સામે ઊભા રહીને નિડરતાથી કહ્યું-

''હે લંકેશ! હું અંગદ છું- વાલિનો પુત્ર. સંસારનું કલ્યાણ કરવાવાળા રામનો દૂત. તારા સારા માટે એમણે મને મોકલ્યો છે કે, સીતાને આજે જ મુક્ત કરી દો, નહીંતર કાલે સૂરજ ઊગતાં જ તું તેમજ તારું ખાનદાન યમલોક મોકલી દેવામાં આવશે. દગો આપીને તૂં સીતાને ઉઠાવી લાવ્યો હોય, હવે જરા પોતાની બહાદુરી પણ બતાવે, તો જાણું!''

રાવણ ભલું કેમ સહન કરતો આવા કટુવચન. એણે સૈનિકોને આદેશ આપ્યો-

''આ નરાધમ વાનરની આ હિમ્મત કે મારી સામે બકબક કરે! ધરપકડ કરી લો એની- આ જ સમયે મારી નાંખો. આ જ એની સજા છે.''

રાક્ષસ સૈનિક તત્કાળ હરકતમાં આવી ગયા. એમણે આગળ વધીને અંગદને પકડવા ઇચ્છ્યો, પરંતુ કોની હિંમત કે કોઈ એનો એક પગ પણ હલાવી શકે. સૈનિકોએ એના પર કેટલાય ઘાતક પ્રહાર કર્યા, એના પર અંગદે રાક્ષસ-સૈનિકોને એક જ પ્રહારથી દૂર કર્યા અને સ્વયં એક ઊંચા સ્થાન પર ચઢી બેઠો, જે રાવણના સિંહાસનથી ઊંચાઈ પર સ્થિત હતું.

રાવણ પોતાના સિંહાસન પર કસમસાયો અને બોલ્યો-

''પકડો-પકડો, ભાગી ના શકે.''

પરંતુ આખા દરબારમાં 'પકડો-પકડો'ની પોકાર છતાં અંગદ કોઈના હાથ ના આવ્યો. અંગદે રાક્ષસ-પ્રતિહારોની સારી ગત બનાવી અને જેવો આવ્યો હતો, તેવો જ દરબારથી નિકળીને રામની પાસે જઈ પહોંચ્યો.

★★

દરબારનું વાતાવરણ અંગદના કાંડ પછી હજુ વ્યવસ્થિત પણ થયું ન હતું કે, ગુપ્તચરોએ આવીને સૂચના આપી-

''રાજન્! આખી લંકા વાનર-સેનાથી ઘેરાઈ ચુકી છે. રામ હુમલો કરવા જ ઇચ્છે છે. તમારો શું આદેશ છે?''

રાવણ અંદરને અંદર ધ્રૂજી ઊઠ્યો, પરંતુ ચહેરા પર ગભરાટ જાહેર ના થવા દીધો. તે પોતાના વિશ્વસ્ત મંત્રીઓ તેમજ સૈન્ય અધિકારીઓની સાથે ઊંચી અટારી પર ગયો અને ત્યાંથી લંકાની ચારે તરફ નજર દોડાવી. ખરેખર વિશાળ વાનરસેનાની કતારોએ લંકાને ચારે તરફથી ઘેરી રાખી હતી-આકાશમાં ધૂળના ગુબ્બાર ફેલાઈ ગયા હતા.

રામથી ટક્કર લેવા સિવાય હવે બીજો કોઈ ચારો રહી ગયો ન હતો.

સાત

રામે પોતાની સુસજ્જિત સેનાને જોઈ, જે આગલા આદેશની પ્રતીક્ષામાં ઊભી હતી-સન્નદ્ધ, ઉત્સાહિત તેમજ કટિબદ્ધ.

સીતાની શોકાતૂર આકૃતિ રામની નજરોની સામે હતી. રાવણના કુકૃત્યની યાદ આવતા જ રામની આંખો રક્તવર્ણ થઈ ઊઠી. વાનરોથી બોલ્યા-

''બહાદુરો! સમય આવી ગયો છે કે, રાવણને એના કરેલાની સજા આપવામાં આવે. જાઓ, લંકાને તહેસ-નહેસ કરી નાંખો.''

પછી શું હતું- વાનર-વીરોના હાથોમાં જે પણ હથિયાર આવ્યું, એને લઈને લંકા પર ચઢાઈ કરી દીધી- કેટલાયના હાથોમાં વૃક્ષોના મોટા થડો હતા, અનેકે પહાડોના શિલા-ખંડોને ઉઠાવી રાખ્યા હતા. જોતાં-જોતાં વાનરોએ લંકાને ઘેરતી ખાઈને માટી અને પથ્થરોથી ભરીને પાટી દીધી અને પલક ઝપકતાં જ લંકાના મુખ્ય દ્વારને તોડી નાંખ્યો પછી અંદર પ્રવેશ કરીને નગરના ભવ્ય ભવનો તેમજ ઈમારતોને તોડવા-ફોડવા લાગ્યા.

રાવણ મહેલની ઊંચી અટારી પર ઊભો રહીને આ બધું જોઈ રહ્યો હતો. લંકાની આ દુર્ગતિ જોતાં જ રાવણ ક્રોધથી કાંપી ઊઠ્યો. એણે એ જ સમયે પોતાની સેનાને શત્રુ સેનાથી ટક્કર લેવા માટે મોકલી દીધી.

રાક્ષસ-સેનામાં કોલાહલ મચી ગયો. હથિયારોની ઝંકાર તેમજ હાથીઓ-ઘોડાઓનાં શોરથી વાતાવરણ ગૂંજી ઊઠ્યું. લંકાને કંપાવતો સિંહનાદ થયો અને રાક્ષસ-સેના ટક્કર લેવા માટે આગળ વધી. વિશાળ સેનાનું આ અભિયાન જોઈને લાગ્યું, જાણે અસીમ સાગરની ઉત્તાલ તરંગો એક સાથે ગરજતી આગળ વધવા લાગી હોય.

થોડી વારમાં વાનર-સેના અને રાક્ષસ-સેના એક-બીજાથી ટકરાઈ ગઈ.

બંને તરફના સેનાની પોતાના જીવની પરવાહ કર્યા વગર એક-બીજા પર તૂટી પડ્યાં. અજીબ શોર મચી ગયો હતો. મરવા-મારવા અને કરાહવાની સાથે હથિયારોની ઝંકાર તેમજ રથો-ઘોડાઓ,હાથીઓના મિશ્રિત સ્વરથી દશેય દિશાઓ ઝંકૃત થઈ ઊઠી.

પળભરમાં આખી ધરતી લોહીલુહાણ થઈ ઊઠી. વાનર તેમજ રાક્ષસ વીર ગતિને પ્રાપ્ત થવા લાગ્યા.

સાગરનું પાણી લોહીથી લાલ થઈ ગયું.

આઠ

લડતાં-લડતાં સાંજ થઈ ગઈ.

યુદ્ધનો અંત ન હતો- રાક્ષસ તેમજ વાનર બમણા જોશથી એક-બીજાથી લડી રહ્યા હતા. લાગ્યું, જાણે લંકાની ધરતી પર પ્રલય જ ઉતરી આવ્યો હોય.

રામના બાણ રાક્ષસોને એક-એક કરીને ધરાશાયી કરતાં જઈ રહ્યા હતા. રાવણ પુત્ર ઈન્દ્રજિતે પોતાની સેનાની આ દુર્ગતિ જોઈ, તો ધનુષથી નાગપાશ છોડ્યું, જેમાં રામ તેમજ લક્ષ્મણ બંને જકડાઈ ગયા. બંને અચેત થઈને જમીન પર આવી પડ્યા.

મેઘનાદના ચહેરા પર હર્ષની ચમક આવી ગઈ. એના અટ્ટહાસ્યથી વાતાવરણ ગૂંજી ઊઠ્યું. જે રામ તેમજ લક્ષ્મણની વીરતાના આટલા ચર્ચા હતા, તેઓ જમીન પર અચેત પડ્યા હતા. શૂર્પણખાના અપમાનનો બદલો પૂરો થયો, ખર-દૂષણની મોતનો પ્રતિકાર લઈ લેવામાં આવ્યો-હવે શું હતું!તે ગરજીને બોલ્યો-

''નાગપાશથી એમને કોણ મુક્ત કરી શકે છે! ચાલ્યા હતા આ વાનર, રામના બળ પર અમારાથી ટક્કર લેવા. હવે તો યુદ્ધનો નિર્ણય થઈ ગયો, પાછા ચાલો,અહીંયાથી.''

આમ કહીને મેઘનાદ વગેરે પોતાની સેનાની સાથે યુદ્ધ-ભૂમિથી પાછા ચાલ્યા ગયા.

★★

રામ તેમજ લક્ષ્મણનું અચેત થઈ જવું ખરેખર દુઃખદાયી ઘટના હતી. વાનર સેના પર ઉદાસી છવાઈ ગઈ. હનુમાન, સુગ્રીવ, અંગદ વગેરે શોકગ્રસ્ત થઈ ગયા. હવે બંને ભાઈઓને હોશમાં કેવી રીતે લાવવામા આવે.

આવા સમયે વિભીષણ પાસે આવ્યો અને બોલ્યો-

''આ શું! તમે લોકો આટલા ઉદાસ કેમ છો? રામ અને લક્ષ્મણને કશું નહીં થાય. યુદ્ધથી વિરત ના થાઓ, જાઓ, પોત-પોતાના મોરચા સંભાળો.''

રામ-લક્ષ્મણ અચેતાવસ્થામાં ધીમે-ધીમે શ્વાસ લઈ રહ્યા હતા.

નજીક જ સુગ્રીવ, હનુમાન, અંગદ તેમજ વિભીષણ વગેરે એમની સેવા-સુશ્રૂષામાં લાગ્યા હતા.

ત્યારે જ તેજ હવા ચાલવા લાગી અને સમુદ્ર ગરજવા લાગ્યો. આકાશ પર કાળા-કાળા ઘેરા વાદળ છવાઈ ગયા. વાનર-સેના તેમજ રાક્ષસ-સેના ભયથી ધ્રૂજી ઊઠી.

એ જ સમયે આકાશથી ગરુડ ઉતર્યો-વિનતાનો પુત્ર. આખું શરીર એવું લાલ, જાણે આગ ધધકી રહીહ હોય. એણે રામ તેમજ લક્ષ્મણને સ્પર્શ કર્યો- પલક ઝપકતાં જ તેઓ બંને હોશમાં આવી ગયા. એમના ચહેરા પર પહેલાં જેવી કાંતિ છવાઈ ગઈ. રામે ગરુડનો આભાર વ્યક્ત કર્યો.

ગરુડ ચાલ્યો ગયો, તો વાનર-સેનાનો ઉત્સાહ પાછો આવ્યો.

નવ

''આ શું?'' રાવણ આશ્ચર્યથી બોલ્યો- ''વાનરોનો આ જય-ઘોષ કેવો? આ નવો ઉત્સાહ કેવો? હું તો નિશ્ચિંત હતો કે, ઇન્દ્રજીતે રામ-લક્ષ્મણને મારી નાંખ્યા, પણ લાગે છે, તેઓ હજુ જીવિત છે.''

ત્યારે જ એક રાક્ષસે આવીને સૂચના આપી.

''તમારો સંદેહ સાચો છે, રાજન્! રામ-લક્ષ્મણ જીવિત છે અને વાનર બમણાં ઉત્સાહથી યુદ્ધની તૈયારીઓમાં લાગી ગયા છે.

રાવણ મનોમન ધ્રૂજી ઊઠ્યો, પણ મનની ભાવનાઓને દબાવીને એણે ધૂમ્રાક્ષને સેનાની સાથે જવાનો હુકમ આપ્યો, જેથી તે રામ-લક્ષ્મણ તેમજ એમની સેનાને નિઃશેષ કરી દે. ધૂમ્રાક્ષ રાક્ષસ દુર્ધષ યોદ્ધા હતો.

એક વાર ફરી બંને સેનાઓ આપસમાં ટકરાઈ. વાનર-સેનાને રામનું સંબલ હતું, તો રાક્ષસ-સેનાને ધૂમ્રાક્ષનું. એકવાર ફરી યુદ્ધ ભૂમિમાં હાહાકાર મચી ગયો- બંને તરફના લોકો મરવા-મારવા પર ઉતારું થઈ ગયા- લોહીની નદીઓ વહેવા

લાગી. શસ્ત્રોની ઝંકાર અને કરાહવાના સ્વરથી વાતાવરણ ગૂંજી ઊઠ્યું. હનુમાને ધૂમ્રાક્ષને જઈ ઘેર્યો, તો નીલે સેનાપતિ પ્રહસ્તને. વાનરો દ્વારા ભારે શિલાખંડોના પ્રહારથી રાક્ષસોમાં ખલબલી મચી ગઈ. પ્રહસ્તે નીલ પર મુગદરથી પ્રહાર કર્યો, તો ક્રોધથી ભરાયેલા નીલે શિલાખંડોના પ્રહારથી એને મારી-મારીને ખતમ કરી દીધો.

પ્રહસ્તના મરતાં જ રાક્ષસ સેનામાં ખલબલી મચી ગઈ અને વાનર સેનામાં જયનાદ ગૂંજી ઊઠ્યો.

★★

યુદ્ધ-ભૂમિથી જે ખબરો આવી રહી હતી, તે ઉત્સાહવર્ધક ન હતી. રાવણ ચિંતિત હતો. પ્રહસ્તના મોતની સૂચનાથી તો એનું રહ્યું-સહ્યું ધૈર્ય પણ જતું રહ્યું.

આવા મોકા પર એને યાદ આવી કુંભકર્ણની, જે મહાબળશાળી હતો. હવે એને કુંભકર્ણ પર જ વિશ્વાસ હતો. એણે પોતાના માણસોને આદેશ આપ્યો કે, એને ઊંઘમાંથી જગાડવામાં આવે, જેથી તે યુદ્ધ ભૂમિમાં મોરચો સંભાળવા જાય.

★★

શાપગ્રસ્ત કુંભકર્ણ છ મહીના સૂતો હતો અને છ મહીના જાગતો હતો. જાગતા જ તે ભોજન પર તૂટી પડતો હતો- અને ભોજન પણ એટલું, જેને સેંકડો રાક્ષસો પણ મળીને ખાઈ ના શકે... ખાવા માટે ખૂબ વધારે માંસ અને પીવા માટે સાગર જેટલી મદિરા. આકારમાં વિશાળ પર્વત જેવું શરીર હતું.

રાક્ષસોએ કુંભકર્ણને જગાવવા માટે ઢોલ-નગારાં વગાડ્યા, ખૂબ શોર મચાવ્યો, ખૂબ હલાવ્યો-ડૂલાવ્યો, ત્યારે જઈને કુંભકર્ણની આંખ ખુલી. એને આશ્ચર્ય થયું કે, અસમયે જગાવવાનું શું કારણ છે. તે જમ્હાઈ લઈને ઊભો થઈ બેસી ગયો અને ભોજન પર તૂટી પડ્યો. પછી પૂછ્યું-

''મને કેમ જગાડ્યો? લંકામાં કુશળ તો છે? રાજા ઠીક તો છે?''

એના પર રાક્ષસોએ એને યુદ્ધની સૂચના આપી અને એ પણ બતાવ્યું કે કયા પ્રકારે વાનર-સેનાએ લંકાને ઘેરી રાખી છે અને યુદ્ધમાં પ્રહસ્ત-સહિત અનેક રાક્ષસ વીર માર્યા જઈ ચુક્યા છે. હવે તો રાવણને તમારો જ ભરોસો છે. જલ્દી ઊઠો અને શત્રુઓનો નાશ કરો.''

કુંભકર્ણ એ જ સમયે તૈયાર થઈને રાવણથી મળ્યો.

રાવણ બોલ્યો-

''તૂં આવી ગયો, કુંભકર્ણ! સાંભળો, લંકા સંકટમાં છે. અદના જેવા વાનરોએ સાગર પર પુલ બાંધીને લંકા પર આક્રમણ કરી દીધું છે. તૂં તો સૂતેલો હતો અને એ જ વચ્ચે લંકા નાશના કગાર પર આવી પહોંચી છે. આપણા અનેક વીર માર્યા જઈ ચુક્યા છે- નગરમાં કોઈ જવાન નથી રહ્યું, વૃદ્ધ-બાળકો અને વિધવાઓથી લંકામાં ત્રાહિ-ત્રાહિ મચી ગઈ છે. તેં પહેલાં પણ શત્રુઓનું વીરતાથી દમન કર્યું છે, દેવાસુર સંગ્રામમાં તારા શૌર્યનો જવાબ ન હતો. હવે લંકાની રક્ષા પણ તૂં જ કર.''

''હદ છે કે, વાનર લંકા પર આવી ચઢ્યા અને તમને કોઈ ખબર સુધી ના પડી. આ અસવાધાની તો સારા રાજાનું ચિહ્ન નથી. જે ફક્ત ઘમંડમાં જ મસ્ત રહે છે, એની આ જ દશા થાય છે.'' કુંભકર્ણ બોલ્યો, ''ખેર, હવે ગભરાવાની વાત નથી. હું યુદ્ધભૂમિમાં જાઉં છું અને રામ-લક્ષ્મણને હમણાં જ યમલોક પહોંચાડું છું-વાનરોને પણ કાચા જ ચબાવી જઈશ.''

દસ

હાથોમાં ભયંકર શસ્ત્ર લઈને અભેદ્ય લૌહ-કવચ ધારણ કરીને કુંભકર્ણ યુદ્ધ-ભૂમિમાં તો પહોંચ્યો. રાક્ષસ-સેનાનો ઉત્સાહ દ્વિગુણિત થઈ ગયો.

આવા પર્વતાકાર રાક્ષસ જોઈને વાનરોની ભયથી આંખો હતપ્રભ રહી ગઈ. એકાએક કુંભકર્ણએ કર્ણભેદી ગર્જના કરી, બસ વાનરોની રહી-સહી હિંમ્મત પણ જવાબ આપી ગઈ. કેટલાંક તો યુદ્ધ-ભૂમિમાં જ અચેત થઈ ગયા અને કેટલાંકે ભાગવામાં જ ખેર મનાવી. રાક્ષસ સેના કુંભકર્ણના નેતૃત્વમાં આગળ વધવા લાગી.

અંગદે આ સ્થિતિ જોઈ, તો એણે ભાગી રહેલા વાનરોને લલકાર્યા. રામની સોગંદ આપી. બોલ્યો-

''યુદ્ધ-ભૂમિથી ભાગવું કાયરતા છે. રામના સાથે હોવાથી આપણું કોઈ કશું બગાડી નથી શકતું. ભાગો નહીં, મરો કે મારો.''

અંગદના આહ્વાનથી અનુકૂળ પ્રભાવ પડ્યો. તે જીવની પરવાહ કર્યા વગર બમણા જોશથી યુદ્ધ-ભૂમિમાં કૂદી પડ્યાં. કુંભકર્ણએ વાનરોને ફરીથી ઝઝૂમતા જોયા, તો ક્રોધમાં હુંકાર ભરીને એમના પર તૂટી પડ્યો. એણે અગણિત વાનરોને જોતાં જ જોતાં મારી નાંખ્યા. કુંભકર્ણ પર વાનરોનું કોઈ હથિયાર અસરકારક સાબિત ના થયું. દ્વિવિદ નામના વનરે એક મોટો શિલાખંડ કુંભકર્ણની ઉપર છોડી દીધો. શિલાખંડથી કુંભકર્ણને જરા પણ ખરોંચ ના આવી. હા, રાક્ષસ સેનાના અનેક સૈનિક માર્યા ગયા.

બંને તરફથી માર-કાપ મચી ગઈ હતી. યુદ્ધ-ભૂમિ વાનરો તેમજ રાક્ષસોના શબોથી ભરાતી જઈ રહી હતી. કુંભકર્ણએ વાનરોની એવી વિનાશ લીલા પ્રારંભ કરી દીધી કે કેટલાય મોટા-મોટા વીર જમીન પર આવી પડ્યા... એનો બદલો લેવા માટે વાનર પણ ક્રોધથી તમતમાઈને રાક્ષસો પર તૂટી પડ્યા હતા.

રામે કુંભકર્ણને વાનર સેના પર ભારે પડતાં જોયો, તો લક્ષ્મણને મોરચો સંભાળવાનો આદેશ આપ્યો. લક્ષ્મણ ક્રોધથી ગરજતાં-ગરજતાં યુદ્ધ-ભૂમિ પહોંચ્યા. વાનર સેનામાં ઉત્સાહનો થોડો સંચાર થયો.

કુંભકર્ણએ લક્ષ્મણને જોયો તો ખિલી ઊઠ્યો. હસતો-હસતો બોલ્યો-

''આવો મહારથી! તારા પરાક્રમની તો મોટી-મોટી ચર્ચા સાંભળી છે, પણ તું મારી સામે હજુ બાળક છે.. મારાથી તારો શું મુકાબલો! સૌથી પહેલાં તને ના મારીને રામની ખબર લઈશ.''

કુંભકર્ણની દંભોક્તિ લક્ષ્મણને જરા પણ ના ગમી. રામ ક્રોધિત થઈ ગયા. એમણે ધનુષ ઉઠાવ્યું અને કુંભકર્ણ પર બાણ છોડી દીધા.

બંને તરફ નવેસરથી યુદ્ધ આરંભ થઈ ગયું.

કુંભકર્ણ પર રામના બાણોની કોઈ અસર ના થઈ. હા, ગુસ્સાથી એનું શરીર જરૂર કાંપી ઊઠ્યું અને એમના વાનરોને ઉઠાવી-ઉઠાવીને પટકવાનું ચાલૂ કરી દીધું. રામ જાણતા હતા કે, કુંભકર્ણને આ વિધ્વંસથી રોકવામાં ના આવ્યો, તો આખી વાનર-સેના કાલકવલિત થઈ જશે. તેથી એમણે ઘાતક બાણોનો પ્રહાર કર્યો, જેનાથી કુંભકર્ણનું આખું શરીર બાણોથી વિંધાઈ ગયું અને લોહીની ધારાઓ પ્રવાહિત થવા લાગી. પરંતુ કુંભકર્ણનો ઉત્સાહ જરા પણ ઓછો થયો ન હતો- એનો સંહાર યજ્ઞ યથાવત્ હતો. અચાનક રામના બાણથી કુંભકર્ણનું વિશાળ લૌહ કવચ તૂટીને નીચે પડી ગયું. હવે તો વાનરોના ઉત્સાહનું ઠેકાણું ના રહ્યું. એક સાથે અગણિત વાનર કુંભકર્ણ પર તૂટી પડ્યાં. કુંભકર્ણએ એક જ ઝટકામાં બધાને દૂર ઝટકી દીધા.

રામની ધીરજનો બાંધ તૂટી ગયો, એમણે ધનુષની પ્રત્યંચા ખેંચીને એક ભવ્ય ટંકાર કરી અને બાણ ચઢાવીને કુંભકર્ણની તરફ દોડ્યા. કુંભકર્ણ પણ રામની તરફ દોડ્યો. બોલ્યો-

''આવો-આવો રામ!... મને તમારી જ તો પ્રતીક્ષા હતી. તમારો વધ કરવા માટે હું ક્યારનોય લલકી રહ્યો હતો. આજે હું શૂર્પણખાના અપમાન અને ખર-દૂષણ વગેરે અનેક રાક્ષસ વીરોની મોતનો બદલો લઈશ. લો... સંભાળો, મારો વાર-.''

પરંતુ રામ પર કુંભકર્ણના પ્રહારનો કોઈ પ્રભાવ ના પડ્યો. રામ હસતાં-હસતાં ઊભા રહ્યા. એના પર કુંભકર્ણ ક્રોધમાં ભરાઈ ઊઠ્યો.

એના પર રામે કુંભકર્ણ પર બાણ છોડી દીધું, જેને કુંભકર્ણ ઝેલી ગયો. પણ રામથી તે ક્યાં સુધી બચી શકતો. અંતે પોતાના ઘાતક અસ્ત્રોથી રામે એનો વધ જ કરી નાંખ્યો. કુંભકર્ણનું માથું કપાઈને દૂર જઈ પડ્યું અને શરીરના પણ અનેક ટુકડાં થઈ ગયા.

કુંભકર્ણનું ક્ષત-વિક્ષત શરીર જમીન પર એમ આવીને પડ્યું, જાણે વિશાળ પર્વત ચૂર-ચૂર થઈને જમીન પર આવી પડ્યો હોય. આખી રાક્ષસ-સેનામાં એની મૃત્યુથી માતમ છવાઈ ગયો, જ્યારે કે વાનર-સેના રામની જય-જયકારથી ગૂંજી ઊઠી. ઉપરથી દેવતાઓએ રામ પર ફૂલ વરસાવ્યા.

અગિયાર

કુંભકર્ણ પર રાવણને અત્યંત ભરોસો હતો, પરંતુ એની મોતના સમાચાર જ્યારે એની પાસે પહોંચ્યા તો તે એક પળ માટે કિંકર્તવ્યવિમૂઢ રહી ગયો. એના હોશ જતાં રહ્યા અને શોકાધિક્યથી અચેત થઈ ગયો. આખા મહેલમાં, બલ્કિ લંકાપુરીમાં વિષાદ છવાઈ ગયો.

રાવણ હોશમાં આવ્યો, તો એણે નવેસરથી યુદ્ધની તૈયારી શરૂ કરી દીધી. એના કેટલાંક અન્ય પુત્ર જીવિત હતા- ત્રિસિરા, દેવાંતક, નારાંતક, અતિકાય વગેરે. રાવપણે એમને મોરચો સંભાળવા માટે યુદ્ધ-ભૂમિનીતરફ રવાના કરી દીધા.

રાક્ષસ-સેના વાનર-સેનાથી ફરી ભીડી ગઈ.

વાનર-સેના રામના સફળ નેતૃત્વમાં અત્યાર સુધી વિજય જ પ્રાપ્ત કરતી જઈ રહી હતી, તેથી એનું નૈતિક બળ ઊંચું હતું. યુદ્ધમાં ના ફક્ત ત્રિસિરા, દેવાંતક, નારાંતક, અતિકાય, મહાપાર્શ્વ વગેરે માર્યા ગયા બલ્કે ખૂબ વધારે રાક્ષસ સૈનિક પણ માર્યા ગયા. રામ તેમજ લક્ષ્મણના બાણોની આગળ રાવણનો કોઈ પણ સેનાપતિ ટકી ના શક્યો.

★★

રાવણના દુઃખની સીમા ના રહી- દુઃખથી વધારે ક્રોધની.

ગહન વિષાદની ક્ષણોમાં એને મેઘનાદની યાદ આવી. હવે આ જ પુત્ર પર વિજયની બધી આશાઓ કેન્દ્રિત હતી.

રાવણે મેઘનાદથી કહ્યું-

''પુત્ર! તૂં જોઈ જ રહ્યો છે, રામે કેવી રીતે કહેર વરસાવી દીધો. આપણા એકથી એક વીર યુદ્ધમાં મરી રહ્યા છે. હવે તારા પર જ ભરોસો છે, યુદ્ધ-ભૂમિ જઈને રામ-લક્ષ્મણ સહિત એ વાનરોનો વિનાશ કરો અને લંકાને બચાવો. તારા પરાક્રમથી તો ઇન્દ્ર પણ ગભરાય છે, તેથી આ યુદ્ધમાં પણ તારું વિજયી થવું નિશ્ચિત છે.''

મેઘનાદ ખરેખર સાહસી હતો. એણે એ જ સમયે રથ સજાવ્યો અને યુદ્ધ-ભૂમિની તરફ દોડી પડ્યો. મેઘનાદ જાણતો હતો કે, રામથી અત્યાર સુધી જેટલા પણ વીર રાક્ષસ ટક્કર લેવા ગયા, તે બધા માર્યા ગયા. તે કશું એવું કરવા ઇચ્છતો હતો, જેનાથી એમનું સાહસ વિચ્છિન્ન થઈ જાય.

રાક્ષસ-બુદ્ધિ હતી, તેથી કપટનો સહારો લેવો જરૂરી હતો. એણે સીતાની એક પ્રતિમા બનાવડાવી અને એને પણ યુદ્ધ-ભૂમિમાં સાથે લેતો ગયો. મેઘનાદના નેતૃત્વમાંનવી રાક્ષસ સેના નવા ઉત્સાહથી આગળ વધી ચાલી.

આંધીની સમાન નવી સેનાને આવતી જોઈને વાનર-સેનાએ પણ મોરચો સંભાળી લીધો. રાક્ષસ-સેનાની આગળ-આગળ તેજ રથ પર સવાર નવા યોદ્ધાને જોઈને વાનર ક્રોધથી આગળ વધ્યા અને એના પર હુમલો કરી દીધો.

હનુમાને મેઘનાદને રથ-સહિત ભૂમિસાત્ કરવાના વિચારથી એક વિશાળ શિલાખંડ ઉઠાવી લીધો, પણ જેવો જ એને રથ પર છોડવા તૈયાર થયા, ત્યારે જ એમની નજર રથ પર સવાર સીતા પર ગઈ. સીતાના ચહેરા પર વિષાદ છવાયેલો હતો- તે ઉદાસ અને મૌન હતી.

હનુમાનનું દિલ ભરાઈ આવયું. ગુસ્સાથી મેઘનાદ પર હુમલો કરી દીધો. ભલું મેઘનાદથી આ સહન કેવી રીતે થતું. એણે સીતાના લાંબા કેશ મુઠ્ઠીમાં કસી લીધા અને બીજા હાથથી તલવાર તાણી લીધી.

હનુમાન આક્રોશથી કાંપતા બોલ્યા-

''અરે પાપી! આ શું કરી રહ્યો છે. સ્ત્રી પર હાથ ઉઠાવતા શરમ નથી આવતી. હિમ્મત હોય, તો અમારાથી મુકાબલો કર. જો સીતાનો વાળ પણ વાંકો થયો,તો યાદ રાખજે, તારી મોત નિશ્ચિત છે.''

હનુમાન સીતાને છોડાવવા આગળ વધ્યા. અન્ય વાનર-વીરોએ પણ પથ્થર ફેંક્યા. પરંતુ રાક્ષસ-સેનાનો અવરોધ એટલો અભેદ્ય હતો કે, હનુમાન રથ સુધી પહોંચી ના શક્યા. મેઘનાદે ગરજીને કહ્યું-

''સાંભળો હનુમાન, યુદ્ધમાં બધુ વૈધ છે. સ્ત્રી પર હાઠ ઉઠાવવો ભલે જ ધર્મ વિરુદ્ધ હોય, પણ મારે તો રામનું સાહસ તોડવાનું છે, રામનું સાહસ તૂટ્યું, તો વાનર સેના પણ ભાગીને ઊભી થઈ જશે. આ યુદ્ધની જડ આ સીતા જ છે, તેથી હું એને મારીને આખો કિસ્સો જ ખતમ કરું છું.''

આટલું કહીને મેઘનાદે માયાવી સીતાની પ્રતિમાનું માથું તલવારથી કાપી નાંખ્યું, પછી યુદ્ધોન્માદથી ગરજતો-ગરજતો વાનર-સેના પર તૂટી પડ્યો. આનન-ફાનનમાં વિધ્વંસ-લીલા સમાપ્ત કરીને મેઘનાદ નિકંમ્મિલા દેવીના મંદિરની તરફ ચાલ્યો ગયો.

બાર

સીતા-વધથી વાનર સેનાના દુઃખનો પારાવાર ન રહ્યો. બધા જાણતા હતા કે, રામને આ ખબર ચાલશે, તો તેઓ તૂટી જશે.

હનુમાને આંખોમાં અશ્રુ ભરીને સીતા-વધની સૂચના રામને આપી, બોલ્યા-

''બિચારી સીતા મરતાં સમયે 'હે રામ! હે રામ!'ની ગુહાર મચાવી રહી અને અમે લાચાર બની જોતા રહી ગયા- સીતાને બચાવી ન શક્યા. નરાધમ મેઘનાદે જોતાં-જોતાં જ સીતાનું માથું ધડથી અલગ કરી દીધું.''

રામથી કશું બોલાયું નહીં, જાણે કાનોમાં કોઈએ પિગળેલું સીસુ ઉડેલી દીધું હોય, શોકાધિક્યથી તેઓ મૂર્છિત થઈ ગયા.

લક્ષ્મણ, વિભીષણ, સુગ્રીવ, હનુમાન સહિત બધા વાનરોએ મૂર્છિત રામને ચારે તરફથી ઘેરી લીધા- આખું વાતાવરણ દુઃખથી બોઝિલ થઈ ગયું. બધાની આંખો આંસુઓથી નમ હતી. રામ માટે બધાના મનમાં અગાધ શ્રદ્ધા હતી, અસીમ પ્રેમ પણ.

ખૂબ સેવા સુશ્રૂષા પછી રામને હોશ આવ્યા, તો વિભીષણે સાંત્વના આપતા કહ્યું-

''હે દશરથ નંદન! મને તો સીતા-વધમાં જરા પણ સચ્ચાઈ પ્રતીત નથી થતી. ભલું, જે રાવણ સીતા માટે યુદ્ધ કરવા સુધી તૈયાર થઈ ગયો, એને મેઘનાદ કેમ મારશે? મને તો લાગે છે, આ મેઘનાદની ચાલ છે, હનુમાનને જરૂર દગો થયો છે. હે પ્રભુ, મારી માનો, તો મેઘનાદને આ કરેલાની સજા આ જ સમયે આપો. તે આ સમયે નિકુમ્મિલા દેવીના મંદિરમાં પૂજા કરવા ગયો છે, તત્કાળ લક્ષ્મણને સેનાની ટુકડીની સાથે મંદિરની તરફ મોકલી દો. જો એણે નિકુંમ્મિલા દેવીની પૂજા સંપન્ન કરી લીધી, તો એને મારવો મુશ્કેલ થશે, તેથી પૂજા સંપન્ન થવાથી પહેલાં જ એનો વધ કરવો જરૂરી છે.''

રામને વિભીષણની વાતમાં તથ્ય નજરે આવ્યું. ખરેખર સીતાનો વધ કરવો અશક્ય હતો. તેઓ લક્ષ્મણથી બોલ્યા-

''જાઓ ભાઈ, વિભીષણની સાથે નિકુમ્મિલા દેવના મંદિર જઈને કપટી મેઘનાદને એના કરેલાની સજા આપો.''

લક્ષ્મણે ભાઈનું અભિવાદન કર્યું અને મેઘનાદ-વધની પ્રતિજ્ઞા કરીને ત્યાંથી ચાલી પડ્યા. સાથે વિભીષણ સિવાય હનુમાન, જામવન્ત, સુગ્રીવ તેમજ અંગદ વગેરેના નેતૃત્વમાં ભાલુઓ-વાનરોની સેના પણ ગઈ.

ખૂબ આગળ ચાલીને લક્ષ્મણને વિશાળ રાક્ષસ-સેના નજરે આવી. પછી શું હતું! બંને સેનાઓ એક-બીજાથી ટકરાઈ ગઈ. ટક્કર ખૂબ જ જબરદસ્ત હતી અને આખી લંકા યુદ્ધ-ઘોષની ગરજથી ગૂંજી ઊઠી.

★★

મેઘનાદ એ સમયે દેવીની પૂજા કરી રહ્યો હતો. યુદ્ધનો શોર સાંભળતા પૂજા અધૂરી જ છોડીને તે ક્રોધથી ભરાઈને મંદિરથી બહાર આવ્યો. મોર્ચો સંભાળવા તે રથ પર સવાર થઈને યુદ્ધ-ભૂમિ તરફ રવાના થયો.

મેઘનાદે વિભીષણને જોયો તો ક્રોધથી કાંપતો બોલ્યો-

''નીચ! રાક્ષસ થઈને તૂં આ તપસ્વીઓનો પક્ષ લઈ રહ્યો છે, રોકાય, હું તને જીવતો નહીં છોડું. તૂં મારા પિતાને દગો આપીને લંકાનું રાજ્ય મેળવવા ઇચ્છે છે, પણ હું તારી આ કામના ક્યારેય પૂરી નહીં થવા દઉં.''

''આ સત્ય નથી, મૂર્ખ.'' વિભીષણ બોલ્યો, ''મને રાવણનું વલણ પસંદ ન હતું, એણે જે પર-નારીનું હરણ કર્યું છે, તે મારી નજરોમાં નીચતાની પરાકાષ્ઠા છે, આ જ કારણે હું રામના પક્ષમાં આવ્યો છું. જે સત્પુરુષોથી વેર લે છે, એનો અંત નિશ્ચિત છે.''

મેઘનાદે કોઈ જવાબ ના આપ્યો, ગુસ્સાથી ધનુષ ચઢાવી લીધું અને બાણોનાં અવિરામ વરસાદથી વાનરોને સમાપ્ત કરવા લાગ્યો.

લક્ષ્મણે પણ પોતાનું ધનુષ ઉઠાવી લીધું અને બાણોની ઘનઘોર ધારા છોડી દીધી. મેઘનાદ અને લક્ષ્મણ એક-બીજાનું નિશાન બાંધીને બાણ છોડવા લાગ્યા. લક્ષ્મણના અચૂક નિશાનાથી અનેક રાક્ષસ સૈનિક મરી રહ્યા હતા. મેઘનાદ લક્ષ્મણની વીરતા જોઈને ચકિત હતો.

ત્યારે જ મેઘનાદનું એક તીવ્ર બાણ લક્ષ્મણને જઈ લાગ્યું અને તે મૂર્છિત થઈને જમીન પર પડી ગયા.

વાનર-સેનામાં કોહરામ મચી ગયો.

રાક્ષસ-સેના જીતની ખુશીમાં ઉછળતી-કૂદતી ચાલી ગઈ.

રામને લક્ષ્મણના મૂર્છિત થવાના સમાચાર મળ્યા, તો તેઓ વિલાપ કર વા લાગ્યા. વાનર પહેલેથી જ લક્ષ્મણની મૂર્છાથી દુઃખી હતા, રામના વિલાપે એમને વધારે દુઃખી કરી દીધા.

લક્ષ્મણને હોશમાં લાવવાના અનેક પ્રયાસો કરવામાં આવ્યા. હનુમાન એક વૈદ્યને જ ઉઠાવી લાવ્યા. વૈદ્યે લક્ષ્મણની તપાસ કરીને કહ્યું-

''જલ્દી જ સંજીવની બૂટી મળી જાય, તો આમને હોશમાં લાવી શકાય છે.''

''સંજીવની બૂટી?'' હનુમાન બોલ્યા, ''તે ક્યાં મળે છે?''

''દ્રોણ પર્વત પર.'' વૈદ્ય બોલ્યા, ''સવાર થવાથી પહેલાં બૂટી લઈ આવો.''

હનુમાને વાર ના કરી, તેઓ પવન-વેગથી દ્રોણ પર્વત જઈ પહોંચ્યા. ત્યાં અનેક બૂટીઓ ઉગેલી હતી. કઈ બૂટી સંજીવની છે, તે હનુમાન જાણી ના શક્યા, તેથી પૂરો પર્વત ઉઠાવીને તેઓ યુદ્ધ-ભૂમિ લઈ ગયા.

વૈદ્યે સવાર થવાથી પહેલાં જ સંજીવની બૂટીથી લક્ષ્મણને સચેત કરી દીધા.

વાનર-સેનામાં હર્ષની લહેર દોડી ગઈ.

આગલા દિવસે મેઘનાદ પુનઃ વાનર-સેનાથી ટક્કર લેવા આવ્યા, તો લક્ષ્મણે રામનું નામ લઈને એક અમોઘ બાણ મેઘનાદ પર છોડી દીધું.

મેઘનાદ એ બાણથી બચી ન શક્યો, માથું ધડથી અલગ થઈ ગયું અને શરીર લહેરાવીને જમીન પર આવી પડ્યો.

મેઘનાદના પડતાં જ રાવણની સેના ભાગી નિકલી.

તેર

મેઘનાદનું મરવું રાવણ માટે ખૂબ મોટો આઘાત હતો. એક બેટો હતો, તે પણ માર્યો ગયો. હવે એની માં મંદોદરીને કેવી રીતે સાંત્વના આપે, એની પત્નીથી શું કહે?

આમ પણ આખી લંકામાં દરેક ઘરમાં શોક છવાયેલો હતો. કોઈનો પતિ માર્યો ગયો હતો, તો કોઈનો પિતા, કોઈનો પુત્ર માર્યો ગયો હતો, તો કોઈનો ભાઈ. ચારે તરફ વિલાપના સ્વર ગૂંજી રહ્યા હતા. સોનાની લંકાનો બધો વૈભવ જતો રહ્યો હતો.

રાવણના શુભચિંતકોએ કહ્યું-

''રાજન્! લંકાનું સર્વસ્વ લૂંટાઈ ગયું. મૂર્ખ શૂર્પણખાએ રામ લક્ષ્મણને શું છેડ્યા કે તમે વ્યર્થ જ સીતાને ઉઠાવી લાવ્યા. આ સીતા આખી લંકાની મુસીબતની જડ છે. જો હજુ પણ લંકાને બચાવવા ઇચ્છો છો, તો આ સીતાને સમાપ્ત કરી દો, નહીંતર રામના કોપથી બચવું મુશ્કેલ છે.''

બધું જ ગુમાવીને હવે રાવણને હોશ આવ્યા. બોલ્યો-

''તમે ઠીક કહો છો. આ વિનાશનું કારણ સીતા જ છે. એને હું મારી નાંખીશ. મેઘનાદે નકલી સીતાને મારી, પરંતુ હું અસલી સીતાને મારીશ.''

રાવણે તલવાર ઉઠાવી અને ચાલી પડ્યો અશોક-વાટિકા.

રાક્ષસ-રાક્ષસીઓએ ચેનનો શ્વાસ લીધો.

પરંતુ રાવણ થોડા જ પગલાં આગળ વધ્યો કે, સુપાર્શ્વ નામના મંત્રીએ એને રોક્યો. બોલ્યો-

''રાજન્! આ શું કરવા જઈ રહ્યા છો? એક અબળા નારીને મારીને પોતાની વીરતાને કલંકિત ના કરો, એનાથી તો તમારી બદનામી થશે. યોગ્ય તો એ છે કે, રામથી ટક્કર લો. એણે જ તો લંકા પર આ કહેર કર્યો છે. તમારી વીરતાનો ભલું

તે શું મુકાબલો કરશે! એને મારીને સીતાને અપનાવો.''

રાવણને મંત્રીની વાતો જ યોગ્ય લાગી- આખરે હતો તો તે પરાક્રમી જ- ખરેખર રામથી ટકરાવામાં જે વાત છે, તે અબળા સીતાને મારવામાં ક્યાં!''

રાવણે બચેલા-ખુચેલા સેનાપતિઓને બોલાવ્યા અને કહ્યું-

''જલ્દી જ સેના લઈને યુદ્ધ-ભૂમિમાં જાઓ, રામ અને એની સેનાનો વધ કરો. જો તમે લોકો અસફળ રહ્યા, તો હું ખુદ યુદ્ધનું સંચાલન કરવા પહોંચી જઈશ.''

રાક્ષસ-સેના પુનઃ સજ્જિત થઈ. સેનાપતિ રથ પર સવાર થઈને રામથી મુકાબલો કરવા ચાલ્યા.

પણ રાવણની પ્રશિક્ષિત સેના વાનરોના ગુરિલ્લા યુદ્ધની સામે ટકી ના શકી. રાક્ષસ-સેના અસ્ત્રો-શસ્ત્રોથી મુકાબલો કરવા માટે આગળ વધતી કે , વાનર-રીંછ મોટા-મોટા શિલાખંડ એમના પર છોડી દેતા, દાંતોથી કાપીને તેમજ નખોથી ખરોંચીને રાક્ષસોને લોહીલુહાણ કરી દેતા. રાક્ષસોના પ્રહારોથી અગણિગત વાનરોએ પણ પોતાના જીવ ગુમાવ્યા.

યુદ્ધ નિર્ણયની સ્થિતિમાં પહોંચી ચુક્યું હતું, તેથી યુદ્ધ-ભૂમિમાં ખુદ રામ પણ પધાર્યા હતા. રાક્ષસ-સેનાને વાનરોનો ખરાબ રીતે વધ કરતાં જોઈને રામે પોતાના ધનુષથી નિકળેલા બાણોથી રાક્ષસોને એક-એક કરીને મારવાના શરૂ કરી દીધા. યુદ્ધમાં કુંભકર્ણના પુત્ર કુંભ અને નિકુંભ પણ માર્યા ગયા.

રામનો પ્રતાપ એવો રહ્યો કે, જલ્દી જ રાક્ષસ-સેના અત્યલ્પ રહી ગઈ, એમના હાથી-ઘોડા પણ માર્યા ગયા, બચેલી-ખુચેલી રાક્ષસ-સેના ખૂબ ગભરાઈ. રામથી ટકરાવું અશક્ય લાગ્યં, તો પોતાનો જીવ બચાવીને યુદ્ધ-ભૂમિથી ભાગી નિકળી.

વાનર-સેના રામની જય-જયકારથી ગૂંજી ઊઠી. ઉપરથી દેવતાઓ-ગન્ધર્વોએ રામ પર પુષ્પવર્ષા કરી.

ચૌદ

લંકાની રાક્ષસીઓએ રોઈ-રોઈને લંકાને જ જડથી હલાવી દીધી. બધી રાવણને કોસી રહી હતી કે આ જ મૂર્ખ રાજાને કારણે અમારા ઘરના ચિરાગ ઓલવાઈ ગયા અને લંકાનો નાશ થયો.

રાવણનાં હાલ ક્રોધ, અપમાન અને શોકથી ખરાબ હતા. ઉત્તેજનાથી એનું આખું શરીર ધ્રૂજી રહ્યું હતું અને ચહેરો વિકરાળ થઈ ઊઠ્યો હતો. એની પાસે દેવતાઓથી પ્રાપ્ત અનેક શક્તિઓ હતી, તેથી એને હજુ પણ વિશ્વાસ હતો કે, રામ એનાથી જીતી નહીં શકે.

અંતમાં રાવણે નક્કી કર્યું- એણે ખુદ જ રામથી ટક્કર લેવા માટે યુદ્ધ-ભૂમિમાં જવું પડશે. એણે પોતાના સુવર્ણ-રથને તૈયાર કરવાનો આદેશ આપ્યો. એવા સમયમાં અનેક અપશકન થયા પરંતુ રાવણે એમના પર કોઈ ધ્યાન ના આપ્યું. એના પર યુદ્ધનો ઉન્માદ છવાઈ ગયો હતો.

અનેક ઘાતક હથિયારોથી સજ્જ થઈને રાવણ પોતાના આઠ ઘોડાવાળા સુવર્ણ-

રથ પર સવાર થઈને રણ ક્ષેત્રમાં આવી પહોંચ્યો. સાથે અનેક બળશાળી રાક્ષસ, વીરો, મહોદર, મહાપાર્શ્વ, વિરુપાક્ષ વગેરે સિવાય રાક્ષસ-સેના પણ આવી હતી. રાવણ સાથે હોવાથી રાક્ષસોમાં વિશેષ ઉત્સાહ હતો.

રણ-ક્ષેત્રમાં રાવણના સાથી બળશાળી રાક્ષસ વીર અંગદ તેમજ સુગ્રીવના હાથો માર્યા ગયા.

રાવણથી પ્રથમ મુકાબલો કરવા લક્ષ્મણ આવ્યા. રાવણે ખૂબ સરળતાથી લક્ષ્મણના વારોને અસફળ કરી દીધા. રાવણે લક્ષ્મણને છોડીને રામ પર ધ્યાન કેન્દ્રિત કર્યું અને એમનાથી લડવા એમની સામે જઈ પહોંચ્યો. રામ તેમજ રાવણમાં ઘનઘોર યુદ્ધ છેડાઈ ગયું. રાવણે રામ પર શરૂમાં ઓછા ઘાતક બાણ છોડ્યા, કોઈ ફળ ના નિકળ્યું, તો એણે ઘાતક અસ્ત્ર છોડવાના શરૂ કરી દીધા.રામે રાવણના સમસ્ત પ્રહારોને પોતાના અસ્ત્રોના બળ પર નિરસ્ત કરી દીધા.

બંને યુદ્ધની કલામાં નિષ્ણાત હતા, તેથી એક-બીજાનો વાર બખૂબી બચાવી જતા હતા. રાવણના બાણ રામના માથા ઉપરથી નિકળી જતા હતા અને રામના બાણ રાવણના કવચથી ટકરાઈને જમીન પર પડી જતા હતા. બંનેએ એક-બીજા પર મંત્ર-સિદ્ધ અસ્ત્ર પણ ચલાવ્યા. આ હથિયાર એક-બીજાથી ટકરાતાં તો ભયંકર સ્વર ગૂંજતો અને આકાશમાં વિજળી પ્રગટી જતી.

યુદ્ધ સતત કેટલાય દિવસ સુધી ચાલતું રહ્યું. ક્યારેક રામ મોર્ચો સંભાળતા, ક્યારેક લક્ષ્મણ. અસલી મુકાબલો રામ-રાવણમાં હતો. આ વખતે લક્ષ્મણ એક વાર ફરી રાવણના હાથે મૂર્છિત થયા હતા, પરંતુ હનુમાન દ્વારા ફરી બૂટીવાળો પહાડ ઉઠાવી લાવવાથી એમને હોશ આવી ગયા.

એક દિવસે ઇન્દ્રએ પોતાનો રથ રામ માટે મોકલ્યો. સારથી માતલિએ રામને રથ સમર્પિત કરતાં કહ્યું-

''હે દશરથ નંદન! દેવતા પણ રાવણની મૃત્યુ ઇચ્છે છે, કેમ કે રાક્ષસ-રાજ દેવતાઓનો પણ શત્રુ છે, તેથી દેવેન્દ્રએ તમારા માટે પોતાનો રથ મોકલ્યો છે. એના પર સવાર થઈને તમે રાવણથી યુદ્ધ કરો. રથનું સંચાલન હું જ કરીશ.''

રામે દેવેન્દ્રની આ ભેટ સ્વીકાર કરી લીધી. તેઓ રથ પર સવાર થઈને રાવણથી યુદ્ધરત થઈ ગયા.

★★

આ ભીષણ યુદ્ધ બાર દિવસ સુધી ચાલ્યું. ક્યારેક રામ રાવણ પર ભારે પડતાં તો ક્યારેક રાવણ રામ પર. રાવણ રામના શૌર્ય પર ચકિત હતો. જેમને એણે માત્ર એક તપસ્વી સમજ્યા હતા, તે તો યુદ્ધ-કળામાં પણ નિષ્ણાત નિકળ્યા. રામે પોતાના અમોઘ અસ્ત્રોથી અનેક વાર રાવણના દશેય માથાઓને ધડથી અલગ કરી દીધા, પરંતુ માથા હતા કે, નવા ઉગી જતા હતા. રામનું કોઈ અસ્ત્ર રાવણને મારી રહ્યું ન હતું.

ત્યારે જ માતલિએ રામને યાદ અપાવ્યું.

''હે દશરથ નંદન! બહુ થઈ ગયું. હવે તમે પોતાનું બ્રહ્માસ્ત્ર કેમ નથી છોડતા! રાવણનો અંતકાળ આવી ગયો...''

રામ બ્રહ્માસ્ત્રનું નામ સાંભળતા જ ખુશ થઈ ગયા. એમણે માતલિ સારથીની પીઠ થપથપાવીને કહ્યું-

''સારથી! તેં સમય પર જ મને બ્રહ્માસ્ત્રનું સ્મરણ કરાવ્યું છે. બસ, સૂર્યના અસ્ત થતાં જ રાવણનો કાળ આવી પહોંચશે.''

રામે બ્રહ્માસ્ત્રનો વાર અચૂક હતો. એનાથી બચી નિકળવું રાવણ માટે મુશ્કેલ હતું. રાવણના કશું વિચાપવાથી પહેલાં જ બ્રહ્માસ્ત્ર આગની ચિનગારીઓ છોડતું રાવણની પાસે જઈ પહોંચ્યું અને જોતાં-જોતાં કવચને ફોડીને છાતીમાં ઘુસ્યું. રાવણ પળભર માટે સંજ્ઞાશૂન્ય રહી ગયો, એના હાથથી તમામ હથિયાર છૂટીને નીચે જઈ પડ્યા, તે લડખડાઈને ધરતી પર આવી પડ્યો. એના શ્વાસ ઉખડવા લાગ્યા. ખુદને અજર-અમર માનવાવાળો રાક્ષસ-રાજ રાવણ મૃત્યુની અંતિમ ઘડીઓ ગણી રહ્યો હતો.

જે ક્ષણની દેવતાઓ રાહ જોઈ રહ્યા હતા, તે આવી પહોંચી હતી. આકાશથી પુષ્પવૃષ્ટિ થઈ, અને દુંદુભિઓના સ્વરથી દશેય દિશાઓ ગૂંજી ઊઠી. વાનર-સેના રામની જય-જયકાર કરવા લાગી.

પંદર

લંકેશ માર્યો ગયો.

આખી લંકામાં સ્મશાન-જેવો સન્નાટો છવાઈ ગયો.

રાવણની પટરાણીના વિલાપથી મહેલના દરો-દીવાલ હલી ઊઠ્યા. રાક્ષસીઓએ છાતી પીટી-પીટીને રોતા-રોતા પોતાના ખરાબ હાલ કરી લીધા. મંદોદરીએ તત્કાળ રાક્ષસીઓને સાથે લીધી એ રોતી-કલપતી રણક્ષેત્ર જઈપહોંચી, જ્યાં રાક્ષસ-રાજ રાવણ અંતિમ શ્વાસો લઈ રહ્યા હતા. મંદોદરીના કરુણ વિલાપથી ત્યાં ઊભેલા લોકોનું હૃદય દ્રવી ઊઠ્યું.

★★

રામ નીતિવાન હતા, તેથી રાવણના પડતા જ એમણે યુદ્ધ સ્થગિત કરી દીધું.

વિભીષણે મોટા ભાઈને મૃત્યુના કગાર પર પડેલો જોયો, તો એનું મન રોઈ પડ્યું- આખરે રાવણ હતો તો એનો જ સહોદર. તે બધી દુશ્મી ભૂલીને શોકથી રોઈ પડ્યો. સિસકીને બોલ્યો-

''ભાઈ, તારો આ અંત! તારી વિદ્વતા તેમજ વીરતાનો તો જવાબ નથી, પરંતુ આજે તૂં અસહાય બની ધરતી પર પડી ગયો. કાશ તેં મારી વાત પહેલેથી જમ ાની લીધી હોત, તો આ સ્થિતિ કેમ આવતી, પણ તૂં તો દંભમાં બદ્દું જ ભૂલી ગયો હતો! હાય, રાવણ! આ શું થઈ ગયું!''

રામે આગળ વધીને વિભીષણને બાંહોમાં લઈ લીધા, બોલ્યા-

''વિભીષણ, અશ્રુ લૂછી નાખો, ધૈર્યથી કામ લો. રાવણ વીર હતો, એક

વીરની જેમ યુદ્ધમાં લડ્યો અને વીરગતિ મેળવી, પછી એના માટે રોવાનું કેમ? નિશ્ચિત જાણો, મરણોપરાંત તે સ્વર્ગમાં જ સ્થાન મેળવશે. સાંભળો, રાવણ કુશાગ્ર છે, નીતિજ્ઞ છે, વિદ્વાન છે, એના મરવાથી પહેલાં એનાથી કંશું જ્ઞાન પ્રાપ્ત કરો."

વિભીષણ મરણોન્મુખ રાવણની પાસે ગયો.

રાવણે વિભીષણના પાછલા સમસ્ત દોષોને ભૂલીને રાજનીતના અનેક ગુર સમજાવ્યા.

પછી રાવણે અંતિમ હિચકી લીધી. એના પ્રાણપંખેરું ઊડી ગયા.

મંદોદરી પતિના શબથી લપેટાઈને વિલાપ કરવા લાગી.

"સ્વામી, મને છોડીને ક્યાં ચાલ્યા ગયા. તમારી એક જ ગર્જનાથી પૃથ્વી કાંપી જતી હતી, ઈન્દ્ર થર-થર કાંપતો હતો, દેવતા તેમજ ગન્ધર્વ ભાગી જતા હતા, અને આજે એક માનવના હાથથી મરીને જમીન પર ખામોશ પડ્યો છો. ઉફ આ કેવી રીતે થઈ ગયું! કાષ તમે મારી વાતો પર ધ્યાન આપ્યું હોત! હું તો પહેલાં જ જાણતી હતી કે, જેણે જન-સ્થાનને તહેસ-નહેસ કરી દીધું, તે કોઈ સામાન્ય માનવ નથી હોઈ શકતો, જરૂર વિષ્ણુનો અવતાર હશે. પણ તમે ક્યાં માનવાવાળા હતા? તમારા દંભથી મારું બધું જ લુંટાઈ ગયું. હાય, હવે હું શું કરું?

રામ વિભીષણથી બોલ્યા-

"તમે ખુદ પણ ધૈર્ય ધારણ કરો અને રાવણની પટરાણી તેમજ અન્ય સ્ત્રીઓને પણ ધીરજ બંધાવો. રાવણ પછી તમારે જ બધાનું ધ્યાન રાખવાનું છે. બધી જવાબદારીઓ તમારી ઉપર છે. હવે ભાઈની અંત્યેષ્ટિ વગેરેનો પણ પ્રબંધ કરો."

વિભીષણે રામની આજ્ઞાનું પાલન કર્યું.

સમુદ્રતટ પર રાક્ષસ-રાજ રાવણના વિધિવત્ અંતિમ સંસ્કાર કરી દેવામાં આવ્યા.

★★

આ પ્રકારે યુદ્ધનો અંત થઈ ગયો.

યુદ્ધમાં વિજયી થવામાં વિભીષણનો વિશેષ સહયોગ હતો. રામે લંકાનું રાજ્ય વિભીષણને જ સોંપી દીધું.

વિભીષણનો વિધિવત્ રાજ્યાભિષેક થયો. રાવણ પછી લંકાના નવા નરેશ વિભીષણ થયા.લક્ષ્મણે જ વિભીષણનું રાજતિલક કર્યું.

નવા રાજાને મેળવીને લંકા-નિવાસીઓએ રાહતનો દમ લીધો.

સોળ

રામ ત્યાં જ રોકાયા હતા, જ્યાં લંકા-પ્રવેશના સમયે ડેરો નાખી રાખ્યો હતો.

રાજતિલક પછી વિભીષણ આશીર્વાદ લેવા રામની પાસે આવ્યા. રામે એમનું વિધિવત્ સ્વાગત કર્યું.

રામને સીતાની ચિન્તા હતી. સીતા હજુ સુધી અશોક-વાટિકામાં જ હતી. રામે હનુમાનથી કહ્યું-

"હે પવનસુત! રાજા વિભીષણથી આદેશ લઈને અશોક-વાટિકા જાઓ અને સીતાને સમસ્ત સમાચાર સંભળાવો."

હનુમાન વિભીષણથી અનુમતિ લઈને સીતાની પાસે જઈ પહોંચ્યા.સીતા હનુમાનને જોઈને ખુશીથી ઝૂમી ઊઠી. હનુમાને રામના વિજય તેમજ રાવણ-વધના સમાચાર સંભળાવીને પૂરું વૃત્તાંત બતાવી દીધું.

સીતાના હર્ષની કોઈ સીમા ના રહી. પળભર માટે એમના મુખથી એક પણ બોલ ના નિકળી શક્યા. નમ આંખોથી હનુમાનને જોતી રહી ગઈ.

હનુમાન ગભરાયા! બોલ્યા-

''આ શું, જનક-દુલારી! તમે ખામોશ કેમ રહી ગઈ? કશું તો બોલો.''

સીતા અવરુદ્ધ કંઠથી બોલી-

''શું બોલું, પવનસુત. હર્ષાતિરેકથી મારું ગળું રુંધાઈ ગયું છે, મારાથી કશું બોલી શકાતું નથી. તેં ખૂબ જ શુભ-સંવાદ સંભળાવ્યા છે, સમજમાં નથી આવી રહ્યું, તારો આભાર કેવી રીતે પ્રગટ કરું?''

હનુમાન ચુપચાપ સીતાને જોતા રહ્યા. સીતાની આંખોથી ખુશીના અશ્રુ છલકી રહ્યા હતા. એકાએક હનુમાનની નજર એ રાક્ષસીઓની તરફ ચાલી ગઈ, જે સીતાને પરેશાન કર્યા કરતી હતી અને હવે દુબકી-જેવી એક ખૂણામાં બેઠી હતી.

હનુમાન જલ્દીથી બોલી પડ્યા-

''હે જનક-દુલારી, કૃપયા આદેશઆપો, હું આ જ સમયે આ ભયાવહ રાક્ષસીઓનો અંત કરી દઉં.''

''ના, ના, એવું ના કરતાં!'' સીતા બોલી, ''મેં એમને ક્ષમા કરી દીધી છે. ભલું ભૂલ કોનાથી નથી થતી!''

''જેવી તમારી ઇચ્છા, માતા.'' હનુમાન ઊભા થતાં બોલ્યા, ''હવે હું જાઉં. રામ માટે કોઈ સંદેશ?''

''હા, એમનાથી કહેજો કે હું એમના દર્શનો માટે તડપી રહી છું.'' સીતાએ ધીમેથી જવાબ આપ્યો.

★★

સીતાનો આ સંદેશ લઈને હનુમાન રામની પાસે પાછા આવી ગયા.

એમને જોતાં જ રામે પૂછ્યું-

''આવી ગયા હનુમન્ત! બોલો, સીતા કેમ છે?''

''પ્રભુ!'' હનુમાને ઉત્તર આપ્યો, ''તે તમારા દર્શનાર્થે ક્યારથી ઉતાવળી છે. શીઘ્ર જ એમની પાસે પહોંચો.''

રામની આંખોની સામે પોતાની પરમ પ્રિયા સીતાનો સલોનો ચહેરો ઉભરાઈ આવ્યો. પછી એકાએક ન જાણે શું વિચારીને તેઓ વિચાર-મગ્ન થઈ ગયા. એમણે હનુમાનની તરફ જોયું અને ધીમેથી કહ્યું-

''ઠીક છે, હું જલ્દી જ એમનાથી મળીશ. એમનાથી કહો કે, સ્નાન કરીને તેમજ નવા વસ્ત્ર અને આભૂષણ ધારણ કરે. પછી એમને મારી પાસે લાવવામાં આવે.''

સીતાને લાવવા વિભીષણ પહોંચ્યા.

જ્યારે વિભીષણે સીતાને રામની ઈચ્છાનુસાર તૈયાર થઈને ચાલવાનું કહ્યું, તો સીતા હતપ્રભ રહી ગઈ. બોલી-

''આ આદેશ શાથી? મને આ જ વેશમાં એમની પાસે લઈ ચાલો.''

''હે જનકદુલારી.'' વિભીષણ મૃદુ સ્વરમાં બોલ્યા, ''યોગ્ય એ જ છે કે, જેવું રામે ઈચ્છ્યું છે, તેવું જ કરો.''

સીતાને અટપટું તો લાગ્યું, પણ પતિની ઈચ્છા! ભલું તે કેવી રીતે ઈનકાર કરતી. એમણે સારી રીતે સ્નાન કર્યું, પછી નવીન વસ્ત્ર પહેર્યા અને ભવ્ય આભૂષણોથી સજી-ધજીને તૈયાર થઈ ગઈ. એક પાલખીમાં બેસાડીને સીતાને રામની સન્મુખ લાવવામં આવ્યા.

રામ ખુદ એમની પ્રતીક્ષામાં હતા-સીતાથી મળવા માટે આતુર. એમને સૂચના આપવામાં આવી- સીતા અશોક-વાટિકાથી આવી ગઈ છે.

રામના દિલની ધડકનો તેજ થઈ ગઈ.

સીતા-આગમનની ખબર સાંભળીને બધા વાનર એમના દર્શન માટે ઉમડી પડ્યા હતા, સીતાની પાલખી આવીને દ્વારથી લાગી તો ચારે તરફથી વાનરોએ એમને ઘેરી લીધા- સારો-એવો હંગામો મચી ગયો. વાનર-રક્ષકોએ ખૂબ મુશ્કેલથી ભીડને સંયત કરી. રામે કહ્યું-

''સીતાના દર્શનો માટે કોઈને રોકાવામાં ન આવે. જેમની મદદથી મેં આ યુદ્ધ જીત્યું છે, એમને સીતાના દર્શન કરવાનો પૂરો હક છે.''

સીતા પાલખીથી નિકળીને રામની પાસે જવા લાગી. ચારે તરફ ઊભેલા વાનર સીતાના દર્શન મેળવીને કૃતકૃત્ય થઈ રહ્યા હતા.

સીતા હેરાન થઈ રહી હતી કે આ કેવો રામનો વ્યવહાર છે. મારી પાસે ખુદ ન આવીને મને અહીંયા બોલાવી, અને અહીંયા મારું ખુલ્લેઆમ પ્રદર્શન કરાવી રહ્યા છે, આખરે કેમ? સીતાને આ પહેલી સમજમાં ના આવી.

સીતાને જ નહીં, લક્ષ્મણની સાથે-સાથે અન્ય વાનરોને રામનો આ વ્યવહાર અદ્ભુત પ્રતીત થયો.

સીતા ધીમે-ધીમે પગલાં વધારતી રામની પાસે પહોંચી. એક અરસા પછી પિયાથી મિલન થઈ રહ્યું હતું, તો બધું જ ભૂલી ગઈ અને પતિની નજીક પહોંચીને અવરુદ્ધ કંઠથી ફક્ત એટલું જ કહી શકી-

''સ્વામી...!''

અને પછી એમનાથી કશું બોલાયું નહીં, જોર-જોરથી રોઈ પડી, હિચકીઓથી એમનું આખું શરીર હલવા લાગ્યું.

રામે આગળ વધીને સીતાને આલિંગનમાં ના લીધા, બલ્કે ગંભીર સ્વરમાં બોલ્યા-

''સીતે, મને ખુશી છે કે, મેં જે પ્રતિજ્ઞા કરી હતી, એને, હું પૂરી કરી શક્યો અને રાવણને મારીને વિજયી થઈ શક્યો. હવે તમે કેદથી મુક્ત થઈ ચુકી છો. આ આખું કાંડ તમારા કારણથી જ થયું હતું. આજે તમે મારી સામે ઊભી છો,

પરંતુ તમને સ્વીકારતા મારું હૃદય ઝિઝકી રહ્યું છે. તમે આટલા દિવસ અહીંયા રહી, લોકો ન જાણે કેવી-કેવી વાતો ઉડાવશે, આવી હાલતમાં હું તમને કેવી રીતે સ્વીકારું? હા, કહો તો તમને કોઈ મિત્ર કે સંબંધીને ત્યાં મોકલી દઉં?''

સીતા પર તો આકાશ પડ્યું. ક્યાં તો તે મધુર વચન સાંભળવાની આશમાં વ્યાકુળ હતી અને ક્યાં રામના કટુ વચન ઓગળેલા સીસાની જેમ કાનોને પીડા પહોંચાડવા લાગ્યા. સીતાએ તત્કાળ ખુદને સંભાળી લીધી. આ એમના પર પ્રત્યક્ષ આરોપ હતો- તે પણ પતિ દ્વારા. આવું લાંછન સાંભળીને કઈ સતીનું હૃદય દગ્ધ નહીં થાય. સીતાએ આભામય આંખો ઉપર ઉઠાવી, એમનામાં ના યાચના હતી અને ના કોઈ સફાઈ. સીતા તેજ સ્વરમાં બોલી-

''નાથ, મેં ક્યારેય વિચાર્યું પણ ન હતું કે, એક દિવસે તમારાથી આવા વચન સાંભળવા પડશે. આવું લાંછન સાંભલીને મારું દિલ તૂટી ચુક્યું છે. આ કોણ નથી જાણતું કે, રાવણ મને અહીંયા બલાત્ જ ઉઠાવીને લાવ્યો હતો, પછી તમે મારા પર શંકા કરી રહ્યા છો. હું જાણતી ન હતી કે, એક દિવસ મારે આમ લાંછિત થવું પડશે. રાજા જનકની પુત્રી પર આવો આરોપ! લક્ષ્મણ, સાંભળો, હવે હું એક પળ પણ જીવિત નથી રહેવા ઈચ્છતી, મારા માટે અગ્નિ પ્રજ્વલિત કરો, હું અત્યારે જ આગમાં પ્રવેશ કરીશ.''

લક્ષ્મણ એક તરફ પોતાનો ક્રોધ દબાવીને ઊભા હતા. એમને ખુદ રામથી આવા વ્યવહારના આશા ન હતી. સીતાનો આદેશ સાંભળીને એમનું હૃદય ફાટી ગયું, એમણે ગભરાઈને રામની તરફથી આંખો ફેરવી લીધી.

રામે લક્ષ્મણની તરફ જોયું પણ નહીં. તેઓ પૂર્વવત્ ગંભીર બની રહ્યા.

લક્ષ્મણ માટે સીતાની આજ્ઞાનું ઉલ્લંઘન કરવું અશક્ય હતું. પછી જ્યારે રામે જ મૌન રહીને સંમતિ પ્રગટ કરી દીધી હતી, તો લક્ષ્મણની સામે અગ્નિ પ્રજ્વલિત ક રવા સિવાય અન્ય કોઈ ચારો રહી ગયો ન હતો. લક્ષ્મણે વિચાર્યું, સારું છે, આવું લાંછિત જીવન વિતાવવાથી તો યોગ્ય એ છે કે, સીતા માતા અગ્નિમાં જ પ્રવિષ્ટ થઈ જાય.

અગ્નિની જ્વાળાઓ આકાશને સ્પર્શવા લાગી, તો સીતા હાથ જોડીને પતિની ચારે તરફ એક વાર ફરી, પછી કોઈની તરફ જોયા વગર બોલી-

''બધા દેવતાઓ, મહર્ષિઓને મારા નમન! હે અગ્નિ, આજે મારી પવિત્રતા પર સંદેહ કરવામાં આવ્યો છે, જો તમને સંદેહ ન હોય, તો મને સ્વીકાર કરો.''

આમ કહેતા જ સીતા ધધકતી આગમાં પ્રવિષ્ટ થઈ ગઈ.

ત્યારે બધા દેવતા ત્યાં ઉતરી આવ્યા. બ્રહ્મા રામથી બોલ્યા-

''હે પ્રભુ! સીતા પર આ કેવું લાંછન! તેઓ તો સાક્ષાત્ લક્ષ્મી છે. પૃથ્વી પર અવતાર લઈને આવું કાંડ?''

''મને કશું યાદ નથી.'' રામ બોલ્યા, ''હું તો એ જ જાણું છું કે, હું કોશલ નરેશ રાજા દશરથનો પુત્ર છું.''

અચાનક પ્રજ્વલિત અગ્નિથી અગ્નિદેવ પ્રગટ થયા. એમની સાથા સાક્ષાત્ સીતા હતી- એવી જ, જેવી અગ્નિમાં પ્રવિષ્ટ થઈ હતી. અગ્નિદેવે રામને સીતા સોંપતા કહ્યું-

''હે રામ! સીતા પવિત્ર છે, એમના પર સંદેહ ના કરો.''

આટલું સાંભળતા જ રામને ચહેરા પર હર્ષ છવાઈ ગયો. સત્ય તો એ હતું કે, તેઓ આમ જનતાને સીતાની વાસ્તવિકતાથી પરિચિત કરાવવા ઇચ્છતા હતા. એમણે આગળ વધીને સીતાને આલિંગનમાં લઈ લીધા. બોલ્યા-

''પ્રિયે!'' તમારા પર મને ક્યારેય સંદેહ નથી રહ્યો. બસ, લોકાપવાદના ડરથી મેં તમારી આ પરીક્ષા લીધી હતી, જેથી કોઈને તમારા પર શંકા ના થાય. શું હું તમને જાણતો નથી કે, તમે કેટલી પવિત્ર તેમજ નેક છો. મારા વચનોથી તમને કષ્ટ થયું, એનું મને દુ:ખ છે.''

સીતા ધન્ય થઈ-એમનું સુહાગ એમને પાછું મળી ગયું.

★★

રામનો વનવાસ સમાપ્ત થવાને હતો.

રામને ભરતની ખૂબ ચિન્તા હતી. ન જાણે ભરત અયોધ્યામાં કેવો સમય વ્યતીત કરી રહ્યા હશે.

લંકામાં એમનું કામ સમાપ્ત થઈ ગયું હતું. તેથી એક દિવસ એમણે વિભીષણથી લંકાથી વિદાય થવાની અનુમતિ ઇચ્છી.

વિભીષણે એમને પુષ્પક વિમાન સોંપી દીધું. રામ, સીતા તેમજ લક્ષ્મણ સિવાય સમસ્ત વાનર સેના પુષ્પક વિમાન પર સવાર થયા. વિમાને અયોધ્યાની તરફ ઉડાન ભરી.

જ્યારે એમનું વિમાન આકાશમાં ઉડતું-ઉડતું એ સ્થાનોની ઉપરથી પસાર થયું, જ્યાં રામ-લક્ષ્મણ, સીતાને શોધવા માટે ભટક્યા હતા, તો રામે સીતાને ઈશારાથી બતાવ્યું-

''પ્રાણેશ્વરી સીતા! જુઓ, નીચે જે સ્થળોને જોઈ રહી છો, અહીંથી જ અમે તને શોધતાં-શોધતાં આગળ વધ્યા હતા. તે જુઓ, સમુદ્ર પર વિશાળ સેતુ, આ નીલ અને નલે નિર્મિત કર્યો હતો. એના પર ચાલીને અમે સમુદ્ર પાર કર્યો હતો અને લંકા જઈ પહોંચ્યા. આ જુઓ, ઋષ્યમૂક પર્વત, જ્યાં તેં ઉપરથી આભૂષણ ફેંક્યા હતા, આ રહી કિષ્કિન્ધાપુરી.''

સીતા ઉત્સુકતાથી રામથી આ વિવરણ સાંભળતી રહી.

★★

માર્ગમાં રામ પ્રયાગમાં ઉતર્યા અને ભારદ્વાજ મુનિના દર્શન કર્યા. નિષાદરાજ ગુહને સંવાદ મોકલ્યો કે એમનો વનવાસ સમાપ્ત થયો. ભરત પ્રતીક્ષા કરતાં-કરતાં કોઈ અનહોની ના કરી બેસે, તેથી રામે હનુમાનને અયોધ્યા મોકલી દીધા કે, તે ભરતને એમના આગમનની સૂચના આપી દે.

ઉત્તર કાંડ

એક

અયોધ્યામાં ખરેખર ભરત ખૂબ જ વ્યાકુળતાથી રામની પ્રતીક્ષા કરી રહ્યા હતા. એમનો એક-એક દિવસ રામના આવવાની રાહ જોતા વ્યતીત થઈ જતો હતો.

ચૌદ વર્ષનો વનવલાસ પૂર્ણ થવામાં જ્યારે ફક્ત એક દિવસ શેષ રહી ગયો, એ દિવસે ભરતની વ્યાકુળતાની સીમા ના રહી. ભરત યથાશીઘ્ર રાજ્યની જવાબદારી રામને સોંપીને બરી થવા ઇચ્છતા હતા... કૈકેયીએ એમના માથા પર જે કાંટાઓનો મુકુટ પહેરાવી દીધો હતો, તે ત્યારે જ ઉતરી શકતો હતો, જ્યારે રામને સિંહાસન આપીને પ્રાયશ્ચિત પૂર્ણ કરી લે.

ત્યારે જ હનુમાને આવીને ભરતને બતાવ્યું કે, રામનું પુનરાગમન થઈ રહ્યું છે, તેઓ અયોધ્યા પહોંચવા જ ઇચ્છે છે.

ભરતે સંતોષનો શ્વાસ લીધો.

પળભરમાં આ સમાચાર દાવાનળની જેમ સંપૂર્ણ અયોધ્યા નગરીમાં ફેલાઈ ગયા. ચારે તરફ હર્ષની લહેર દોડી ગઈ.

★★

જે દિવસે રામ, સીતા તેમજ લક્ષ્મણનું અયોધ્યામાં પ્રત્યાગમન થયું, આખી અયોધ્યા નગરી રાજપથ પર ઉમડી પડી.

ભરતથી બેસાયું નહીં, એણે રામની પાદુકાઓ, જે ચિત્રકૂટથી રામે જ એમને સોંપી હતી, ઉઠાવીને મસ્તિષ્ક પર ધારણ કરી અને રાજમંત્રીઓ, પુરોહિતો, બ્રાહ્મણો તેમજ નગર-નિવાસીઓની સાથ રામના સ્વાગતાર્થે આગળ વધ્યા.

પુષ્પક વિમાન નીચે ઉતર્યું.

આખું વાતાવરણ રામના જયઘોષથી ગૂંજી ઊઠ્યું.

ચૌદ વર્ષના લાંબા અંતરાલ પછી પોતાના હૃદય-જેવતા રામને પોતાની વચ્ચે મેળવીને બધા આનંદના સાગરમાં ગોથા લગાવવા લાગ્યા.

બે

એક દિવસે શુભ મુહૂર્ત કાઢીને રામને સિંહાસન પર આસીન કરવામાં આવ્યા. રામે રાજ્ય સંભાળતા જ શાસનની તરફ વિશેષ ધ્યાન આપ્યું.

એમના રાજ્યમાં બકરી અને સિંહ એક ઘાટ પર પાણી પીતા હતા, ક્યારેય કોઈ ગૃહસ્થ રાતે પોતાના મકાનના દ્વાર ચોરોના ભયથી બંધ કરતા ન હતા. બધા નિવાસી એક-બીજાથી હળી-મળીને રહેતા હતા, આપસમાં લડાઈ-ઝગડો કોઈ કરતું ન હતું. દુરાચારનું તો નામ જ ન હતું. બધા પાપ કર્મોની ભાવનાથી રહિત હતા. નિયમથી જીવનયાપન કરવું જ બધાનો પરમ ધ્યેય હતો. લોકો દયાળુ હતા, ધાર્મિક વૃત્તિનું આધિક્ય હતું, સંયમી તેમજ પરોપકારી હતા. રોગ, શોક, ચિન્તાનું નામોનિશાન ન હતું. બધા સંપન્ન હતા.

★ ★

એક દિવસની વાત છે.

રામને ખબર પડી કે, સીતાના સંબંધમાં સમાજમાં એવો અપવાદ છે કે, સીતા રાવણને ત્યાં રહેવા દરમિયાન પવિત્ર નહીં રહી હોય. રામને સીતાની પવિત્રતા પર પૂરો વિશ્વાસ હતો. લંકાથી ચાલતા સમયે સીતાએ વિશાળ જન સમૂહની સન્મુખ સ્વયં અગ્નિ પરીક્ષા આપીને પોતાની પવિત્રતાનો પરિચય આપ્યો હતો, પણ લોકાપવાદ હતો જે નવેસરથી ઉઠ્યો હતો.

આ વખતે અયોધ્યાના એક ધોબીએ સીતાના સંબંધમાં આ સંદેહ વ્યક્ત કર્યો હતો. થયું એ કે, એ ધોબીની પત્ની ક્યાંક એક રાત માટે ચાલી ગઈ હતી, સવારે ઘેર પહોંચી તો ધોબીએ એને લાંછિત કરી-

''નિકળી જા મારા ઘરથી! ન જાણે રાતભર ક્યાં રહીને હવે ઘેર આવી રહી છે. હું રામ નથી કે લંકામાં સીતાના દિવસ ગુજાર્યા છતાં એમની જેમ તને સ્વીકાર કરી લઉં.''

આ લોકાપવાદથી રામ ખૂબ મર્માહત હતા. આખરે રાજા હતા, કેવી રીતે આ આરોપને અણસાંભળ્યો કરી દેતા. એનાથી તો રાજ્યમાં અવ્યવસ્થા અને અધર્મ ફેલાવાની આશંકા હતી.

રામે લક્ષ્મણને બોલાવીને કહ્યું-

''સાંભળો લક્ષ્મણ, મારા આદેશનું ખરાબ ના લગાડતા. બસ, રાજા હોવાનું કર્તવ્ય નિભાવી રહ્યો છું. સીતાથી સંબંધિત લોકાપવાદ તેં સાંભળ્યા જ હશે, તેથી સીતાને વન છોડીને આવો, હું એનો ત્યાગ કરી રહ્યો છું.''

લક્ષ્મણ મનોમન ક્રોધિત થયા, પણ શાંત રહ્યા. એક રાજાની વિવશતા પણ તેઓ સમજતા હતા. અનિચ્છા છતાં તેઓ સીતાની પાસે પહોંચ્યા અને રામનો આદેશ સંભળાવ્યો.

સીતાએ તો હંમેશાં માથું ઝુકાવીને પતિની આજ્ઞા માનવી જ શીખ્યું હતું. દુઃખના બે અશ્રુ આંખોથી નિકળ્યા અને તે ચુપચાપ લક્ષ્મણની સાથે મહેલથી નિકળી પડી. ત્યારે સીતા ગર્ભવતી હતી.

લક્ષ્મણ રથમાં બેસાડીને સીતાને દૂર વનમાં છોડી આવ્યા.

★★

વનમાં મહર્ષિ વાલ્મીકિએ સીતાને આશ્રય આપ્યો.

સીતાનો શેષ સમય મહર્ષિ વીલ્મીકિના આશ્રમમાં જ પસાર થયો. સીતાએ ક્યારેય પણ દુઃખથી આહ ભરી ન હતી, રાજમહેલોમાં ઉછરેલી અને રાજા રામની પટરાણી હોવા છતાં આજે તેઓ વનમાં તપસ્વીનીઓ જેવું જીવન વ્યતીત કરી રહી હતી, એને જ તે પોતાનું ભાગ્ય માનીને ખામોશ હતી. મહર્ષિ વાલ્મીકિથી પિતા તુલ્ય સ્નેહ મળતો હતો.

વનમાં જ સીતાએ બે પુત્રોને જન્મ આપ્યો. મહર્ષિ વાલ્મીકિએ એમનું નામ રાખ્યું- લવ અને કુશ.

★★

એક વાર રામે અશ્વમેઘ યજ્ઞ કર્યો.

પૂર્ણાહુતિના અવસર પર નિયમાનુસાર અશ્વમેઘનો ઘોડો છોડવામાં આવ્યો. એવી પરંપરા હતી કે, જે પણ ઘોડાને પકડશે, તે રામથી યુદ્ધ કરશે અને પરાજયની સ્થિતિમાં અયોધ્યાની અધીનતા સ્વીકાર કરવી પડશે.

ઘોડાની રક્ષા હેતુ શત્રુઘ્ન સહિત અનેક સૈનિક ઘોડાની સાથે જ હતા.

અશ્વમઘનો ઘોડો એક દિવસે એ જ વનમાં જઈ પહોંચ્યો, જ્યાં સીતાના પુત્ર બાળપણના દિવસો વ્યતીત કરી રહ્યા હતા.

પોતાની નાની ઉંમરમાં જ લવ-કુશને યુદ્ધના અનેક કૌશલ જ્ઞાત હતા. આખરે તેઓ પરમવીર રામના જ તો પુત્ર હતા, સીતા તેમજ મહર્ષિ વાલ્મીકિની શિક્ષાઓએ એ બંને બાળકોને સુયોગ્ય બનાવી દીધા હતા.

લવ-કુશે અશ્વમેઘનો ઘોડો જોયો, તો પકડી લીધો. યુદ્ધ માટે શત્રુઘ્ન પોતાની સૈનિક ટુકડીની સાથે આવ્યા, તો લવ-કુશે એમનાથી સન્મુખ યુદ્ધ કર્યું. શત્રુઘ્ન યુદ્ધમાં પરાજિત થયા. હનુમાન અને સુગ્રીવ સુધીને પકડીને લવ-કુશે બાંધી દીધા.

પછી માલૂમ થયું, તો સીતાએ એમને બધાને છોડી દેવાનો આદેશ આપ્યો.

★★

અયોધ્યામાં અશ્વમેઘ યજ્ઞની ધૂમ હતી.

મહર્ષિ વાલ્મીકિને પણ યજ્ઞમાં આવવાનું નિમંત્રણ મળ્યું હતું.

મહર્ષિ વાલ્મીકિ યજ્ઞમાં સમ્મિલિત થવા અયોધ્યા આવ્યા- સાથે લવ-કુશને

પણ લેતાં આવ્યા. મહર્ષિ વાલ્મીકિએ બંને બાળકોને રામાયણ કંઠસ્થ કરાવી દીધી હતી. તેઓ બાળકોથી બોલ્યા-

''તમે બંને આ રામાયણ યજ્ઞમાં મહારાજ રામને સંભળાવજો.''

લવ-કુશે સ્વીકાર કરી લીધું.

મહર્ષિ વાલ્મિકીએ એમને અનુજ્ઞા આપી કે, જો રામ પ્રસન્ન થઈને કોઈ ભેટ આપે, તો સ્વીકાર ન કરે. જો પૂછે કે કોના પુત્ર છો, તો ફક્ત એ જ બતાવો કે અમે મહર્ષિ વાલ્મીકિના શિષ્ય છીએ, બસ બીજું કશું નથી ખબર.

★★

યજ્ઞ મંડપમાં યજ્ઞ ચાલી રહ્યો હતો.

લવ-કુશ અયોધ્યાના રસ્તાઓ તેમજ ગલીઓથી પસાર થઈને યજ્ઞ-મંડપ તરફ જવા લાગ્યા. મહર્ષિના આદેશાનુસાર વીણા વગાડતાં-વગાડતાં મધુર સ્વરમાં રામાયણનો પાઠ કરતાં જઈ રહ્યા હતા.

બે બાળકોને આટલા સૂરીલા કંઠમાં ગાતા જોઈને માર્ગ પર ચાલતા લોકો અવાક્ રહી ગયા.

રામને આ અદ્‌ભુત બાળકોની સૂચના મળી, તો તત્કાળ દરબારમાં બોલાવવામાં આવ્યા.

લવ-કુશે દરબારમાં પહોંચીને રામનું અભિવાદન કર્યું અને સુરીલા સ્વરમાં રામાયણ સંભળાવા લાગ્યા. એમના સ્વરમાં એટલું ઓજ હતું, કથામાં એટલી માર્મિકતા હતી, કે રામ સહિત આખો દરબાર અભિભૂત થઈ ઊઠ્યો.

લોકો એકટસે લવ-કુશને જોઈ રહ્યા હતા. એવો આભાસ થઈ રહ્યો હતો, જાણે બંને બાળક શ્રીરામના જ પ્રતિરૂપ હોય.

રામાયણ પાઠની સમાપ્તિ પર રામે ગદ્‌ગદ સ્વરમાં ભરતથી કહ્યું-

''આમને રાજકોષથી અઢાર સહસ્ત્ર સુવર્ણ મુદ્રાઓ આપવામાં આવે.''

ભરતે એ જ સમયે અઢાર સહસ્ત્ર સુવર્ણ મુદ્રાઓ બાળકોની સન્મુખ પ્રસ્તુત કરી દીધી. પણ આ ભેટનો અસ્વીકાર કરતાં લવ-કુશ બોલ્યા-''અમે તો વનવાસી છીએ, અમે શું કરીશું આટલું બધું ધન લઈને. અમે તો કંદ-મૂળ ખાઈને જ પોતાનો નિર્વાહ કરીએ છીએ, અમને ધન નથી જોઈતું.''

''ધન્ય છો!'' રામ અનાયાસ જ બોલી ઊઠ્યા- ''બાળકો, તમારો પરિચય?'' આ રામાયણ કોણે શીખવાડી?''

''મહારાજ, અમે મહર્ષિ વાલ્મીકિના શિષ્ય છીએ.'' લવ-કુશ બોલ્યા- ''એમણે જ અમે રામાયણ શીખવાડી છે. એમના જ આશ્રમમાં અમારી માતા રહે છે.''

આટલું સાંભળતા જ રામને વિશ્વાસ થઈ ગયો કે, લવ-કુશ એમના જ પુત્ર છે. ખુશીથી આંખો નમ થઈ ગઈ.

રામે મહર્ષિ વાલ્મીકિથી કહ્યું-

‘‘જો સીતા નિષ્પાપ છે, તો યજ્ઞ-મંડપ પર આવીને પ્રમાણ પ્રસ્તુત કરે.’’

‘‘ઠીક છે, સીતા કાલે સવારે યજ્ઞ-મંડપમાં પહોંચી જશે.’’ મહર્ષિ વાલ્મીકિએ આશ્વાસન આપ્યું.

બીજા દિવસે સવારે યજ્ઞ-મંડપમાં આખું નગર ઉમડી આવ્યું. મોટા-મોટા ઋષિ-મુનિ, તપસ્વી તેમજ દૂર દેશોના રાજા-મહારાજા પણ પધાર્યા. બધા સીતાના દર્શન કરવા ઇચ્છતા હતા.

થોડી વારમાં જ માથું ઝૂકાવીને સીતા મહર્ષિ વાલ્મીકિની પાછળ-પાછળ ચાલતી યજ્ઞ-મંડપમાં આવી પહોંચી. આ સીતા પહેલાવાળી સીતા ન હતી, પહેલાંથી દુબળી-પાતળી અને ઉદાસ હતી, પરંતુ મુખમંડળ પર સચ્ચરિત્રતાનું ઓજ હતું.

સીતાએ યજ્ઞ-મંડપમાં પહોંચીને ધરતી માતાથી હાથ જોડીને નિવેદન કર્યું-

‘‘વસુન્ધરે આખા વિશ્વને તેં જ ધારણ કર્યું છે. આજે મારી લાજ તારા હાથમાં છે. જો મેં પતિ સિવાય કોઈ અન્ય પુરુષનું સ્મરણ માત્ર પણ કર્યું હોય, તો મને પોતાની ગોદમાં સ્થાન ન આપતા.’’

આટલું કહ્યું હતું કે, પૃથ્વી ફાટી ગઈ અને એક તિરાડ જેવી બની ગઈ. અંદરથી એક સિંહાસન નિકળ્યું, જે હીરા-મોતી તેમજ રત્નોથી જડેલું હતું. સીતા એના પર બેસી ગઈ, આગલી જ ક્ષણે સિંહાસન સીતાને લીને ધરતીના ગર્ભમાં સમાઈ ગયું અને પૃથ્વીની દરાર પૂરાઈ ગઈ.

ઉપસ્થિત જન-સમુદાય અવાક્ રહી ગયો.

રામને હોશ ના રહ્યા. લક્ષ્મણ, ભરત તેમજ શત્રુઘ્નની આંખોથી અશ્રુઓની ધારા વહી નિકળી. લવ-કુશ માતાને જમીનમાં પ્રવિષ્ટ થતાં જોઈને આગળ દોડી પડ્યા, પણ ત્યાં સુધી સીતા ધરતીમાં સમાઈ ચુકી હતી.

ત્રણ

હોશમાં આવતા જ રામ ક્રોધથી ઉકળી પડ્યા. બોલ્યા-

‘‘મેં સીતાને મેળવવા માટે કેટલા યત્ન કર્યા અને આજે જોતાં-જ-જોતાં ધરતી એને ગળી ગઈ. હું આખી ધરતીના ટુકડે-ટુકડાં કરી નાંખીશ.’’

ઋષિ-મુનિઓએ સમજાવ્યું-

‘‘જે થવાનું હતું, તે થઈ ચુક્યું. શોક ના કરો, ક્રોધનો ત્યાગ કરો, મોહમાં અનુચિત વચન ન બોલો, હવે તો સીતા તમને સ્વર્ગમાં જ મળશે, પ્રભુ!’’

રામે ખુદ પર નિયંત્રણ મેળવ્યું.

યથાસમયે યજ્ઞની સમાપ્તિ થઈ, તો રામે અતિથિઓને સસન્માન વિદાય કર્યા.

રામ ઇચ્છતા, તો ફરીથી વિવાહ કરી શકતા હતા, પણ એમણે એવું ના કર્યું, મહેલના પ્રાંગણમાં સીતાની સુવર્ણ-પ્રતિમા સ્થાપિત કરીને નિત્ય એનું દર્શન કર્યા કરતા.

રામને રાજ્ય સંભાળતા સેંકડો વર્ષ વ્યતીત થઈ ગયા.

એક દિવસ યમરાજ મુનિના વેશમાં રાજમહેલ પહોંચ્યા. દ્વાર પર ઊભા હતા લક્ષ્મણ. એમણે લક્ષ્મણથી કહ્યું-

''હું મહામુનિ અતિબલનો શિષ્ય છું. મહારાજ રામના દર્શનાર્થે આવ્યો છું, એમને સૂચિત કરો.''

લક્ષ્મણે રામથી આવીને મુનિના આગમનની સૂચના આપી.

રામ બોલ્યા-

''એમને આદર સહિત મારી પાસે લઈ આવો. મારા દ્વાર હંમેશાં ખુલ્લા રહે છે.''

લક્ષ્મણે મુનિને રામની પાસે મોકલી દીધા.

રામે એને આસન પર પ્રતિષ્ઠિત કર્યા. પૂછ્યું-

''કેવી રીતે આગમન થયું મુનિવર. મહામુનિ અતિબલે શું સંદેશ મોકલ્યો છે?''

''રાજન્! મહામુનિ અતિબલે જે સંદેશ મોકલ્યો છે, એને હું ફક્ત તમને જ સંભળાવવા ઇચ્છું છું. તે પણ એવા સ્થાન પર જ્યાં તમારા અને મારા સિવાય કોઈ ના હોય, જો કોઈ ત્રીજાએ સાંભળી લીધું, તો તે માર્યો જશે.'' મુનિ બોલ્યા, ''જો આ સ્વીકાર હોય, તો હું સંદેશ સંભળાવું.''

''હા-હા, કેમ નહીં.''

આમ કહને રામે આસપાસ બેઠેલા બધા લોકોને બહાર મોકલી દીધા, દ્વારપાલને પણ દ્વારથી હટાવી દેવામાં આવ્યો. જ્યારે એકાંત થઈ ગયો, તો રામ બોલ્યા-

''હા, હવે સંભળાવો. કોઈએ મારી આજ્ઞાનું ઉલ્લંઘન કરતાં સંદેશ સાંભળવા ઇચ્છ્યો, તો એને પ્રાણોથી હાથ ધોવા પડશે.''

ત્યારે મુનિએ કહ્યું-

''પ્રભુ! હું યમરાજ છું. બ્રહ્માજીએ કહેડાવ્યું છે કે, તમે જે હેતુથી અવતાર લીધો હતો, તે પૂર્ણ થયો, હવે માનવ દેહ-ત્યાગ કરીને વૈકુંઠ ધામ પહોંચો.''

રામ બોલ્યા- ''હે યમરાજ, મારો હેતુ સમાપ્ત થયો. મને તો તમારી જ પ્રતીક્ષા હતી. તમે જાઓ, હું પ્રસ્થિત થઈ રહ્યો છું.''

બહાર લક્ષ્મણ રામની આજ્ઞાનુસાર દ્વારથી દૂર ઊભા હતા.

અંદર રામ તેમજ મુનિશ્રીની એકાંતમાં વાતચીત થઈ રહી હતી, ત્યારે જ દુર્વાસા ઋષિ ત્યાં આવી પહોંચ્યા. એમણે લક્ષ્મણથી કહ્યું-

''મારે રામથી અત્યાવશ્યક કાર્ય હેતુ મળવાનું છે, મને જલ્દી જ એમનાથી મળાવો, વિલંબ ના કરો.''

''પણ તેઓ તો આ સમયે એકાંતમાં મુનિશ્રીથી વાર્તાલાપ કરી રહ્યા છે.'' લક્ષ્મણે નિવેદન કર્યું- ''થોડો વિલંબ થશે.''

દુર્વાસા ઋષિ ક્રોધથી થર-થર કાંપવા લાગ્યા. બોલ્યા-

''હું પ્રતીક્ષા નથી કરી શકતો. આ સમયે રામને મારા આવવાની સૂચના આપો, નહીંતર શ્રાપ આપી દઈશ. બધું જ નષ્ટ કરી દઈશ, વંશ સહિત રાજ્યપણ જતું રહેશે. ના રામ રહેશે, ના તૂં.''

હવે લક્ષ્મણ શું કરતાં! વિચાર્યું, આ શ્રાપથી બધાને બચાવવાનો એ જ રસ્તો છે કે, હું મહારાજને દુર્વાસાના આવવાની સૂચના આપી દઉં, એમની આજ્ઞાનું ઉલ્લંઘનથી હું જ તો માર્યો જઈશને, ઓછાથી ઓછું દુર્વાસાના શ્રાપથી બાકી લોકો તો બચી જશે.

આમ વિચારીને તે પ્રકોષ્ઠમાં દાખલ થઈ ગયા. આ રામની આજ્ઞાનું ઉલ્લંઘન હતું. રામને ખરાબ લાગ્યું, મુનિ એમને પોતાની પ્રતિજ્ઞા યાદ અપાવીને ચાલ્યા ગયચા. લક્ષ્મણે રામને દુર્વાસા ઋષિના આવવાની સૂચના આપી. રામ ઋષિથી મળ્યા. ઋષિ કેટલાય દિવસોથી ભૂખ્યા હતા- તેઓ ભોજન ઈચ્છતા હતા.

રામે એમને ભોજ્ય સામગ્રી પ્રસ્તુત કરી દીધી. ઋષિ પ્રસન્ન થઈને ચાલ્યા ગયા.

હવે રામે વિવશ થઈને મુનિને આપેલું વચન પૂરું કરવાનું હતું. એમને દુઃખ તો થયું, પણ વચન કેવી રીતે ટાળતા! લક્ષ્મણે એમની દુવિધા જોઈ તો બોલ્યા-

''તમે તો વ્યર્થ ચિન્તિત થઈ રહ્યા છો. શોક ના કરો. મારી મૃત્યુનો આદેશ આપો.''

મંત્રીઓ તેમજ વશિષ્ઠ મુનિએ પણ એ જ સલાહ આપી કે વચન ભંગ ન કરો, લક્ષ્મણનો ત્યાગ કરો.

રામે હૃદય પર પથ્થર રાખીને લક્ષ્મણનો ત્યાગ કરી દીદો.

લક્ષ્મણ અન્તઃપુરમાં કોઈને પણ મળ્યા વગર સરયૂ નદીના કિનારે જઈ પહોંચ્યા.

એક-એક કરીને બધા આત્મીય રામને છોડીને ચાલ્યા ગયા, પિતા ગયા, સીતા ગઈ અને હવે પરમ પ્રિય ભાઈ લક્ષ્મણ પણ ચાલ્યા ગયા.

રામના શોકની સીમા ના રહી.

એમણે એક દિવસ બધા મંત્રીઓને એકત્ર કર્યા, પછી ભરતથી બોલ્યા- ''હવે મારો જીવ સંસારમાં નથી લાગતો. મારે વૈકુંઠ ધામ જવું જ પડશે. આ રાજપાટ તમે સંભાળો, હું ચાલ્યો.''

''એવું ના કરો, રાજન્!'' ભરતની આંખોથી અશ્રુ વહી નિકળ્યા, ''મારે નથી જોઈતું આ રાજપાટ, હું પણ તમારા વગર રહી નથી શકતો. બધું જ લવ-કુશને સોંપીને મને પણ પોતાની સાથે લઈ ચાલો.''

આખા નગરમાં આ ખબર ફેલાઈ ગઈ કે, રામે મહાપ્રયાણનો નિશ્ચય કરી લીધો છે. પછી શું હતું, બધા અયોધ્યાવાસી જે હાલમાં હતા, એ જ હાલમાં દોડતાં-દોડતાં મહેલ જઈ પહોંચ્યા.

રામે જન સમુદાયની આ દશા જોઈ, તો સ્નેહથી સિક્ત સ્વરમાં બોલ્યા-

''લોકોનો મારા પ્રતિ આ પ્રેમ જોઈને કૃતાર્થ થયો. મેં લોકોને હંમેશાં પોતાની સંતાન જ સમજી છે. બોલો, અંતિમ સમયે તમે લોકો મારાથી શું ઈચ્છો છો, હું તમારા લોકોની મનોકામના પૂર્ણ કરીશ.''

અયોધ્યાવાસી બોલ્યા- ''પ્રભુ અમારી તો હવે એક જ મનોકામના છે કે, અમને પણ તમે પોતાની સાથે લઈ ચાલો.''

''તથાસ્તુ!'' રામે એમની વાત સ્વીકાર કરી લીધી.

રામે લવ-કુશને દરબારમાં બોલાવ્યા. કુશને કોશલનું રાજ્ય સોંપ્યું અને લવને ઉત્તર કોશલ રાજ્ય. બોલ્યા-

''પુત્રો, ધર્મનું આચરણ કરીને રાજ કરો અને હવે મને વિદાય કરો. સાથે આખું નગર એમની પાછળ ચાલી પડ્યું. આ મહાપ્રસ્થાનની યાત્રા હતી.

બધા સરયૂ નદીના તટ પર પહોંચ્યા, લક્ષ્મણ પણ ત્યાં જ એમની પ્રતીક્ષામાં હતા. કિષ્કિન્ધાપુરીથી સુગ્રીવ પણ પરિવાર સહિત આવી પહોંચ્યા હતા.

રામ સહિત બધા સરયૂ નદીમાં ઉતરી ગયા.

મંત્રોચ્ચારણની સાથે બધાએ સ્નાન કર્યું.

ત્યારે જ આકાશથી દેવતાઓના મોકલેલા વિમાન આવી ગયા. એમના પર બેસીને રામ સહિત બધા લોકો સશરીર વૈકુંઠ ધામ જવા રવાના થઈ ગયા.

ચારે તરફ મંદ-મંદ સમીર વહી રહ્યો હતો, પુષ્પ વૃષ્ટિ થઈ રહી હતી. વિમાન ધીમે-ધીમે આકાશમાં વિલીન થતું જઈ રહ્યું હતું.

★★★

www.ingramcontent.com/pod-product-compliance
Lightning Source LLC
LaVergne TN
LVHW051239080426
835513LV00016B/1664